एकोणिसावी जात

महादेव मोरे

AA000819

मेहता पब्लिशिंग हाऊस

Please contact us at **Mehta Publishing House,** Pune 411030.
Email : production@mehtapublishinghouse.com
Website : www.mehtapublishinghouse.com

EKONISAVI JAT by MAHADEV MORE

एकोणिसावी जात / कादंबरी

© सुरक्षित

Email : author@mehtapublishinghouse.com

प्रकाशक : सुनील अनिल मेहता, मेहता पब्लिशिंग हाऊस,
१९४१, सदाशिव पेठ, माडीवाले कॉलनी, पुणे - ४११०३०.

मुखपृष्ठ : चंद्रमोहन कुलकर्णी

प्रकाशनकाल : सप्टेंबर, १९६८ / फेब्रुवारी, २००३ /
पुनर्मुद्रण : मे, २०१५

P Book ISBN 9788177663068
E Book ISBN 9788184987454
E Books available on : play.google.com/store/books
www.amazon.in
https://books.apple.com

ख्रि. डॉ. रिबेंटीश व ख्रि. डॉ. एस. के. ससे यांनी
निपाणीमधील लाफायेट हॉस्पिटलमध्ये
रुग्णसेवेची – माणुसकीच्या गहिवराची परंपरा
तितक्याच निष्ठेने चालवून
ख्रि. डॉ. जाधवरावांसारखे
व्याधिपीडितांना नवे जीवन देणारे बंधुद्वय

डॉ. सुनील ससे (उर्फ दादा)

आणि

डॉ. अनिल ससे

यांना
सादर सप्रेम

- **महादेव मोरे**

मनोगत

माझी पहिली कादंबरी 'पाव्हणा'. १९६६ साली प्रसिद्ध झालेली ही जशी माझी पहिली कादंबरी, तसेच संपूर्ण ग्रामीण निवेदन शैलीतील मराठीतीलही ही पहिलीच कादंबरी! ही कादंबरी काही कथा एकापुढे एक ठेवून रचल्यागत माझी मलाच वाटल्याने, खऱ्या अर्थाने कादंबरी म्हणता येईल, असे लिहिण्याचा 'एकोणिसावी जात'मध्ये मी प्रयत्न केला आणि तो कमालीचा यशस्वी झाल्याचे कादंबरी प्रसिद्ध झाल्यावर मिळालेल्या वाचकांच्या उदंड प्रतिसादावरून दिसून आले. लेखनात मीच माझा गुरू. मी कधीही कुणाचे मार्गदर्शन घेतले नाही, की लिहिलेले कुणाला वाचायला देऊन सल्ला वगैरे घेत बसलो नाही. पाहिलेले/अनुभवलेले शब्दबद्ध करतानाच हे कुणीही प्रसिद्ध करील, असा आत्मविश्वास मनात येत गेला. कै. श्री. जयवंत दळवी, कै. श्री. राजा राजवाडे, कै. श्री. बा. भ. पाटील आदी साहित्यिक ह्या कादंबरीच्या प्रेमात पडले. कवी श्री. नारायण सुर्वेनाही ही कादंबरी खूप आवडली. कै. श्री. बा. भ. पाटील यांनी आपल्या खुशीपत्रात लिहिले होते, 'स्पर्धेला ही कादंबरी धाडली असती, तर नक्कीच राज्यपुरस्कार मिळाला असता!' कै. श्री. राजा राजवाडेंनी लिहिलं होतं, 'ह्या कादंबरीने स्पर्धेत नक्कीच 'चक्र'ची साईड मारली असती!' राज्यपुरस्कार स्पर्धेस आपली पुस्तके केव्हा व कोठे पाठवायची असतात, हे आताप्रमाणेच त्याकाळीही मला ज्ञात नसल्याने मी ही

कादंबरी स्पर्धेस पाठविली नव्हती, तसेच प्रकाशक श्री. पु. वि. बेहेरेंनीही! कै. श्री. जयवंत दळवींनी आपला 'आश्रम' कथासंग्रह मला भेटीदाखल पाठवून एक दीर्घ पत्रही लिहिले होते. त्यात त्यांनी सल्ला दिला होता - 'मी चांगलेच लिहीन, म्हणून कुंथत बसू नये, सुचेल तसे लिहीत राहावे. चांगले असेल ते कालप्रवाहात टिकून राहील, वाईट असेल ते वाहून जाईल!'

मुंबई उच्च न्यायालयाचे न्यायाधीश श्री. नरेंद्र चपळगांवकर यांनी ही कादंबरी २२ वेळा वाचलीय. थोर साहित्यिक कै. श्री. पु. भा. भावे व लोकप्रिय ऐतिहासिक कादंबरीकार श्री. ना. सं. इनामदार ह्यांनाही माझे साहित्य आवडत आलेय. ह्या कादंबरीच्या प्रेमात श्री. पु. वि. बेहेरेही पडले होते. त्यांनी प्रथम ही कादंबरी क्रमश: 'मेनका'तून प्रसिद्ध करून लगेच ६८ साली पुस्तकरूपाने प्रसिद्ध केली व खास वाचकांच्या आग्रहास्तव ती परत ८८ साली आपल्या सा. 'जत्रा'मधून क्रमश: प्रसिद्ध केली. ह्या कादंबरीतील घटनांचा व सर्व तपशिलांचा कालखंड ४० वर्षांपूर्वीचा आहे, एवढे वाचकांनी कृपया लक्षात घ्यावे.

– महादेव मोरे

१

पहाट. सहाचा सुमार. अकबऱ्या घराकडून स्टँडवर आला. आपल्या गाडीजवळ गेला. त्यानं दाराच्या काचेतून आत पाहिलं, तर अजूनही नारायण गडदेबाजपणे झोपलेला! काचेवर टक्‌टक्‌ करीत त्यानं हाक मारली,

"नाऱ्या, अबे नाऱ्या...!"

या टकटकीनं व हाकेनं गाडीच्या मागच्या गादीवर झोपलेला नारायण जागा झाला. साली, ही सकाळपारी झाली पनोती सुरू... अशा विचारानं चादरीतलं मुंडकं बाहेर काढीत त्यानं काचेकडे पाहिलं, तर अकबऱ्या कोकलत असलेला! आता उठणं भागच होतं. नाहीतर अलीकडं झोपच बेजान, बिनघोरी येतीय. वाटायचं आयला, रात्रच ल्हान हाय जनू!

"साल्या उठ की, सा वाहून गेलं!" अकबऱ्या परत कोकलला.

"मारी ह्येच्या, बाळत व्हाय आल्यावानी कराय लागलाय. उठूस्तोवरबी दम निघत न्हाई!... " स्वत:शीच पुटपुटत नारायण उठला नि दार उघडून बाहेर आला.

"गाडी ध्वाय जायचं हाय वड्याला!" अकबऱ्यानं सुनावलं.

दोन्ही हात तणावून आळस देत सावकाश नारायणनं म्हटलं, "मग जौया की!"

"उगंच 'देतो दिलातो'चं बोलणं नको, गाडीत बस, चाल्लास कुटं आनि?"

... हे आस्सं हेटाक असतंय. ह्येंच्या गाडीतनं झोपलं की उठल्या उठल्या ही पनोती लागलीच. हां, गाडी धू-पूस, त्यांना शॅईल कर, त्यांच्या स्टेपन्या कर - ह्यो तर आपला धंदाच म्हणा. न्हायतर ह्या असल्या उपलान्या दिवसांत कोंचा चोरम्हंम्या फुकटावारी पैसे देतोय? घसाघसा गाडी ध्वावी, पुसावी, झळझळीत करावी, सारी ताकद एकवटून शॅईलपंप दाबत शॅईल करावं आणि कुत्ताकुत्ती न करता, आतल्या इन्नरला जराबी धक्का न लावता स्टेपन्या तयार कराव्यात तवा कुठं पैसा नद्रं पडतोय. ह्या मोटार लायनीत दयाधरम त्येंच्या चाकाखालनी कवाच चिरडून गेलाय. ज्यो राबंल त्योच गब्रू पैसा मिळवंल, न राबणारा बसला बोंबलत. आता ह्येच्या बरोबर जायाला अळमृटळम्‌ करावं, तर 'तू न्हाई, तुजा बा दुसरा' म्हणत ह्यो

दुसऱ्या कुणाला तर बरोबर नेणार! काय आपणलाच तेवढी टिकली लावलीया. म्हैब्या हाय, तुक्या हाय, परश्या हाय; माप पोरं हैत-माज्यावानी धंदा करणारी!- ह्या विचाराच्या झंगाटात नारायण तसाच फ्रंट सीटवर बसत म्हणाला,

"हं, चल तर."

अकबऱ्यानं गाडी स्टार्ट केली. गावापासून दीडएक मैलावर ओढा. ओढ्याच्या एका करपाडीस्नं पाण्याची वावभर रुंदीची धार वाहत असलेली. ओढ्यावर एक लांबरुंद पूल. त्यावरून पुना-बंगलोर रोड गेलेला. पुलाखाली पाण्याचा एक मोठा डमोक. त्यात गुडघ्याइतकं पाणी. ह्याच जागी गावातल्या कार नि ट्रक्स धुवायला येत.

पूल जवळ येताच नेहमीच्या त्या आंब्याजवळून अकबरनं डाव्या बाजूला टर्न मारून शेतात गाडी वळवली अन् गाड्या जाऊन जाऊन बांधावर उमटलेल्या चाकोऱ्यांवरून हळूहळू ओढ्यात घेतली. पुलाखालच्या डमकाजवळ गाडी जाताच अर्धी व्हीलं पाण्यात बुडाली.

"बघ, ऱ्हावू दे काय? की आनि जरा फुडं घिऊ?"

"नको. ऱ्हावू दे इथंच." दार उघडून बाहेर पाहत पाण्याचा अंदाज घेत नारायण म्हणाला.

तशी अकबऱ्यानं स्विच् ऑफ करून गाडी बंद केली व गाडीबाहेर उतरून तो पुलावर जाऊन बसला. जवळच्या दोन मैलांच्या परिसरात तीन खेडी होती. त्या खेड्यांवरच्या बायका-पोरी नेहमीसारख्या ह्यावेळी दूध घालण्यासाठी गावात जात. गाव तीस-बत्तीस हजार वस्तीचं. शे-सव्वाशे हॉटेलांचं. ह्या हॉटेलांत, तसंच गावातल्या बऱ्याच घराघरात रतीब घालण्यासाठी आजूबाजूच्या पंचक्रोशीतून बऱ्याच बायका-पोरी येत असत. ह्या बाजूच्या तीन खेड्यांवरल्या बायका-पोरीही रोजच्यासारख्या अशाच दूध घालण्यासाठी गावात जात होत्या. एक बिडी शिलगावून धूर सोडीत ह्या दूधवालींवरनी लैनी टाकत अकबऱ्या पुलावर जाऊन बसला होता.

अकबऱ्या खाली उतरून निघून जाताच नारायणही खाली उतरला. त्यानं फ्रंटसीटखालचं 'कंपनी'चं पिवळट फडकं बाहेर काढलं, चारी दारांच्या काचा चढवून दारं व्यवस्थित झाकली. मग तो गाडीच्या मागं आला. डिक्की उघडली. आतलं टमरेल बाहेर काढलं नि त्यानं मडगार्डस्‌मध्ये फसासा पाणी मारत आतला चिखल खरडून, मग पाण्याचे चपकारे मारून सर्व्हिसिंग केल्यासारखी खालून स्वच्छ अशी गाडी धुतली. मग सर्व बॉडी धुऊन काढली. फडक्यातील पाणी पिळून ते कोरडं केलं नि त्यानं बॉडी, आतली मॅटिंग व गाद्यांवरील कोचिंग पुसलं. काचाही दोन्ही बाजूनं पुसून काढल्या. मागची डिक्की उघडून आतला धुरळा देखील निपटून काढला. तसंच पुढलं बॉनेट उघडून बॅटरीवर

पाण्याची दोन-तीन टमरेलं ओतली, आणि बॅटरी कनेक्शनवरील पांढरी बुरशी स्वच्छ धुऊन टाकली.

अशामध्ये अर्धा घंटा खलास झाला. गाडी पुसायच्याच फडक्यानं हातपाय निपटत नारायण पाण्याबाहेर आला. त्यानं पुलावर पाहिलं. तिथं अकबऱ्या नव्हता.

ह्यो बेटा आनि कुठं गेला, ह्या विचारानं हाका मारत समोरच्या चढावानं नारायण पुलावर आला. ह्या नि त्या बाजूला रस्त्यावरही कुठंच अकबऱ्या दिसत नव्हता. आयला, गेला कुठं ह्यो?- विचार करत नारायण पुलावर टेकला.

एवढ्यात पुलाच्या पल्याडल्या बाजूस ओढ्याच्या दोन्ही दरडंवर असलेल्या शिंदीच्या बनातून बाहेर पडत असलेला अकबऱ्या त्याला दिसला. त्याच्या मागोमाग वावभर अंतरावरून एक दूधवालीही येत होती. तिची उमर बावीस-तेविशीची वाटत होती. हवेनं गच्च भरलेल्या ट्युबगत तिचा बांधा वाटत होता. कुठं उणं नव्हतं, कुठं अधिक नव्हतं, सारं सळनळ सारखं होतं. लप्पेदार इरकली हिरव्या लुगड्यात तिचं देहफूल पानामधून डोकावणाऱ्या पिवळ्या चाफ्याच्या फुलागत वेधक वाटत होतं. तिच्या डोईवर एक दुरडी होती, नि त्यात दुधाचे तीन-चार तांबे दिसून येत होते. हाताच्या आधाराच्या मदतीशिवाय डोईवरच्या चुंबळीनं तिनं ती दुरडी पेलली होती. झोकदार हात हालवीत मोठ्या तेगारात ती येत होती. तिच्या पायातील चप्पलांच्या कुरकुरीत जोडव्यांचा आवाज मिसळून तिच्या मोहक व मादक व्यक्तिमत्त्वात भरच घालत होता.

पुलावर अकबऱ्या येताच डोळं मिचकावीत नारायणनं त्याला विचारलं,

"आयला, सकाळचं उठल्या उठल्या ह्ये धंदं काय?"

यावर खूश होऊन अकबऱ्या हसला. म्हणाला,

"काय करायचं मग? त्यांची गरज असती नि आमची खाज. दोन्हीलाबी डोळं नसत्यात नि अक्कलबी! तूबी मुरगळणार काय हे पाखरू?"

या वेळेपर्यंत ती बाई रस्त्यावर येऊन गावाच्या दिशेनं चालू लागली होती. तिनं घट्ट कासुटा नेसला होता. त्यामुळे आता पाठमोऱ्या झालेल्या तिच्या आकृतीच्या नितंबांच्या हालचाली येथूनही दिसत होत्या. त्याकडे क्षणभर पाहून परत अकबऱ्याकडं पाहत नारायण म्हणाला,

"छे, बा!"

"का बे? पैशाबद्दल...? हे घे, मी देतो, मग तर झालं?"

"तसं न्हवं..."

"मग...? का अजून कोरडाच हैस...?"

"व्हय..." अडखळत नारायण म्हणाला. ह्याची यावेळी त्याला फार लाज वाटली.

"थॉ तेरे की! तुज्या वारगीची स्टँडवरली सारी पोरं मयेकर कॉलनीत जात्यात, नि तू मतोर..." आणि हासून अकबऱ्या म्हणाला, "बरं, वय तरी काय तुजं?"

"मला काय आई का बा, कुनाला म्हाईत किती असनार ते? तरीबी अंदाजी पंद्रा-सोळा तरी आसंल..."

"चॅ: चॅ:!" अकबऱ्या हळहळला, "खालीपिली फुकट दिवस गेलं तुजं!! 'मयेकर कॉलनी' तरी म्हाईत हाय न्हवं तुला?"

गावाबाहेर मयेकर नावाच्या गृहस्थाचा एक माळ होता. त्यावर त्यानं प्लॉट आखून बोर्ड लावला होता - 'मयेकर कॉलनी-प्लॉट्स् विकणे आहेत.' आणि पुना-बंगलोर रोडच्या बाजूला दोन लांबलचक बैठी घरं बांधून त्यात खोल्या पाडून ती वेश्यांना भाड्यांनी दिली होती. त्यामुळं त्या वेश्यांच्या वस्तीलाच पर्यायानं 'मयेकर कॉलनी' हे नाव पडलं होतं. सर्वत्र त्याच नावानं तो भाग ओळखला जात होता आणि हे सर्व अर्थात नारायणला माहीत होतं. त्यामुळे तो म्हणाला,

"हा, म्हाईत हाय! नसायला काय झालं?"

"फिर फायदा क्या? तू तो ऐसाच रहेगा-अंडेमे!! साल्या, दुनियामे इतना भोला रहना भी पाप है!" आणि ओढ्यात उतरत अकबऱ्या म्हणाला, "तुला काय समजणार खरं त्यातलं!! बरं, ते ऱ्हावू दे; झाली न्हवं गाडी धुऊन?"

"व्हय."

"मग मिंटभर बस तर, पाण्यात एक बुडकी मारतो ते येतोच..."

"का; सकाळीच तर घरातनं आंगुळ करून येतोस न्हवं?"

"भानगड केल्यावर आंघोळ केल्याबिगार तसंच गाडीत चढायचं नसतंय्. हेबी आम्हीच सांगायचं साल्या तुला!!" चेष्टेच्या आवाजात अकबऱ्या म्हणाला.

"बरं, तू आंगुळ करुस्तोवर मी गाडी वर रस्त्यावर घिऊ?"

"तुज्या बापजाद्यानं कवा चालीवली हुती गाडी? जमंल का तुला?"

"न जमाय काय झालं? पाण्यातल्या माश्याला पवायला जमनार न्हाई?"

"बरं, बरं.. लै मगजमारी नको; हू दे तुज्या मनासारखं!"

आणि अकबरानं नारायणच्या दिशेनं स्विच्-किल्ली फेकली. ती वरच्यावर झेलून नारायण घसरत उतरून गाडीजवळ गेला. त्यानं फ्रंटसीटचं दार उघडलं. देवाला मन:पूर्वक नमस्कार केला नि मग सीटवर बसला. स्विच्मध्ये किल्ली घालून फिरवली. गाडी न्यूट्रल करून पेट्रोल लिव्हरवरचा पाय वाढवून उजव्या हातानं स्टार्टर बटन दाबलं. दोन-तीन राऊंड फिरल्यावर मशीन स्टार्ट झालं. गाडी ४८ मॉडेल व्ही. एट्. फोर्ड होती, आणि नारायण आजपर्यंत असल्या बऱ्याच गाड्यांत बसला होता. ड्रायव्हरशेजारी बसून तो क्लच कसा दाबतो, मग गेअर कसा टाकतो, फर्स्ट, सेकंड, टॉप, रिव्हर्स गेअर कोणता, हे सारं त्यानं कुतूहलाच्या नजरेनं

पाहिलं होतं. स्टँडवरच्या बंद गाड्यांत बसून अनेक वेळा क्लच दाबून जागच्या जागी गेअर घालण्याची प्रॅक्टिसही त्यानं केली होती. हे सर्व त्याच्या मनात चांगलंच रुतून बसलं होतं. त्यानं क्लच दाबून फर्स्ट गेअर टाकला नि लिव्हरवरचा उजवा पाय थोडा दाबून क्लचवरचा पाय हळूहळू सोडला. गाडी पुढे जाऊ लागली. तशीच ती त्यानं ओढ्याच्या डाव्या बगलेतून वर चढविली अन् रोडवर आणून उभी केली.

ओढ्यातून आंघोळ करून अकबऱ्या अजूनही आला नव्हता. वेळ घालविण्यासाठी परत त्यानं गाडीच्या बॉडीवरून कोरडं फडकं फिरविलं. दारांच्या काचा पुसल्या, त्या उतरविल्या आणि खिशातून बिडी काढून दोन झुरके मारले...

एवढ्यात अकबऱ्या ओढा चढून वर गाडीजवळ आला. पाण्यात आंघोळ करून अंग पुसून कोरडे न करता त्यानं कपडे चढविले होते, त्यामुळे ते अंगाला जागोजागी चिकटून बसले होते. त्याच्या डोईवरील केसांतून देखील पाणी निथळत होतं. त्याच्या त्या एबाबाकडे पाहून नारायण म्हणाला,

"आयला, एवढं सारं करुस्तोवर हे झंझ्याट कुणी सांगितलंय करायला?"

"तुला गाढवाला गुळाची काय चव? दारूसारखाच ह्यो नाद हाय, एकदा लागला की सुटत न्हाई. एखादीचा ठसका बगितला, की दिल पागल हून जातंय नुस्तं. बरं, ते तुला काय करायचं, न्हाईतर आम्ही करताव म्हणून तूबी कराय जाशील नि उगच चप्पल्यामतोर खाशील!"

"चप्पल्या खायला का त्येंच्या बाचं कर्ज काढलोय लगनाच्या बोलीवर?"

"तसं नव्हं यार! खरं, बायका-बायकातनीबी फरक असतोय. ह्ये वळखायचीबी एक ट्रिक असती. मघाचीच्यासारख्या सगळ्याच गवळणी काही उंडरत फिरत न्हाईत. गरती कोंची, भाईरल्या नादाची कोंची, हे नजर टाकताच वळखाय शिकलं पायजे. तुला सांगीन आनि कवा तरी, उगंच सकाळच्यापारी 'देवाधरमा'च्या ह्या असल्या गोष्टी नको, आण किल्ली हिकडं-जौया."

नारायणनं किल्ली दिली नि तो क्लिनर साईडला बसला. अकबऱ्यानं दार उघडलं, स्टेअरिंग व्हीलवर बसला नि गाडी स्टार्ट करीत त्यानं विचारलं,

"मायला, कवा शिकलाईस की गाडी चालवाय?"

"शिकलोय हे आसंच बगूनदेखून. त्यात यवडं आबजूक काय हाय?"

अकबऱ्याच्या बोलण्यातून आपला थोडा गौरव झाल्यामुळे असेल, नारायण खूश झाला. हुशारला.

"खरं, ह्ये असलं ज्युमेकेज्युम्मा चालवाय मिळणं काई खरं नव्हं!" अकबऱ्या फस्ट गेअर टाकून जाग्यावर गाडी उठवत म्हणाला, "मला एखाद्या वख्ती सोडायचं भाडं येतंय, त्या वेळी येत जा तू माज्याबरोबर, म्हंजे तेवढीच प्रॅक्टिस हुईल."

"बरं, येत जाईन." नारायण म्हणाला.

त्यानं हातातील बिडीचा शेवटचा एक खोल झुरका मारून ती बाहेर भिरकावून दिली अन् तोंडात कोंडून धरलेला धुराचा लोट समोरच्या काचेवर सोडला. धुरामुळे क्षणभर धुक्याचा पडदा उभारल्यागत झालं अन् आपण स्वत: ड्रायव्हर झाल्याचं नि अकबऱ्यागत एक मान कलती करून टेसामंदी ड्रायव्हिंग करीत असल्याचं दृश्य त्या पडद्यावर त्याला दिसू लागलं.

गाडी स्टँडवर आली. नारायण खाली उतरला. अकबरही. त्यानं विचारलं, "चल, येतोस नाष्ट्याला, का रोखच पायजेत पैसे?"

"नाष्ट्याला आलो असतो, खरं अजून दात घासायचं हैत, आंगुळबी करायची हाय."

"मग बे, वढ्यात करायला काय धाड झाली हुती?"

"वड्यात केली असती, खरं टावेल, चड्डी हितच ऱ्हायली हुती; आनि दातबी घासायचं हुतं."

"तेरे दातको मार गोली!" आणि अकबऱ्यानं खिशातून पावली काढली, "बरं, हे घे तर."

नारायणनं ती पावली घेतली आणि तो समोरच्या बागवानाच्या दुकानाकडे निघाला. इसाक बागवानाचं फळांचं दुकान होतं. तो देवदारी फळ्यांच्या छातीएवढ्या उंच तयार करून घेतलेल्या कट्ट्यावर फळं विकत बसत असे. इसाकच्या बैठकीखालच्या पोखळीत नारायण आपली चादर आणि कपडे ठेवीत असे. अंथरुणाची अशी त्याला गरज लागत नसे. स्टँडवर रात्रीच्या काही टॅक्सी असत. त्यातील एखाद्या गादीवर लवंडून वर चादर ओढून घेतली, की सकाळ होईतो मगनमस्त झोप लागायची. त्यात अंथरुणाची आणि झिगझिग करा कशाला - असा त्याचा सरळ हिशेब होता.

त्या पोखळीचं दार उघडून नारायणनं आपला टॉवेल व चड्डी घेतली. 'जॉली'पुढच्या बाबू पानवाल्याकडून चिमटभर तंबाखू व बिडी बंडलाची रद्दी घेतली. मग तो 'जॉली'त शिरला. मागच्या बाजूच्या भटारखान्यात अर्जुन भट्टीवाला नेहमीसारखा ह्यावेळी चपात्या लाटीत होता आणि हॉटेलातील सकाळच्या वेळच्या ह्या वाढत्या गर्दीला चपाती-भाजी-भजीचा नाष्टा देता देता माल पुरवणारी तुका व जानू ही पोरं घामाघूम होत होती.

भट्टीवाल्याच्या डाव्या बाजूला चूल धगधगत होती. नारायण तिथं गेला. 'तंबाखू जाळून घ्यायसाठी ही रोजची पिडा आली' असा भट्टीवाल्यानं चेहरा केला अन् त्याकडे रोजच्यासारखं दुर्लक्ष करून नारायणनं तंबाखू अर्धामुर्धा जाळला, आणि तो डाव्या हातावर घेऊन उजव्या बोटानं मळत मळत 'जॉली'च्या मागच्या

दारानं बाहेर पडला.

स्टँडच्या खालच्या बाजूनं पश्चिमेकडे एक बोळकुंडी गेली होती. तीमधून पाचएक मिनिटं चालत गेल्यावर माळरान लागे. तिथून दीड एक फर्लांगावर चावरंकराची विहीर लागे. गावातल्या ह्या स्टँडवरच्या भागातले लोक याच विहिरीवर आंघोळीला येत.

ती बोळकुंडी पार केल्यावर शेवटी एक घर लागतं. बैठं, लहानसं छपराचं. तेथेच यास्मिन राहते. वय तिचं बारा-तेरा. रंग असा काळा सावळाच, पण तिची उमलती जवानी परकर-पोलक्याला ढुशा मारीत असते. ह्यावेळी नेहमी ती दारातच काही ना काही काम करीत असे. केव्हा चावीचं पाणी भरायची, केव्हा जवळच्या दगडावर धुणं धुवीत असायची, केव्हा भांडी विसळत असायची.

नारायण तिला पाहायचा. केव्हा सहज, केव्हा मुद्दाम. रोजची त्याला सवयच होऊन गेली होती. ती बाहेर कुठे दिसली नाही, की त्याची नजर आपोआप आत वळे. हे नेहमीचंच होऊन गेलं होतं. एखादे दिवशी ती दिसली नाही, तर त्याला उगीच चुकल्यासारखं होऊन जाई.

ते घर जवळ येताच नारायणनं नजर टाकली. आज कुठे दिसत नाही, म्हणून दारातून त्यानं आत पाहिलं. एवढ्यांत चप्प्दिशी पाण्याचा चपकारा त्याच्या तोंडावर बसला. मनात आश्चर्याची लाट उठत आहे, तोच पाठोपाठ हास्याची लकेरही कानांवर आली.

तोंडावरील पाणी निपटून त्यानं पाहिलं, तर आत यास्मिन हसत उभी होती. तिनं आज फिक्कट लाल रंगाचं पोलकं घातलं होतं. कमरेला काळी फुलांची नक्षी असलेला पांढरा परकर. तिचं पोलकं छातीवर ताणून बसलं होतं अन् तिच्या कोवळ्या कळ्यांची नारिंगाएवढी झालेली वाढ दिसून येत होती. हिला कुणीतरी आता पातळ नेसायला सांगितलं पाहिजे - नारायणच्या मनात विचार आला.

''क्यों यास्मिन, आखीर इरादा क्या है?'' पिकल्या जांभळावरचा टवटवीतपणा तिच्या काळसर चेहऱ्यावर होता. त्याकडं टक लावीत नारायण तिला म्हणाला, ''बोल, इरादा क्या है? पानी क्यों फेका?''

''आँख होकर भी इन्सान अंधा होता है, तो उसे क्या करनेका?'' आणि मोटारीच्या जाळीचं निकल चमकल्यासारखी ती हसली. तिची नजर त्याच्या नजरेशी थेट भिडली होती.

या अनपेक्षित घिटाईनं तो बावचळला. ठेचाळला. अडखळत म्हणाला, ''क्या... क्या मतलब?''

''मतलब? समझ सके तो समझो, नही तो मै कल बताऊंगी!!'' अन् ती आत पळाली.

आयला... हे काय न्यारंच पाणी दिसतंय. नारायण अवाक् झाला. त्याचं तोंडातलं राखुंडीचं बोट तोंडातच राहिलं.

ही अशी का वागली आपल्याशी? अन् अशी का बोलली? काय मतलब त्याचा? आपण जसं रोज हिच्यावर लैन मारतो, तशी हीही आपणावर लैन टाकत असेल? काय समजायचं? काय जाणून घ्यायचं?

उगीच त्याचा जीव चक्रावर घातल्यासारखा झाला. एक विलक्षण हुरहूर त्याला लागून राहिली.

त्याच अवस्थेत तो पुढे निघाला. खालच्या वाटेवरून पावलं पडत होती. पण त्याचं मन मात्र कुठे कुठे भरकटत होतं. काय काय विचार मनात येत होते. त्यांचाच एक गुंतवळा बनत होता. परत परत गुंतवीत होता. निश्चित धागा मात्र गावत नव्हता. फक्त हुलकावणीच चालू होती. हुलकावणी!

२

आंघोळ करून तो परतला. अंग कसं हलकं हलकं वाटत होतं. पिसासारखं. वाटेत यास्मिनचं घर लागलं. आत डोकावलं. पण ती दिसली नाही. आतमध्ये असेल किंवा कुठे बाहेर गेली असेल. खैर, जाने दो! उद्या तर कुठे जाणार आहे साली!

तो स्टँडवर आला. 'रॉयल व्हल्कनायझिंग'च्या दुकानासमोर जुन्या फाटक्या टायरींचा ढीग पडला होता. त्यावर त्यानं ओला टॉवेल नि चड्डी वाळत टाकली. आत दुकानाचा मालक हुसेन वेल्डर 'मराठा' वाचत बसला होता. त्याला त्यानं आपल्या टॉवेल-चड्डीवर थोडं लक्ष देण्यास सांगितलं आणि आपण 'जॉली'कडे निघाला.

आत शिरून त्यानं कोपऱ्यातील आपल्या नेहमीच्या टेबलाकडे पाहिलं. पण ते आज रिकामं नव्हतं. दोन दाढीमूछवाले शिखडे 'व्वल्ले व्वल्ले' करीत पातळ भाजी ओरपीत होते.

तो दुसऱ्या बाजूच्या रिकाम्या टेबलापाशी बसला आणि त्यानं चपाती-भजी-पातळ भाजीची ऑर्डर दिली.

तुक्यानं ऑर्डरीप्रमाणे तीन बश्या त्याच्यासमोर आणून ठेवल्या. पातळ भाजीच्या बशीवर लालभडक तवंग तरंगत होता. मटणाच्या रश्श्यावर तरंगावा तसा! आणि 'जॉली'तील अर्जुन भट्टीवाल्यानं केलेली पातळ भाजी म्हणजे रश्श्याच्या थोबाडीत मारणारी! ती बशी पाहून नारायणनं लाळेचा एक घुटका घुटकन् गिळला आणि तो भजी कुस्करून त्या पातळ भाजीत टाकू लागला. सर्व भजी कुस्करून झाली.

पातळ भाजी त्यात मुरण्यासाठी चमच्यानं ती चांगली ढवळली. मग चपातीचा एक तुकडा मोडून तोंडात घातला नि बरोबर त्या कालवणाचा एक चमचा तोंडात सोडून दिला. वा:! बेस्ट! ह्याला म्हणतात नाष्टा! समाधानाची एक लाट त्याच्या शरीरभर पसरत गेली. क्षणभर तृप्तीनं डोळे मिटले. मग परत तो चपातीबरोबर ते भजी-पातळ भाजीचं कालवण ओरपू लागला.

नाष्टा संपल्यावर त्यानं चहा मागवला नि तो आल्यावर घशाखाली उतरून तो काऊंटरपाशी आला. तेथे बसलेल्या वसंतरावाला, आता झालेलं बील तीस नये पैसे आपल्या खात्यावर लिहून ठेवण्यास सांगितलं.

रोज रोज पडणाऱ्या ह्या उधारीनं कावून गेलेला वसंतराव म्हणाला,

''आयला, नाऱ्या मागची बाकी तेवढी दे की! काय रोज रोज यिऊन नुस्तं खावूनच जातोस!... अशा तुमच्या उधाऱ्या बोंबला लागल्या तर मग हाटील कसं चालायचं?''

''माज्या उधारीनं तुमचं हाटील बुडायला अशी उधारी किती हाय काढा बघू!''

वसंतरावाला वाटलं, आता हा झटक्यात उधारी देऊन टाकणार! म्हणून त्यानं वही काढली नि त्याचं पान उघडून त्यावर पाहत म्हटलं,

''दोन रुपये वीस पैसे नि आताचं हे तीस पैसे.''

''एवढंच न्हवं! मी म्हनलो शंभर-सव्वाशे हैत!'' तिरकस बोलत नारायण म्हणाला, ''मालक, काई काळजी करू नका! ह्यो नाऱ्या मेला तरच बुडालं तुमचं पैसं. जिता असता वख्ती बुडणार न्हाईत. ह्या येत्याल्या बाजारी बिनमागता पैसे आणून देतो, काई काळजी करू नका!''

''बघ हं, गेल्या बाजारासारखी जर हूल दावशील, तर कपबश्यांच्या खरखट्या ढिगावर उभा करीन ध्वायला!''

''गेल्या बाजारी सालं काम तरी हुतं काय मालक? एक वेळ मिसळ-पाव खाऊन आठवडा घालिवला. ह्या आठवड्यात जरा लाईन हाय धंद्याची... तुमी काळजी करू नका.''

- आणि नारायण बाहेर पडला. बाबू पानवाल्याच्या ठेल्यावरून दोन पैशाची 'पेशल बिडी' विकत घेतली. ठेल्याच्या कोपऱ्याला दिवसभर जळणारी रॉकेलची चिमणी आडोसा पाहून ठेवली होती. तीवर त्यानं बिडी पेटवून घेतली नि तिचे झुरके मारीत रॉयल व्हल्कनायझिंगच्या दुकानात येऊन तो बसला.

गाव पुना-बंगलोर रोडवर असल्यानं परगावच्या अनेक कार्स व ट्रक्स पंक्चर काढण्याकरता स्टँडवर येत. याशिवाय गावातील गाड्या होत्याच. अशा गाड्यांची पंक्चर काढण्यासाठी स्टँडवर व्हल्कनायझिंगची तीन दुकानं होती. ह्या तीन दुकानात नारायणसारखीच पोरं बसून असत. पंक्चर काढलेली इन्नर टायरमध्ये बसवून

स्टेपनी तयार केली, की आठ आणे मिळत. दिवसाच्या अशा चार-पाच स्टेपन्या करण्याचं काम मिळालं म्हणजे पुष्कळ होई. त्या पैशांवर दिवस कसाही मजेत जाई. एखाद्या शेटसावकाराची, एखाद्या साहेबाची अशी परगावची गाडी पंक्चर काढण्यासाठी आली, की खुशालीसह स्टेपनीमागे दीड-दोन रुपये खिशात पडत. शिवाय स्टँडवरल्या टॅक्शी गाड्या धुणं, पुसणं, शॅईल करणं इत्यादी अडपझडप कामांपासूनही थोडीबहुत प्राप्ती होई. उन्हाळ्याच्या सीझनच्या दिवसांत एखाद्यावेळी रोजी दहा-बारा रुपयांचीही प्राप्ती होई. मग केव्हा पाच-सहा रुपये, तर केव्हा तीन-चार आणि केव्हा केव्हा तर एक एक दिवस फाके मारण्यातच जाई! कामच नसे, म्हणून पैशाच्या बाबतीतही इल्ले इल्ले!

आजही दुपार झाली तरी काही काम आलं नाही. झालं, ह्या उन्हाळ्याच्या मोसमात असं व्हाय लागलं, तर मोसम संपल्यावर पावसाळ्यात कसं व्हायचं? असाच भिकणीशी दिवस उगवून रिकामंच फाके मारत बसण्याची पाळी आल्यावर आपलं चलन कसं चालायचं? खायाचं काय? जगायचं कसं? विचारात फसाफस नारायण बिड्या ओढत होता. भकाभका धूर काढीत होता. काम नसताना रिकाम्या रानी जो अस्वस्थपणा येतो, तो त्याचं मन व्यापून बसला होता. काहीतरी का असेना, पण काम हवं... काम हवं!

अशीच मनाची उलघाल होत दुपारचे दोन झाले. काम तर आलं नाहीच, पण पोटात मात्र कावळे केकाटू लागले. ...देवानं हे काय अजब करून ठेवलंय-दिवसातून दोन वेळा भुकाच का लागाव्यात? दिवसातून एक वेळा किंवा एक दिवस आड अशी भूक का लागू नये? उंट म्हणे एकदा पाणी प्याला की म्हैनाभर प्याला नाही तरी चालतंय, तसं माणसानं एकवेळ जेवलं की निदान महिना राहू द्या, पंधरा दिवस तरी बिनजेवता ऱ्हावू शकेल, अशी यवजना देवानं का करू नये?- च्यायला, म्हंजे ही साली रोजची झिगझिग तरी कमी झाली असती की नाही! दुसरं कायबाय नको, निदान यवढं तरी व्हायला काय हरकत हुती?- असे उलट-सुलट, आडवे-तिडवे विचार नारायणच्या मनातून धावत होते. गाडीला पेट्रोल तसं माणसाला जेवण पाहिजे. लै नाही, थोडं तरी. तेव्हा असं वांझुटं डोक्याला खालीपिली तखलीफ द्या कशाला? खानावळ बंद व्हायचा टैम झालाय. तेव्हा उठावं नि टाकीत थोडं 'पेट्रोल' टाकून यावं झालं, असा मनाशी निर्णय घेऊन नारायण उठला.

तेथून कासराभर अंतरावर गावातून गेलेला पुना-बंगलोर रोड लागे. त्या रोडवर पूर्वेकडे तोंड करून दादू भोसल्याची 'दि बेस्ट दरबार खानावळ' होती. तेथे शाकाहारी व मांसाहारी भोजन मिळे. या खानावळीचं अंतर्बाह्य स्वरूपच असं काही होतं, की सहसा परीटघडी माणूस इकडे फिरकत नसे. मिळकत कमी असलेल्या

कनिष्ठवर्गीय लोकांचाच हिला उदार व पुष्कळ वेळा उधारही आश्रय असे. महिना पंधरा रुपये इथला दर होता. हाताच्या बोटावर मोजण्याइतके जे काही कायमचे मेंबर्स होते, त्यात नारायणही एक होता. ही खानावळ त्याला परवडण्याचं प्रमुख कारण म्हणजे पैसे आगेमागे झाले तरी दादू ते खपवून घेत असे. ह्याबद्दल त्याची इतरांसारखी कटकट नसे. भरदार मिशांचा, वाटोळ्या चेहऱ्याचा व जाडजूड देहाचा दादू होता. त्याच्या देहावर त्याचं ते छोटं मुंडकं असं विचित्र वाटे, की पाहणाऱ्याला भास व्हावा, मांसाच्या एका भल्या दांडग्या ढिगावर मातीचं एक लोटकं उपडं करून ठेवलं आहे.

दादू कोणे एके काळी पैलवान होता आणि त्यावेळच्या आठवणी 'काय सांगू राजे हो' अशी सुरुवात करून येणाऱ्याजाणाऱ्याला सांगणं, हे एक त्याच्या मिशांप्रमाणेच वैशिष्ट्य होतं.

खानावळीच्या पुढल्या गाळ्यात गामा, गुंगा, भोला पंजाबी, विष्णू नागराळे, शंकर मुत्नाळे इत्यादी त्यावेळच्या गाजलेल्या पैलवानांच्या तसबिरी लावलेल्या होत्या. त्यातच मध्ये खुद्द दादूची उघड्या अंगाची व पिळदार घाटाची पूर्णाकृती एक तस्बीरही होती. खानावळीवरून एखादा खेडुत किंवा तसाच दिसणारा एखादा माणूस चालला, की 'या राजे, बसणार काय?' म्हणून तो हाकारत असे. आणि नेहमी येणाऱ्याचं 'या राजे' असं म्हणून स्वागत करीत असे. दादूचं लगीन झालं होतं. तारी, हिरी, किस्नी व लहानगी बाळाबाई अशा त्याला चार पोरीच होत्या. थोरली तारी तेरा-चौदा वर्षांची व हिरी तिच्यापेक्षा तीन वर्षांनी लहान होती. खानावळीत नोकर असा नव्हताच. ह्या दोन पोरी व खुद्द दादू वाढणं-सवरणं करीत. आणि दादूची बायको पारू आतमध्ये जेवण करण्याच्या उसाभरीत मग्न असे.

नारायण आत शिरला. कोपऱ्यातल्या 'बेसीन'सारखा उपयोग केल्या जाणाऱ्या न्हाणीत खसासा चूळ भरून तो पाटावर येऊन बसला. तारीनं त्याच्यापुढे ताट आणून ठेवलं नि हिरीनं तांब्या. तो ठेवता ठेवता तिनं चौकशी केली,

"आज उशीर गा लैसा?"

"व्हय! उशीर झाला जरा. काम हुतं नि काय!" तिनं चौकशी केली आहे तेव्हा काहीतरी बोलायचं किंवा बोलायला हवं म्हणून केवळ नारायण म्हणाला आणि मुकाट्यानं जेवू लागला.

पण आजचा अर्धा दिवस फाके मारण्यातच गेल्यानं त्याला जेवणही धड जाईना. कामाचा घाईधुमडा अलग नि हे आसलं रिकामचूट अल्लग! काम असलं, की तशा भुकाही लागतात नि वर चार घास चढही जातात.

कसंतरी जेवण चिवडून तो उठला.

“का रे जेवला न्हाईस तसा आज?” दादूनं चौकशी केली, “भुका न्हाईत का? की बरंबिरं न्हाई?”

“तसं काय न्हाई. सकाळधरनं लै डाव च्या झाला, नाष्टाबी झालता, तवा भुकाच न्हवत्या.” नारायण म्हणाला आणि बाहेर पडला.

तो स्टँडवर आला, तेव्हा ‘रॉयल व्हल्कनायझिंग’पुढे परगावची हिरव्या काकणी रंगाची छप्पन्न मॉडेल प्लायमाऊथ उभी होती आणि त्या गाडीची म्हैब्या स्टेपनी करीत होता. आयला, आपुन जर आरगायला गेलो नसतो, तर हे काम आपुनला मिळालं असतं का नाही! ह्याच येळलं श्यान खायला जायची बुद्धी आपुनला कशी सुचली? आनि पंद्रा-वीस मिंटं हितं ऱ्हात असतो तर तेवढंच आठ-बारा आणे पदरात पडत हुतं का नाही! च्या आयला, आपलं नशीबच दलिंदर, त्येला काय करायचं!

नारायणला फार वाईट वाटलं. तो दुकानात आला आणि बिडी शिलगावून फुंकत बसला. उगीच त्यांची नजर भिरभिरू लागली. समोर विस्तृत टॅक्सी स्टँड पसरलं होतं. पंधरा-सोळा टॅक्श्या उभ्या होत्या. बाकीच्या काही लोकलला, तर काही परगावला भाडं करण्यासाठी गेल्या होत्या. बाबू पानवाल्याच्या दुकानापुढे बाकडं होतं, त्यावर काही ड्रायव्हर गप्पा मारीत बसले होते, तर काही आपापल्या टॅक्सीमध्ये भाड्याची प्रतीक्षा करीत बसले होते. डाव्या बाजूला अकबऱ्याची फोर्ड होती नि त्यानं ह्यावेळी मागच्या गादीवर ताणून दिली होती. त्यानं लांब केलेले पाय मागच्या दारातून बाहेर पडलेले येथून दिसत होते. ह्या दुपारच्या वेळेला सारं कसं उदास व मरगळलेलं वाटत होतं.

नारायणची नजर फिरता फिरता दारापुढल्या प्लायमाऊथवर स्थिरावली. तिच्यात पारशी कुटुंब होतं. त्यातला पुरुष उंच, पण स्थूल आणि सुटाबुटातला होता, त्याच्या डोळ्यांवर जाड भिंगाचा चष्मा होता. त्याच्यासारखीच स्थूल पण गिड्डी व झुळझुळीत रेशमी साडी नेसलेली बाई बहुधा त्याची बायको असावी. तिचं वय तीस-बत्तीशीचं होतं नि रंग गोरापान. तरी पण तिनं आपले ओठ लिपस्टिकनं रंगवून आणखीनच लाल केले होते. तिच्या छातीवरच्या झुळझुळत्या पारदर्शक पदराआडून दिसणारी तिची नारळागत प्रचंड वक्षस्थळं भास्दिशी डोळ्यांत घुसत होती. आखूड हातोप्याचा तिचा ब्लाऊझही पारदर्शक होता नि त्यातून तिनं आत घातलेली ब्रेसियर स्पष्ट दिसत होती. ब्लाऊज व पातळ यांच्या मध्ये दोन-तीन बोटं रुंदीची पोटाची गोरीपान पट्टी उघडी पडली होती. तिथं एक वळी पडलेली दिसत होती. तिच्याबरोबर आणखी दोन स्कर्टवाल्या पोरी होत्या. त्या तिच्या बहिणी असतील किंवा मुलीही असतील. थोरली स्कर्टवाली चांगलीच उंच होती, पण तशीच जाम भरलेलीही होती. तिचा किरमिजी रंगाचा स्कर्ट तिच्या शरीराला चिकटून बसल्यागत टाईट

होता. इतका टाईट स्कर्ट तिनं अंगात तरी कसा घातला असेल, याचं कुतूहलात्मक अजबपण नारायणला वाटत होतं. तिच्या रुंद छातीवरील बुंद गेंद ऐन बहरात, कैफ कहरात होते. त्याच्यावरील तिच्या उघड्या गोऱ्यापान गळ्यात सोनेरी लॉकेट चमकत होतं. तिचे ओठ पातळ आणि रेखीव होते, पण लिपस्टिक लावल्यानं त्यांचं सौंदर्य थोडं उणावल्यासारखं वाटत होतं. ओठावरील तिचं नाक धारदार होतं. इतकं, की त्या नाकाचा टोकदार शेंडा चिमटीत धरून ओढण्याचा मोह कुणालाही व्हावा! आणि तिचे डोळे - पण ते दिसत नव्हते. डोळ्यांवर तिनं काळा गॉगल घातला होता नि डोक्याला रुमाल बांधला होता. त्या खालूनही तिच्या केसांची एक बट आकर्षकपणे तिच्या कपाळावर आली होती. दुसरी मुलगी चौदा-पंधराच्या उमरीची होती. तिनंही स्कर्ट घातला होता. लाल रंगाचा. थोरलीचीच ही लहानशी आवृत्ती होती. रंग, नाक, जिवणी, चेहरामोहरा सारं थोरलीसारखंच. फरक काय तो पोषाखातच. हिचे केस बॉब केलेले होते. तिच्या छातीवरचे कोवळे कळे टपोरले होते. चांगले डोळ्यांत भरण्यासारखे. हिचे हात भुंडे होते. पण डाव्यात मात्र लेडीज रिस्टवॉच होतं.

रिकाम्यापणी नारायणला हे सारं दिसत होतं. एवढ्यात गाडीचं मागचं दार उघडून दहा-अकरा वयाचा एक चुणचुणीत पोरगा खाली उतरला. त्यानं इन्‌शर्ट केला होता. कमरेला एक लांडी हाफ पॅन्ट होती. त्यातून त्याच्या गोऱ्यापान मांड्या दिसत होत्या. त्या दोघींसारखाच ह्याचा चेहरामोहरा होता. पण ह्याचं एक प्रमुख निराळेपण होतं, ते म्हणजे त्याच्या डोईवरील केस. ते तांबुस-भुऱ्या रंगाचे होते. एखाद्या मडबिणीच्या पोरागत तो नारायणला वाटला. हे सारे कुटुंबच इंग्लंडमध्ये जन्मल्यासारखं कसं गोरंपान होतं. ती सारी वचावचा केळी खात होती - तशीच उभ्या उभ्या आणि खाताखाता आपापसांत समरसून बोलतही होती. ती पारशी भाषा नारायणला काही समजत नव्हती, तरी पण तो त्या थांशीव बोलण्याकडे कान लावून तिकडेच पाहत बसला होता. अशी काही माणसं भेटली नि त्यांचं बोलणं कानांवर पडलं, की परमुलखात जाऊन आल्यागत नारायणला वाटायचं.

असाच किती वेळ गेला कुणास ठाऊक, पण केव्हा तरी अकबऱ्या आत आला. नारायणजवळ जात त्यालाच ऐकू जावं, अशा हळू आवाजात म्हणाला,

"काय साल्या, लॅन टाकायचं चाललंय?"

"लॅनीची ऐशी तैशी! काम न्हाई ते रिकामा फापलत बसलोय नि लैन टाक!"

"रिकामा हैस तर येणार काय गाडीसंगट? चिक्कोडी, अंकली, एकसंबा, सदलगा, बेडक्याळ, शिरदवाड आसं करीत फिरायचं हाय. शाईवाल्या एजंटाचं भाडं हाय. तीन दिवस फिरायला लागंल. तयार असशील तर चल. मलाबी जोडीला किलेंडर म्हणून लागल्या सवरल्या कामाला बरं हुईल, आनि येताजाता वख्ती

तुलाबी आदनंमदनं स्टेअरिंग दीन मी. तेवढ्यावर तुजं प्रॅक्टिसबी वाढंल. बग, तैयार असलास तर?...''

"आता लगेच जायाचं?''

"मग काय म्होतुर काढल्यावर जायाचं?''

आणि अकबऱ्या हसून म्हणाला, "हितं बसून काय कुणाची उपडपट्टी करणार हैस? गप्प चल तू, तीन दिवसांत निम्मा-अर्धा ड्रायव्हर बनवून टाकतो तुला.''

नारायणनं विचार केला, हितं तरी असं काय काम बोंबलणार हाय! गप्प जौया तिकडं. तेवढीच गावंबी बगायला मिळतील नि ड्रायव्हिंगवर हातबी घटंल.

"बरं, चल तर जौया.'' नारायण उठत म्हणाला.

"मग चादरबिदर घिऊन हो म्होरं गाडीकडं, मी ह्यो आलोच मागोमाग इन्नर घिऊन.'' आणि तो हुसेन वेल्डरकडे तोंड करून म्हणला, "हुसेन भै, परसो सटी हुई इन्नर देव तेवडी, जानेका है. दूरका भाडा है, जल्दी निकालो.''

३

दोन दिवस किती किती नवीन, अनोळखी गावं फिरण्यात गेली. तिसऱ्या दिवशी गाडी सदलग्यात आली आणि नारायणच्या काळजातून एक कळ निघाल्यासारखी झाली.

सदलगा.. आपल्या बहिणीचं गाव.. आपली थोरली बहीण... सख्खी, रक्ताच्या नात्याची. खरं हे नातं तिनं मानलं नाही. का? त्यावेळी आपल्याला कळलं नाही. कळण्यासारखं वयही नव्हतं आपलं ते. नऊ-दहा वर्षांचं वय. आई-बाबा कशानं मेलं, कवा मेलं तेही कळत नव्हतं. कळलं नव्हतं. त्या वक्तापासून हिनंच आपल्याला मोठं केल्यालं. आपणाला खेळण्याचा नाद. सदा खेळत राहायचं. तसं घरातलं पडलंसवरलं काम करत हुतो, पर त्या दाल्ला बायकुला वाटायचं, ह्यो घसासा राबत का न्हाई? नुसता खायला कार धरणीला भार! खरं सांगायचं तर तिच्या दाल्ल्यापरास आपनला जास्त वंगाय लागायचं... पाटलाचा दोन एकराचा डाग घरात फाळ्यानं केला व्हता. काजळाच्या वडीगत काळीशार जमीन, राबावं तेवढं पीक देणारी. खरं हितंच घोडं पेंढ्यात पडायचं. त्यो भावजी म्हंत्याला भिकणीशी पावना लंबे लंबे करत गावातनं बिड्या फुंकत हिंडायचा, आनि आक्का शेतात बडदाडायची, राबराब राबायची. राच्चंईरचं तो दारू ढोसून घरात आला, की दोगांची झनापनी चालू. 'तू भाड्या', 'तू उंडगी' असं चालू व्हायचं. कान किट्ट हून जायचं आपलं... एका राच्चं तर लई क्कार उसळला. त्यो गबरू आक्काला काठी घिऊन झमामा झोडपू लागला की! आपुनला ऱ्हावलं न्हाई. गेलो गोठ्यात.

म्हसरास्नी मारत्याला भल्ला जंक्शन टोणा घेतला, आत आलो नि दातओठ खावून खच्चून हाणला त्येच्या टाळक्यात! आदीच दारूनं हेलपाटत हुतं. दणका बसताच पडलं खालीप्यात हून! यावर आक्का लागली बोंबलाय. तिनं आपल्या कंबरड्यात एक घातली लाथ नि सरळ बाहेरचा रस्ता दावला की! म्हणाली कशी,

''तुला खा खावून आलिया मस्ती, माजलाईस वळूवानी तवा 'ह्यं'च्या अंगावर हात टाकतोस व्हय? परत आलाबिलास घरात तर जित्ता पुरीन! दाल्ला-बायकुच्या तंट्यात तुला पडायचं काय कारन रं चोंबड्या!''

मायूची मावली आसं काय बाय बोलत हुती. तिच्या रागाला डोळं नव्हतं. तिला आपल्या दाल्ल्याचा पुळका आला व्हता नि सख्खा भाऊ चोंबडा ठरला व्हता. ह्या इतक्या मोठ्या दुनियेत नौ-धा वर्साचं हे एकलं प्वार जाईल कुटं, करील काय, खाईल काय... काई सुदीक इचार त्या मावलीनं केला न्हाई. आखीर कुणाचं कोण आसत न्हाई! सगळी नाती झूट. आपुन एकलं आल्यालं असतोय नि एकलंच जायाचं असतंय. बाकी सगळं सगळं झूट असतंय. मनावर दगोड ठेवला. तसंच भाईर पडलो. डोळ्यातनं धारा लागल्या हुत्या. भाईर किर्र रात पसरली व्हती. ह्या आवरातीचं आपुन कुठं जाणार व्हतो? काई कळत नव्हतं. तसाच बाजारपेठेतून चाललो हुतो. राचाप्अण्णाच्या घराफुडं तंबाखूचा ट्रक भरत हुता. डायवरमामाला इचारलं, ''ट्रक कुठं जाणार हाय गा?'' त्येनं गावाचं नाव सांगितलं आनि इचारलं, ''का बा खालीपिली चौकशी लावलाईस ही?'' तवा आपुन म्हटलं, ''मीबी येणार हाय त्या गावाला. न्हेशील?'' तसा त्यो म्हणाला, ''जागा न्हाई ट्रकात. येस्टीनं ये म्हनं सकाळचा.'' आन तो भसासा बिडी प्याय् लागला. आपुन तर अगदी रंजीस आलो. म्हणालो, ''येस्टीनं यायला हितं पैसे कोंच्या सुक्काळीच्याजवळ हैत?'' तसा त्यो खेकसला, ''मग कशाला उपडायला याय लागलाईस, साल्या!'' त्येचा आवाजानं आपुन वावभर मागं सरलो नि म्हणालो, ''तसं न्हवं, नोकरी हुडकाय चाल्लोय!'' तसा त्यो खॉ खॉ हसायच लागला.

मग म्हणाला, ''दांडगादुंडगा बापय् न्हवं काय तू, नोकरीवर ठेवून घ्याय तुला!'' आनि वर आपुनलाच चापलं त्येनं, ''श्याना हो नि घरला जा! एवढासा किरमिडा न्हाई नि चाल्ला नोकरी हुडकाय!''

त्येच्या या बोलण्यानं आपुन घटकाभर थांबलो. मग हळूच म्हणालो, ''कुटं हाटेलाबिटिलात नोकरी मिळणार नाही...?''

तसं माज्याकडं मुरा करत त्यो म्हणाला, ''आयला, आजून हैसच व्हय तू! मी म्हनलं थर्ड टाकलास काय की! मारी मी, लै आगाव् दिसतोस रे! बरं, बस हितं. ट्रक भरून हुंदे. मग जौया.''

त्या ट्रकातनं आपुन निघालो. त्या डायवरनं रस्त्यात मंगळून मंगळून आपणाकडून

समदं इचारून घेतलं. आपुनबी हे अशान् असं म्हणून समदं सांगितलं. दीड-दोन तासात गाव गालं. गाव मोठं हुतं. म्हंजे श्यारंगावच हुतं डिक्टो. रस्त्यावरनं, गल्लीबोळातनं समदीकडं इजचं दिवं नि त्येंचा चमचमाट. हे सारं न्यारं हुतं, नवीन हुतं आपुनला. आपली नजर भिरभिरत हुती सगळीकडं हावरट आप्रुवाईनं. भाहीर दुनिया किती पसरली हुती. किती मोठी हुती, किती न्यारी हुती, किती चित्तरभित्तर हुती!

आखीरला एका पेढीवाल्याच्या दुकानाम्होरं ट्रक उभा राहिला. डायवर म्हनला, "ट्रक खाली हुस्तोवर थांब. मग झोप सकाळपतोस ट्रकात. सकाळला बघू या म्हनं, तुजी केस काय म्हंती ते!" आनि मिंटभर थांबून त्योच म्हनाला, "माज्या वळखीचा एक हाटीलवाला काय हितं. तुला चिकटवून दीन तितंच, काय म्हंतो?"

यावर नंदीबैलावानी मान डुलवून 'बरं' म्हनालो आपुन.

आनि खरोखर त्या भल्या मानसानं आपुनला एका हाटिलात चिकटवून दिलं. जाताना त्यो म्हनला, "भल्यापनानं ऱ्हा. लांडीलबाडी, चोरीमारी करू नको. तुजंच चांगलं हुईल फुडं." नि निघतावख्ती त्येनं आपल्या हातावर आठ आणे टिकवलं. तसं आपल्या डोळ्यांत टचकन् पाणी आलं... ना नात्याचा ना गोत्याचा-कुठला कोण ह्यो ट्रकवाला, त्येनं ही आपुलकी दावावी! अशीबी मानसं असत्यात म्हनायची. सारीच जगातली काही उपलान्या बेन्याची नसत्यात. आपुन गदगदून गेलो. तोंडातनं शब्द फुटला न्हाई. मान हालवून नुस्तं 'बरं' म्हणालो त्येच्या बोलण्यावर.

यावर त्यो कधीच भेटला न्हाई कुठं, आनि भेटणार नव्हताबी...

मुंबैकडे जातावख्ती खंडाळ्याच्या घाटात त्येचा ट्रक उलटला नि त्यातच त्यो खर्चला. आटपला. चांगल्या मान्सास्नी देव लवकर बलवून घेतोय का काय, कुनाला दक्कल!

हाटिलात सा म्हैनं काढलं. खरकट्या कपबश्या धुईत, गिऱ्हाईकांच्या शिव्या खात, मालकाचा मार खात. पोटावारी राब राब राबलो, तितं झ्याटसुदिक पगार न्हाई. कुनाला दया ना माया. एक दिशी भाईरली च्याची आर्डर घिऊन जात हुतो. हातात हुती आठ कपबश्यांची उतरंड. रस्त्यात सबागती एका बापयाचा धक्का लागला तसा निम्मा कपबश्यांचा खुर्दा! मालकाला समजलं. पयल्या झूट त्येनं एक वादाडात ठेवून दिलं आपल्या. कानाखाली फाड्दिशी आवाज काढला नि काय! कानसुलं झणझणली. चान्न्या दिसाय लागल्या डोळ्यापुढं. एवढ्यावर थांबलं असतं तर बेस! पर त्यो कडूबेन्याचा लागला की शिव्या द्यायला. 'आडवं मारून घे' म्हनलं तुजी नोकरी नि तावात, ताणात भाहीर पडलो आपुन.

आणि त्यावेळेपास्नं टॅक्सी स्टँड आपल्या पाचवीला पुजलंय ते आजूनपतोर कायम.

सकाळ. नेहमीपेक्षा थोड्या उशिराच नारायण उठला. दिवस चांगलाच वर आला होता. सकाळची कोवळी उन्हं दाराच्या काचेतून आत आली होती. त्यानं टपाचं व गादीचं तांबूस रंगाचं कोंचिंग उजळून निघालं होतं. आज पहाटेपासून कुणी कोकलत आलं नव्हतं. त्यामुळे गडदेबाज झोप तरी लागली. गाव न् गाव करीत तीन दिवस फेस निघाला. झोप लागल्यामुळे अंगातला शिणभागोटा तरी गेला. तो उठला. अंग डावी-उजवीकडे वळवीत त्यानं आळस दिला. अंगावरली चादर गुंडाळली. दार उघडून बाहेर आला.

मग सारं नेहमीच्या चाकोरीतून फिरू लागलं. तंबाखू पैदा करणं, ती अर्धीमुर्धी जाळणं नि कपडे घेऊन आंघोळीसाठी बाहेर पडणं.

यास्मिनचं घर आलं आणि तिनं तीन दिवसांपूर्वी काय म्हटलं होतं ते नारायणला आठवलं... हुमान घातल्यागत तिचं ते बोलणं! काय मतलब त्याचा? गेल्या तीन दिवसात तिचा विचार देखील आपल्या मनात कसा आला नाही? भाहीरल्या वातावरणात तिला आपुन भुलूनच गेलो. इसरलो? चालायचंच! चायला, इतकी तरक कुटली ऱ्हायला? आपुन आजून पाघळाय नाही, बाईच्या आरी गेलो न्हाई, तेच ठीक आय, बेस हाय!

या विचारानं असेल, यास्मिन घरी दिसून आली नाही, तरी त्याला मुळीच वाईट वाटलं नाही. खटकलं नाही. घुटमळल्यासारखं झालं नाही. दातावरून तंबाखूच्या राखुंडीनं बोट खसासा फिरवीत तो आपल्या नेहमीच्या धिम्या चालीनं रस्ता कापू लागला.

तो कासराभर दूर गेला असेल-नसेल, एवढ्यात त्याच्या कानावर आलं,

"ये! सुक् सुक्! ये!"

त्यानं मागं वळून पाहिलं, तर यास्मिन येत होती. तिच्या डोईवर पितळी घमेलं होतं. ते धुण्यानं शिगोशिग भरलं होतं. तिनं आज पांढऱ्या फुलांची वेलबुट्टी चितारलेला लालजर्द परकर घातला होता नि गडद नारंगी रंगाचा ब्लाऊज. तिच्या सावळ्या वर्णाला हा भडक रंगाचा पोषाख खुलून दिसत नव्हता, तर फार विशोभित वाटत होता. साधारणतः मुसलमान धर्मीय मुलींना भडक रंगच आवडतात. त्याला यास्मिन अपवाद नव्हती. पण एक मात्र खरं, की ह्या भडक लाल रंगात तिची काया गुलमोहरासारखी धुमसते आहे असा भास होत होता. परकराच्या आत कमरेला तिनं चड्डी घातल्यानं तेवढ्यापुरता परकराचा भाग डेरेदार व खूप फुगीर दिसत होता. तिची छाती तटतटली होती नि तीवर नारंगी ब्लाऊज ताणून बसल्यानं तिचे टपोरलेले कळे नारिंगाचा भास निर्माण करीत होते. डोईवरच्या चुंबळीनं घमेलं तोलून सावरून धरल्यानं त्याला हाताच्या आधाराची गरज नव्हती.

दोन्ही हातांचे सहज सफाईत, सराईत अन् आकर्षक फलकारे हवेत मारत,

कोरत ती नारायणजवळ आली. हे इतकं अंतर लगबग अन् जलदशा गतीनं चालल्यानं असेल, तिला धाप लागल्यासारखी झाली होती. तिचा वक्ष किती मंदपणे, पण ठरावीक लयीत वरखाली होत होता! त्यावर नजर जाताच नारायणच्या पोटात मात्र खड्डा पडला. त्यावरून प्रयत्नानं नारायणनं नजर उचलली व ती तिच्या चेहऱ्यावर स्थिर करीत त्यानं विचारलं,

"मलाच बलीवलंस का आनि एखाद्या मांजराबिंजराला?"

यावर आश्चर्यानं यास्मिनच्या भुवया किंचित उंचावल्या व पापण्यांची भरभर अशी गंमतीदार उघडझाप झाली. अभावितपणे नोकदार हनुवटीखाली उजव्या हाताचं झोकदार टेकण आलं नि ओठपाकळ्यातून विस्मित शब्दांनी बाहेर उड्या मारल्या,

"क्या जी बा बोलते हो!"

तिचा हा आविर्भाव पाहून आपल्या राखुंडीच्या काळ्या तोंडानं नारायण खो: खो: करून हसाय लागला.

"हसाय काय झालं एवढं? पागल हो क्या? काय सटवाई हसवाय लागली?"

"हे बघ यास्मिन, 'ये, सुक्, सुक्!' हे काय माणसाला हाकारणं झालं का मांजराला?"

आणि नारायणला परत हसू लोटलं. मग हसतच तो म्हणाला,

"का माणूस म्हंजे मांजर नि मांजर म्हंजे माणूस अशी तुजी समजूत हाय? न्हाई म्हंजे अजून तू ल्हान हाईस म्हणून म्हणतो! अशा ल्हान वयात मांजार नि माणूस दोन्ही सारखंच की! आँ? काय म्हंतो?"

यावर यास्मिनचं नाक फुलारून आलं. ती थोड्या कुर्रेबाजपणानं म्हणाली,

"माणसाला गाढव म्हणूनबी समजत्यात-वळखत्यात की! मग कुणी मांजर म्हणून समजलं तर बिघडलं कुठं?"

"बरं बये, बिघडत न्हाई न्हवं? मग मला मांजारच समजत जा तर! रोज सांजसकाळ 'म्यॉव' करीत ईन, तवा दुधाची बशीमतोर फुडं सारत जा, हां!"

यावर यास्मिन खळखळून हसली नि तिचे शुभ्र दात चालू मॉडेल शोव्हरलेटच्या, इम्पालाच्या जाळीच्या दातावरील निकेलसारखे चमकले. क्षणापूर्वी आपण ह्याच्यावर रागावलो होतो, हे दुसऱ्या क्षणी ती विसरली.

मघाच दोघं चालूही लागले होते. तो पुढं नि त्याच्यामागे वावभर अंतरावर बरीच तिरकी अशी ती. या तिरकसपणामुळे त्याची अर्धी बाजू तिला व तिची अर्धी बाजू त्याला विनासायास दिसे. लांबून पाहणाऱ्याला मात्र वाटे, की बिनओळखीचीच अशी कुणी दोघं चालली आहेत. तो विहिरीवर आंघोळीला आणि ती ओढ्यावर धुणं धुवायला. एखाद्या प्रेमिक युग्मात जो सहज सावधपणा अभावितपणे येतो, तो

त्यांच्यातही आला होता की काय कुणास ठाऊक! पण आपलं हे चाललं आहे, हे कुणाच्या नजरेत येऊ नये, अशी आपापल्या परीनं दोघांचीही धडपड चालू होती. उघड्यावर, जगाच्या नजरेसमोरच, पण नजरेच्या टप्प्यात नव्हे, असं वागताना एक हुरहुरतं, चोरटं अन् मधाच्या पोळ्यातून ठिबकणाऱ्या गोड गोड थेंबासारखं असं सुख वाटत होतं.

सरता सप्टेंबर होता. अनंतचतुर्दशी कालपरवाच सरली होती. सकाळचं रुपेरी ऊन गावदरीच्या हिरव्याजर्द शिवारावर सोनेरी झिलई चढवीत होतं. शिवारात जुंधळा होता, तूर होती, भुईमुगांनीही वेलबुट्टी काढली होती. भाताची ओपाडी मात्र पिवळीधम्मक झाली होती. कापणीला आली होती. कुठं उसाचा फड उभा होता, तर कुठं पानमळ्यानं आपला सवतासुभा मांडला होता. तर कुठं काही दिवसांपूर्वीच लावण केलेला तंबाखू आपली इवलाली पानं पसरविण्याच्या उद्योगात मग्न होता. शिवारातली जागजागीची बाभळ, लिंबारा, आंबा ही झाडं मचाणावर बसून पाखरांना हाकारा करणाऱ्यागत वाटत होती.

सकाळच्या झुळझुळणाऱ्या उन्हात एक वेगळीच नशा होती. शिवारातल्या जुंधळ्याच्या पट्टीच्या रुंद नड्यावरून वाट जात होती; अन् त्यावरून लवथवती, नवतींची नवल पाऊलं एक वेगळीच नवी, अनोखी न् हवीशी भाषा बोलत होती. जिला म्हटलं तर अर्थ होता, खूप खूप, अन् म्हटलं तर नव्हताही-काहीसुद्धा!

"गेले तीन दिवस कुटं पत्या हुता रं तुझा?"

"लै अगातीनं ईचारा लागलीयास? गमलंबिमलं न्हाई का काय तुला?" अर्थात हे आपलं उगीचच.

मग यावर लटकं रागावणंही आलंच,

"ये, आसंच जर तू आडवं आबडं बोलाय लागलास, तर उद्यापास्नं बोलायचंच बंद कर कसं!"

"म्हंजे 'गट्टी फू' असंच म्हण की!"

"व्हय... बोलायचं न्हाई नि आमच्या दारावरनंबी जायाचं न्हाई-रोज रोज!"

"का बा? तुझ्या दाराफुडला रस्ता काय खंडून घेतलीयास व्हय तू, मनाई कराय?"

"मग असं का करतोस तू? सांगाय गेलं की टांगाय जातोस ते?"

"तुला टांगायला तू उचलायला तर पायजेस! ह्यो इत्का दांडगा वल्ला लादा हाय मासाचा, आपली तर बाबा ताकद न्हाई तुला उचलायची नि टांगायची!"

"ये हलकटा, इत्की का मी जाड्याली झालोय?"

"जाड्याली कसली, अगदी फातीमाबेगम झालीयास नि काय!" आणि हसत तो म्हणाला, "धबाली!"

तशी ती तावातावानं त्याच्याजवळ आली अन् धप्दिशी त्याच्या पाठीत धुम्का घालीत म्हणाली,

"मी घबाली काय? लै हाईस की रं!"

"लै कुटं- एकच हाय!"

"मला धबाली म्हंतोस नि तू न्हाईस व्हय? माप्प आंगानं आडवा-उभा फुटलाईस. देवाला सोडल्याला वळूगत मास धरलंय अंगावर तुझ्या!"

"बापयाच्या जातीला सोबाच दिसतंय ते. पर बाईच्या जातीला न्हाई."

"इतकी का मी ही... धबाली... दिसतो?" न राहवून तिनं विचारलं. स्वतःला जाणून घेण्याच्या उत्सुकतेनं तिचा आवाज भारला गेला होता.

तशी ती काही धबाली, जाडेली दिसत नव्हती. एखाद्या मुलीचं अंग कसं उमलाय लागलेल्या कळीगत मोकार असतं, तशी ती दिसत होती. त्यानं तिच्याकडे निरखून पाहिलं. तो आता काय बोलणार आहे, हे जाणून घेण्याच्या उत्सुकतेनं तिचा नीटस, सावळा चेहरा ओथंबून गेला होता. ते ओथंबलेपण पाहून तिची थट्टा करण्याचं त्याच्या मनात आलं. तो म्हणाला,

"मी खोटं कशाला बोलू नि त्यात माजा फायदा काय? खरंच, तू धबाली दिसतीस- दोन पोरांच्या बाईगत! आता तू पातळ न्हायतर लुगडं नेसाय सुरू कर. हे परकर-पोलकं सोबा दिसत न्हाई तुला!"

यावर टच्दिशी तिच्या डोळ्यांत पाणी आलं.

आपण थट्टा केली नि हे काय झालं? नारायणला मनोमनी वाईट वाटलं. साली आपली जीभच अशी चांडी हाय, एकदा सैल सुटली की ताब्यात राहत न्हाई! काय करावं आता?

"मलाबी वाटतंय पाताळ नेसावं, लुगडं नेसावं... खरं, घरात सदाची पैशाची टंचाई असती, म्हणून घीत न्हाईत!" आणि तिनं डाव्या हातानं डोळ्यातलं पाणी निपटलं. कोरडवलं तरी पण ते डोळे पावसाची सर शिडकारून गेल्यावर ओलसर दिसणाऱ्या धरित्रीसारखे दिसत होते.

"खुळी येडम्मा हैस झालं तू! मी आपलं सहजगती थट्टा केली तुजी. तू आपलं खरंच..."

"तसं न्हवं... मी आता काय ल्हान ऱ्हायलोय? खरं तर पातळ नेसू लागाय पायजे..." आणि ओढ्याकडे जाण्याची वाट फुटली होती तिथं ती थांबली नि म्हणाली, "मी चलतो आता हितं वड्याकडं!"

आणि किंचित् काल ती थांबली... तो काही बोलेल, या अपेक्षेनं.

पण तो 'बरं तर' एवढंच म्हणाला.

तशी ती वळली नि झपझप चालू लागली.

तिच्या पाठमोऱ्या आकृतीकडे पाहत तो क्षणकाल थांबला. खरंच हिच्या घरात इतकी तंगी हाय की हिला एखादं पातळबी घेता यीऊ ने? आपुन घिऊन दिलं असतं, खरं आपुनबी कडकाराम! आनि कायबी जुळणी केली तर ती घिल का? उगच त्याचा जीव चक्रावर घातल्यागत झाला.

नेहमीच्या चाकोरीतून नारायणचं जीवन जात होतं. स्टेपनी करण्याचं किंवा मोटार धुणं-शॅईल करणं यासारखं काम मिळाल्यावर काम करणं आणि इतर वेळी एखाद्या टॅक्सीमधून भाडं घेऊन बाहेरगावी जाणं, जाता किंवा येता वख्ती गाडी चालविणं हे असं चालू होतं. आता त्याचा ड्रायव्हिंगवर खूपच सराव झाला होता. चांगलाच हात बसला होता... पूर्वी त्याला ह्या एका गोष्टीचं आश्चर्य वाटायचं, की गावातल्या इतक्या मोठ्या गजबजलेल्या, गर्दीच्या रस्त्यातून एकाही माणसाच्या अंगावर गाडी न घालता ती कशी काय चालविता येते? केवळ चालविनंच नव्हे, तर वीस-पंचवीस स्पीडनं पळवता येते? पण गाडीवर सराव होईल तसं आश्चर्य ओसरत गेलं. गाडीची आहट कानांवर येताच गर्दीच्या समुद्राला आपोआप फट पडत जाई नि त्यातून सफाईनं गाडी नेता येत असे. गाडी जवळ येताच माणूस आपसुक बाजूस होई, या गोष्टीची प्रथम गंमत वाटायची. हसू यायचं... एखादा मोंड, बेमुर्वतखोर माणूस असा बाजूस झाला नाही, की गाडी हळूच त्याच्या पिछाडीस नेऊन एकदम हॉर्न वाजविताच तो जीव मुठीत घेऊन रस्त्याकडेस पळत सुटे! अशा माणसांची गॅरंटी एवढीच असते, हे अनुभवानं नारायणला माहीत होतं... हळूहळू व्यवहाराची, व्यवहारी जगाची अशी एक एक जाणीव त्यांच्या मनावर नोंदली जात होती... आपण काहीतरी नवं, वेगळं असं शिकतोय असं त्याला वाटत होतं. आता आताशा एखाद्याची टॅक्सी घेऊन तो एकटाच, शेपरेट असा, भाडं मारून येई... एखाद्या ड्रायव्हरला ड्रायव्हिंगच्या रोजच्या ह्या पनोतीचा कंटाळा आला, की गाडीची स्विच् किल्ली नारायणच्या हवाली केली जाई- 'जा यवढं यमगं मारून ये', 'जा एवढं संकेश्वर करून ये', 'चिक्कोडीची एक ट्रीप मारून ये जा', असं सांगितलं जाई... ह्या भागातले सारे पोलिस व फौजदार ओळखीचे असल्यानं त्याच्या विदाऊट लायसन्स ड्रायव्हिंगबद्दल कुणाकडून अडवलं जात नसे... एखादा नवीन पोलिस बदली होऊन आला नि हाटीकला, तर चहापाण्यावर भागविलं जाई... अशा पोलिसाला फौजदार-साहेबांची वरून समज मिळताच 'आपलं' कोण, 'परकं' कोण, कुणाला अडवायचं, हटकायचं नि कुणाला नाही- याबाबतचे या भागातले अलिखित, पण या खात्यात पूर्वापार चाललेल्या कायदेकानूचं त्याला ज्ञान होत असे. मग नारायणसारख्याला त्रास देण्याची अशांची काय टाप लागून गेलीय् ? पण एखाद्या वेळी असंही होई, की एखादा आरटीओ अगर एखादा ट्रॅफिक इन्स्पेक्टर अचानक यमासारखा पुढे येऊन

टपके! सुरवातीलाच यांचं चंद्रबळ असं असायचं, की नारायणला वाटावं, आता आपली गाडी एकतर जप्त होणार किंवा हा गाडीची नंबर प्लेट काढून घेणार किंवा आपल्यावर निश्चित खटला भरणार. पण पाच-दहा रुपयांचा नैवेद्य दाखविताच हे यम शांत होत नि रस्त्यातून बाजूस जात...

अशा वेळी नारायणला वाटे, सालं ह्या देशात पैशाच्या पाकिटाचं बटन जरा सैल करा नि वाटेल ते धंदे करा, खपून जातील! आडवं आला, सरकवा नोट, कुणी पायांत पाय घालू लागला, सरकवा नोट! ह्या मोटार लायनशी संबंध असल्यामुळे अधिकारी लोक काय करून हैत. हे पोलिस, हे फौजदार, ते आरटीओ, हे ट्रॅफिक इन्स्पेक्टर! सरकारी पगारापेक्षा चौपट-पाचपट मिळकत मोटारवाल्यांकडून उकळत्यात! लाचलुचपत खात्याच्या तडाख्यात एखादवख्ती गावलं नि नोकरी बोंबलली तरी कुछ पर्वा नाही! तोवर सारी जिंदगी ऐषआरामात जाईल इतकी मिळकत करून ठेवलेली असतीय्! नारायणला वाटायचं, चालायचंच! आपणही चोर. तेही चोर. चोरांच्या राज्यात सारेच चोर असावेत, त्यातलाच हा प्रकार!

पण बिनलायसन्सचं अशी किती दिवस गाडी चालवायची आपुन? टॅक्शीवर एक ठीक हाय्. खरं कुठं नोकरीबिकरी करायची असली तरी पयल्याझूट लायसन्स लागतंय्. मग बाकीच्या वाटाघाटी, बिनलायसनचा ड्रायव्हर म्हंजे बिनदादल्याच्या बाईगत. जिंदगी बेभरवश्याची... तवा असलं काई उपेगाचं न्हाई. पयलं लायसन काढाय् पाहिजे... मग कुठं एखादी नोकरी... आनि मगच आपुन रांकेला लागलो म्हणायचं... नुसतं लायसन काढायचं म्हटलं तरी पैसा पायजे. आनि आपलं तर दोन गोष्टीत वांदं हाय. एक तर पैशाची तर कडकीच हाय. दुसरं म्हंजे, आपलं वय तरी कुठं लायसन मिळायच्या लायकीचं हाय? अठरा वर्साचं तरी व्हाय् पायजे, तवा कुठं लायसन मिळायचं. इतकींदी थांबायचं तर अजून दीडदोन वरीस तर पायजे... तंवर काय असंच फापलत बसायचं? छॅ! हे उपेगाचं न्हाई. आरट्यूला चार पैसे चारून का हुईना, पर लायसन मिळवाय् पायजे... काय करावं...?

आणि नारायणाच्या नजरेसमोर चव्हाण उभा राहिला. 'आरट्यु चव्हाण'. चव्हाण हा पस्तीशीचा इसम होता. डोईवर काळ्या कापडाची कोंचदार टोपी व अंगात नेहरू शर्ट नि विजार अन् बारा महिने तेरा काळ काखेत एक छत्री असा त्याचा येबाब होता. लांब नाकाचा नि झुंड मिशांचा गौरवर्णाचा हा चव्हाण आरटीओ ऑफिसची, कमिशन बेसिसवर सर्व प्रकारची कामं करून देई. कुणाच्या गाडीचा टॅक्स भरणं, मग त्याचं 'टोकण' आणून देणं, कुणाची विमा पॉलिशी भरून आणणं, टॅक्सबद्दल आरटीओची काही केस असली तर ती मिटवणं, एखाद्याला नवीन लायसन काढून देणं इत्यादी सर्व प्रकारची आर्टीओ ऑफिसची कामं हा

करून देत असे. मोटारवाल्यांनाही कोल्हापूर- बेळगावला जाऊन, आरटीओ ऑफिसात जाऊन ही अशी कामं करून घ्यायची म्हणजे फार मगजमारी व्हायची.

शिवाय एक दिवस खाडा नि धंद्याचीही खोटी हे निराळंच. तेव्हा चव्हाणाला योग्य ते कमिशन देऊन त्याच्याकरवी अशी कामं करून घेणं सोईस्कर होई. अनेक वर्षांपासून हा बिझनेस केल्यानं चव्हाणाच्या ऑफिसमध्ये सर्वांशी ओळखी असत. तेव्हा ज्या कामासाठी मोटारवाल्याला दहा वेळा ऑफिसला यडताकावं लागे, ते काम चव्हाण जिल्ह्याच्या गावच्या एकाच ट्रीपमध्ये करून मोकळा होई. ह्या त्याच्या बिझनेसमुळे 'आरट्यू चव्हाण' असं नाव त्याला पडलं होतं.

आता नारायणच्या डोळ्यांसमोर हा आरट्यू चव्हाणच उभा राहिला. त्याची भेट घेऊन यासंबंधी काय ते 'व्हय-न्हवं' समजावून घ्यावं, असं त्याला वाटू लागलं. पण हा नेहमी मोटारवाल्यांची कामं करण्यासाठी जिल्ह्याच्या गावी गेलेला. तेव्हा त्याला गाठायचं झालं तर त्याच्या दूमावर राहायला पाहिजे.

दोन एक प्रयत्न हुकल्यावर अशाच एका अवचित क्षणी 'आरट्यू चव्हाण' गाठ पडला.

"कारे, का आल्तास?" आरट्यू चव्हाणनं विचारलं. त्याला वाटलं, एखाद्या टॅक्सीवाल्याचं टॅक्स टोकणाचं वा विमा पॉलिशीच्या हप्त्याचं काम घेऊन हा आला असेल.

"लायसन् काढायचं हुतं... खुद्द माजंच." नारायण म्हणाला, "त्या साटनंच तर आलोय."

"जन्मतारखेचा दाखला मिळंल न्हवं तुजा?"

हा सवाल ऐकताच नारायणाला ब्रह्मांड आठवलं. यासाठी जन्मतारखेचा दाखला पाहिजे हाय, तर परत सदलगा गाठणं, आक्काची गाठ घेणं, असा दाखला कुठं मिळंल म्हणून तिच्या मिंत्या करणं, विनवन्या करणं हे सारं आलंच... छे: छे! अशक्य... ढुंगणावर लाथ मारल्यागत जिथनं आपल्याला हाकलून देण्यात आलं, तिथं परत जाणं अशक्य! ड्रायव्हरकी न्हाई जमली तर हमाली करीन, खरं हे काय आपल्या हातनं व्हायचं न्हाई. असा पीळ सुटला तर मग जगायचं कुठल्या इर्षेनं? कुठल्या जिद्दीनं? नारायण एकदम सुकमारून गेला. कसातरी म्हणाला,

"ते मतोर कठीण हाय."

"बरं, वयात तरी बसतोस न्हवं?" आणि आरट्यू चव्हाणनं नारायणच्या मिशांकडं पाहिलं. त्याच्या ओठावर नुकतीच मिसरूड फुटू लागली होती. हा वयात बसणं अशक्य आहेसं वाटून परत तो म्हणाला,

"तुजी केस जरा कठीणच हाय! आसं करीत जा, एक दिवसाआड व्हटावरनं, गालावरनं वस्तारा फिरवत जा, म्हंजे दाढीमिशा लवकर फुटतील तुला! त्याकडं

नुस्तं बघूनच अठराच्या वरचा वाटाय् पायजेस आरट्यूला.''

"बरं, तसं करतो. खरं लायसन निघंल न्हवं माजं?''

"न निघाय काय झालं? दारू इकायचं, प्यायचं निघतंय, रंडीबाजीचा धंदा करायचं निघतंय, आनि ड्रायव्हिंगचं निघत न्हाई?'' आणि आरट्यू चव्हाण हसला. मग म्हणाला, "तू काय फिकीर करू नकोस. तुजी बिन ट्रायल घेतासवरता तुज्या हातात लायसन पडलं म्हंजे झालं!''

हे ऐकताच नारायण मनोमन हारकून गेला. त्यानं विचारलं,

"बरं, खर्च्या तरी किती ईल वट्ट्यात सगळ्याला?''

"हे बघ नारबा, तुझं सगळंच तिरपाकडं घोडं हाय. तवा न्हाई म्हटलं तरी साठ एक रुपये तरी लागतीलच.''

हा मामुली वाटणारा आकडासुद्धा आपल्यासारख्याला किती भारी आहे याची प्रथमच नारायणला जाणीव झाली. इतके पैसे कुठनं आनायचे? कसे जमा करायचे? तो हबकून गेला. त्याचा आनंद पार कुठल्या कुठे मावळला. आपल्या कोरड्या ओठांवरून जीभ फिरवीत तो म्हणाला,

"जरा गरिबांकडं बघा. हे इतकं पैसे कुठनं आनाचं बरं मी? लायसन काढून कुठं नोकरी करावी, रांकेला लागावं, असं यवजलतं मी. बघा जरा माज्याकडं, एखाद्याला अन्नाला लावल्यागत हुईल.''

"मलाबी हे सारं कळतंय नारबा. माजाबी जल्म ह्यातच गेलाय न्हवं? हे बघ, तुज्याकडनं कमिशन म्हणून मला योक नवा पैसाही नको. जिल्ह्याच्या गावाला जायचा खर्चबी तू देऊ नकोस, फक्त ऑफिसमध्ये ईल त्यो खर्च दे. मग तर झालं? आनि ह्यो ईचार करूनच मी तुला आकडा सांगितलाय. भाहीर व्हाव तर चौकशी कर तू. मोठमोठ्या गावांत 'मोटार टेनिंग स्कूल' असत्यात, तिथं चौकशी कर. ह्या स्कूलवाल्यांचं नि आरट्यूचं कसं 'कनेक्शन' असतं नि स्कूलमधल्या पोरापोरीस्नी कशी लायसन्सं दिली जात्यात ते ईचारून बग, मग माज्याकडे ये. आता तर झालं?'' किंचित काल आरट्यू चव्हाण थांबला. मग म्हणाला, "हे असं हाय सगळं. खुल्लम्खुल्ला तुला सारं सांगितलंय. बघ आनि ईचार करून ठरीव.''

अर्थात, हे समारोपाचं बोलणं समजून नाराणनंही जास्त वाडाचार न लावता आवरतं घेतलं.

"बरं तर, मीबी तेवढं पैसे जमिवतो, आनि मग गाठ घेतो तुमची.''

"बरं, ये आता. मलाबी आज थोडी कामं हैत, ती आवरून घेतो.''

मग नारायण निघून आला... हाच विचार त्याच्या मनाला टोच मारू लागला. हे इतके पैसे जमवायचे तरी कसे? एक करावं तर बेक हुतंय! पोटाला बिब्बा घालून

जमवावं म्हटलं तर असं मिळणार हाय तरी किती? आणि काम तरी कुठं बोंबला लागलंय यवढं? रोजी चार आठ आणे जमवीन म्हटलं तरी किती दिस लागणार इतकं पैसे जमवाय्-एक वरीस? दोन वर्सं? तीन? ह्या पैशासाटनं माणूस कसं नुस्तं लुळंपांगळं झाल्यागत हुतंय! नारायणचा जीव झारझार होऊ लागला. मस्तक सुन्न, बधिरसं होऊन गेलं. चित्त सैरभैर झालं. काय? कसं?...

दिवस जात होते. केव्हा पैसे मिळत, केव्हा फाके मारीत बसायची पाळी यायची. लायसन् काढावं म्हणून इसाक बागवानकडे नारायण थोडे पैसे शिल्लक टाकत होता. पण फाके मारीत बसायच्या दिवशी पैशाची तंगी व्हायची. चणचण वाढायची. मग इसाककडे जावं लागायचं. असे वेळोवेळी शिल्लक पडलेल्या रकमेतून पैसे काढल्यानं ती धावणाऱ्या कारच्या स्पीडामीटर काट्याप्रमाणे केव्हा कमी, केव्हा जास्त व्हायची अन् कार बंद केल्यावर काटा झिरोवर यावा, तशी केव्हा झिरोवरही यायची.

अलीकडे नारायणला तर असं वाटू लागलं होतं, की हा असाच प्रकार चालू राहिला, तर साली आपली जिंदगानी अशीच बोंबलत जायची वांझोटी. लायसन काढणं काही आपल्या हातून व्हायचं नाही.

जवळच आठ एक मैलांवर एक खेडं होतं. तिथल्या डॉ. कर्णिकांची अठ्ठेचाळीस मॉडेल शोव्हरलेट कार होती. ह्या डॉक्टराच्या कारवर महिन्यातून दोन ड्रायव्हर व्हायचे. डॉक्टराच्या चौकस व हिशेबी स्वभावामुळे ड्रायव्हर आणि ड्रायव्हर लोकांच्या 'खावडी' करण्याच्या स्वभावामुळे डॉक्टर, असे दोघे एकमेकांना कंटाळून जायचे. 'खावडी करणं' या वाक्प्रचाराला ह्या मोटार लायनीत उघड्या गुपितासारखा जो अर्थ लावला जाई तो असा होता, की आपल्या अपुऱ्या पगारात भर घालण्यासाठी मालकाच्या नजरेआड जाणीवपूर्वक ड्रायव्हर जी मिळकत करीत, त्याला 'खावडी करणं' असं म्हणायचं. या खावडीमध्ये पेट्रोल विकणं, कारच्या चांगल्या बटनवाल्या टायरी विकून त्याजागी प्लेन टायरी चढविणं, जुने आणि नवेही स्पेअरपार्ट्स विकणं, मोबॉईल, शॅईल, ब्रेकॉईल, ग्रीस, पाने विकणं, मेस्त्री, लोहार, इलेक्ट्रिशियन, व्हल्कनायझर्स इत्यादी कार रिपेअर लोकांकडून खोटी बिलं नेऊन मालकाकडून पैसे उकळणं इत्यादी अगणित बाबींचा समावेश असे.

अशामुळे डॉक्टरला वाटे, कुठून दुर्बुद्धी सुचली नि आपण कार घेतली कोणास ठाऊक! ड्रायव्हरवर अवलंबून न राहता स्वावलंबी बनावं म्हणून ड्रायव्हिंग शिकण्याचा त्यानं स्वत: प्रयत्न केला, अनेकदा. पण अशामध्ये एकदा त्याच्या स्वत:च्या बॉडीचं व तीन वेळा कारच्या बॉडीचं नुकसान झालं. कारच्या बॉडीचं होऊ दे, पण स्वत:च्या?... अशा विचारानं त्यानं प्रयत्न सोडून दिले अन् कुठे जायचंच

झालं तर रोजगारीवर एखादा टेंपरवारी ड्रायव्हर हुडकला जाई.

एकदोन दिवसांपासून आठ-पंधरा दिवसांपर्यंतचा कुठे बाहेरगावी पाहुण्या-रावळ्यांच्या इथे सहकुटुंब दौरा असेल, तर मग असा ड्रायव्हर शोधून कार बाहेर काढली जाई. स्वत:साठी मात्र डॉक्टरला एसटी आणि सायकल पुरेशी होई. त्या खेड्यात तीनचार ड्रायव्हर होते. पण ते सारेजण कोण ट्रकवर, तर कोण एसटीवर नोकरीला चिकटलेले. तेव्हा ड्रायव्हर शोधायचा असल्यास शहराकडे धाव घ्यावी लागे. मग डॉक्टर शहरात येई. नारायण काम करीत असलेल्या टॅक्सी स्टँडवर येऊन ड्रायव्हरची चौकशी करीत राही. पण प्रत्येक वेळी ड्रायव्हर शोधण्यास डॉक्टरला फार यातायात पडे. एक तर डॉक्टरची गरज असेल तेव्हा रिकामा ड्रायव्हर मिळणं कठीण असे, अन् असा जरी आढळला तरी तो डॉ. कर्णिकांचं नाव ऐकताच स्पष्ट नकार देई. कारण डॉक्टरांचा स्वभाव सर्व ड्रायव्हर लोकांत जाहीर होता. बेकार बसलेलं बरं, पण आपला सुखाचा जीव दु:खता कशाला घाला, असं म्हटलं जाई. डॉक्टर चहाला जरी ड्रायव्हरला पैसे द्यायचं झालं तरी पाकिटातले शोधून नि मोजून दहा पैसे हातावर टिकवी नि 'चहा वगैरे घेऊन ये जा.' म्हणे. त्या दहा पैशात चहा येईल पण 'वगैरे' काय येणार? - हा ड्रायव्हरचा सवाल असे. -अशा खत्रुड, चिंग्गूमल्लजवळ कोण झक् माराय जाईल, वाळ्ळी झिगझिग साली असा जो तो म्हणे.

ह्यावेळी डॉक्टर जेव्हा ड्रायव्हर शोधू लागला, तेव्हा नुकताच मोसम सुरू झाला होता. दसरा-दिवाळी सरली होती आणि पावसाळभर मोटारलायनीच्या धंद्यास आलेली मंदी आता पुष्कळशी कमी झाली होती. जी शांतीलाल ट्रान्स्पोर्ट, मुजावर कं., महालक्ष्मी ट्रान्स्पोर्ट, काळे ट्रान्स्पोर्ट इत्यादी लहानमोठ्या कंपन्यांच्या ट्रक्स बॉम्बे-बंगलोरला मालाचं शॉर्टेज पडल्यानं दोनदोन तीनतीन दिवस थांबत... तेही आता कमी झालं. बॉम्बे-बेंगलोर लायनीवर मालाची आयात-निर्यात हळूहळू वाढू लागली. पूर्वीच्या 'लेवल'ला येऊ लागली होती. काही मालकांनी पावाळभरच्या मंदीमुळे बंद ठेवलेले आपले ट्रक्स रिपेअरी, कलर वगैरे करून घेऊन परत चालू केले होते. त्यांवर नव्या ड्रायव्हर-क्लीनरांच्या नेमणुका झाल्या होत्या. पावसाळ्यात ड्रायव्हिंग वगैरे शिकून, लायसन काढून 'रेडी' असलेले लोक दिवाळीपासून एखाद्या मालकाच्या कारवर चिकटले होते, तर जबर वशिला असलेले लोक एसटीमध्ये चिकटले होते, अशी सगळीकडे पांगापांग झाल्यामुळे डॉक्टरला ड्रायव्हर मिळणं मुश्किल होऊन बसलं.

शेवटी हुसेन वेल्डरनं डॉक्टरला नारायणचं नाव सुचवलं. डॉक्टर हे हुसेनचं वेल्डिंग व व्हल्कनायझिंगचं गिऱ्हाइक होतं. हुसेन म्हणाला,

"बघा, डॉक्टरसाब नाऱ्याला विचारून बघता काय?"

“हा कोण नाऱ्या?”

“त्यो हो त्यो-तुमच्या गाडीची स्टेपनी एकदा केला न्हवता काय? त्यो जरा ऊच्याला नि अंगानं भरल्याला हाय त्यो!”

“बरं, कुणी का असेना, पण बोलाव तर, बघू विचारून!”

तसा वेल्डर दुकानाबाहेर गेला. त्यानं साऱ्या टॅक्सी स्टँडभर नजर टाकली, पण नारायण कुठे दिसला नाही. मात्र बसगौड्याच्या टॅक्सीजवळ म्हैब्या रेडियटरमध्ये पाण्याचा कॅन पालथा घालून उभा असलेला दिसला. त्याच्याजवळ जाऊन त्यानं चौकशी केली.

“व्हय बे म्हैब्या, रांडका नाऱ्या किधर दिखाई नही देता! कहाँ मर गया?”

“वो कदमके टाकीपर है देखो-बंबैवालेके ट्रककी स्टेपनी कर रहा है...”

“तो जरा जाके बुला ला तो उसे.”

“क्या काम है कुछ?” स्टेपनी वगैरे करण्याचं एखादं कामच आलं असावं या विचारानं म्हैब्यानं पृच्छा केली.

“छिनालके, तेरा काम नही है कुछ! तुझे क्या गाडी चलाना आतै क्या?”

“नही!”

“तो भाग गांडू और बुला जा नाऱ्याको. डॉक्टरको एक ड्रायव्हर हूना है.” हुसेननं खॅस मारली.

तशी म्हैब्याची नजर व्हल्कनायझिंगच्या दुकानात गेली. दुकानातल्या एकुलत्या एका बाकड्यावर डॉ. कर्णिक बसला होता. त्याला पाहताच म्हैब्या खॉ: खॉ: करून हासू लागला. मग म्हणाला,

“इसको ड्रायव्हरकी जरूरत है व्हय? ये कवडीमल्ल क्या दमडी देगा ड्रायव्हरको?”

“वो तुझे क्या करनेका? जा-बुला ला जा नाऱ्याको. मेरा नाम बोल उसे. चटकसे आ करके बोलना उसे!”

“हां, हां. उस्ताद, बोलता है, मगर तुम खालीपिली मगजमारी मत करो!” आणि म्हैब्यानं रिकामा कॅन खाली ठेवला. रेडिएटरचं बूच लावलं. बॉनेट बंद केलं. कॅन डिकीत ठेवला. डिकी लॉक केली. मग कदमाच्या पेट्रोल पंपाकडे तो निघाला.

कदमाचा पेट्रोल पंप पुना-बंगलोर रोडच्या डाव्या बाजूला पूर्वाभिमुख होता. त्या पंपावर इंटरनॅशनल ट्रान्स्पोर्ट कंपनीची मर्सिडीस ट्रक उभी होती.

ट्रकच्या केबिनची दोन्ही दारं सताड उघडी होती. आतल्या गादीवर ड्रायव्हरनं ताणून दिली होती. ट्रकच्या मागील बाजूस क्लीनर आणि नारायण यांनी स्टेपनी खाली पाडली होती. नारायणच्या हातात टायर लिव्हर पट्ट्या होत्या. तो त्या टायर आणि व्हीलच्या बेचक्यात घालून आतली इन्नर बाहेर काढण्याच्या उसाभरीस

लागला होता. ऑक्टोबरचा मध्य होता. तरीही चढत्या दुपारचं ऊन मे महिन्याची आठवण करून देत होतं. त्यामुळे घामानं नारायणचा शर्ट पाठीस चिप्प चिकटून बसला होता. त्याच्या डोईवरची जुल्फं कपाळावर आली होती. त्यातून आणि चेहऱ्यावरून उतरणारा घाम कानांच्या पाळीजवळून गळ्यावर सुळकांडी मारीत होता. नारायण आपल्याच कामात मग्न होता. म्हणून असेल, म्हैब्या जवळ आलेला त्याला पत्ता लागला नाही.

"काय नाऱ्या, बेट्या बकरं एकटाच सोलत बसलाईस, आम्हाला तरी बलीवशील का न्हाई?" म्हैब्यानं विचारलं.

"काय करायचं मग, दिवसच हे असलं उपलानी बेन्याचं आल्यात. दुकट्याला घिऊन आमाला काय उरायचं मग?"

"बरं. बकरं तर चरबीवालं हाय का आपलं..."

"कसलं चरबीचं मर्दा, ह्या पुना-बंगलोर लैनवरचं ट्रकवालं कसलं असल्यात म्हाईत हायच तुला! गाडीचं काम निघालं की, आधीपास्नंच ह्येंची बोंब सुरू असती- 'पैसा नही, साला रस्तेमेच खत्म हुवा. गाडीने भौत सताया... कऱ्हाडके पास हौशींग क्रॅक हुवा... ये हुवा, वो हुवा' काय एक बोलणं असतंय! वाळ्ळीली मगजमारी साली! बरं, का आलातास?"

"हुसेनभै बलवाय लागलाय तुला."

"काय विशेष-एखादी चिंगळीबिंगळी आलीया काय?"

"तसंच म्हणानास."

"बरं, ह्यो आलोच म्हणून सांग-लगट."

"माज्या नावानं शिमगा करंल त्यो, आत्ताच चल बघू! मागनं यीऊन खोल म्हणंस स्टेपनी."

"चल बघू, काय म्हंतोय त्यो..." नारायणनं हातातील टायर लिव्हर खाली टाकल्या नि तो क्लीनरला म्हणाला,

"किलेंडरसाब, अभी स्टॅंडपरसे आतै हम, जरा ठैरना!"

"जल्दी आना बाबा, ड्रायव्हर उठेगा तो हमारीच चम्पी करेगा! जावं, आ जाव!"

नारायण व म्हैब्या स्टॅंडकडे निघाले. ते वेल्डरच्या दुकानात शिरताच तो नारायणला म्हणाला,

"ड्रायव्हर म्हणून आठवडाभर जाणार काय तू एका गाडीवर?"

"कुणाच्या?"

"ह्या डॉक्टरांच्या!"

"जायाचं काय न्हाई खरं..."

"काय तुझ्या पगाराचं वगैरे असेल तर सांग!'' डॉक्टर म्हणाला, "होय. नंतर आणखीन् वाद नको!''

"पगाराचंही तसं काय न्हाई... खरं.''

"उगच असं 'तत्ता घोडा, पाणी पी.' नको, तुझ्या मनात जायाचं नसलं तर तसं सांग!'' वेल्डर म्हणाला.

"ह्यो यव्हार हाय, सगळं वागणं-बोलणं कसं रोखठोक असावं. काय म्हंतो मी?''

"तेबी खरंच हाय. खरं माजी अडचण हुती ती म्हंजी, मी अजून लायसन् काढाय् नाही!''

नारायणचं हे बोलणं ऐकून वेल्डर विचारात पडला.

"आत्ता हो डॉक्टरसाब, कसं?'' त्यानं डॉक्टरकडे पाहिलं.

डॉक्टरही स्तब्ध झाला. त्याला पंढरपूर, देहू, आळंदी, नाशिक असं फिरायचं होतं. इतकं लांबचं रनिंग आणि ड्रायव्हरकडे तर लायसन् नाही, म्हणजे थोडं अवघडच आहे! ह्या भागात फिरायचं असतं तर चाललं असतं कसंही. पण तो भाग नवीन. पोलिस अधिकारी, आरटीओ वगैरे आपल्याला थोडेच ओळखीचे असणार? एखाद्यानं अडवून विचारणा केली तर उगीच त्रास व्हायचा. काय करावं?... डॉक्टर विचार करू लागला...

काही क्षण असेच लोंबकळले. मग डॉक्टर म्हणाला,

"नारायणला मी लायसन काढून दिलं तर?''

"मग आनि काय पायजे, सोन्याहून पिवळं झालं म्हनायचं, काय नारबा?'' आणि वेल्डरनं नारायणकडे पाहिलं.

यावर नारायणनं नंदीबैलागत मुंडी हलविली. तसा वेल्डर डॉक्टरकडे वळून म्हणाला,

"पण डॉक्टरसाब, तुम्ही जाणार हाय कवा?''

"येत्या सोमवारी! अजूनही तीन-चार दिवसांचा अवधी आहे की!''

"मग कठीण हाय बघा! ह्या तीनचार दिवसात एकदम पक्कं लायसन् कसं मिळंल? प्रथम कच्चं लायसन काढावं लागतंय, मग पक्कं.'' नारायण म्हणाला.

"ते मलाही माहीत आहे. पण पक्कं लायसन् काढून आणलं म्हणजे झालं ना? की आणखी काही वांदं आहे?'' डॉक्टर म्हणाला.

"आनि कसलं वांदं असायचं?'' नारायण म्हणाला.

"उद्या पहिल्याच एस्टीनं ये, येथून आठला सुटते. तू गाडीच्या कामाला लाग, मी लायसन्सच्या लागतो.'' आणि डॉक्टर म्हणाला, "बरं, जा आता तू, काही कामात आहेस ना? तुला आणिक जास्त वेळ तटवून धरायचं नको.''

"बराय मग. उद्या येतो तर." नारायण म्हणाला आणि बाहेर पडला.

४

चालू गाडीच्या गरम सायलन्सरसारख्या तापलेल्या उन्हात आणखी तासभर झट्याझोंब्या देत अखेर एकदाची स्टेपनी तयार झाली. पेट्रोल पंपावरच्या हवेच्या मशीननं तीत नव्वद पौंड हवा भरली. मग स्टेपनी केबिनवरच्या कॅरिअरवर चढविली आणि नारायण ड्रायव्हरला उठवू लागला,

"ड्रायव्हरसाब, ओ ड्रायव्हरसाब..."

तीनचार हाका मारल्यावर अंगाला आळोखेपिळोखे देत केबिनमध्ये झोपलेला ड्रायव्हर उठला. म्हणाला,

"क्यों पेलवान, हो गया काम?"

"हो गया..."

"अच्छा तो ये लो..." आणि त्यानं खिशातून पाकीट काढलं नि रुपयाची एक नोट पुढे केली.

ती घेऊन नारायणनं खिशात घातली आणि सलाम करीत म्हटलं,

"अच्छा ड्रायव्हरसाब, चलते है!"

"हो भै, ठीक है!"

आता दुपार चांगलीच पेटली होती. एक-दीडचा सुमार झाला असावा की दोनचा? नारायणला अंदाज लागेना. तरीपण भुकेनं पोटात कावळे कोकलू लागले होते. आपसुक त्याची पावलं दादूच्या खानावळीकडे वळली.

"या राजे!" नारायण खानावळीत शिरताच दादू नेहमीगत म्हणाला,

"का, आज लैसा येळ केलास?"

"बंबैवाल्याच्या ट्रकची स्टेपनी करायची हुती, म्हणून यदुळका टेम झाला! भुका लागल्या तरी सांगायचं कुणाला? हातातलं काम तर आवरायला पायजे..."

नारायणनं म्हटलं आणि कोपऱ्यातल्या न्हाणीत जाऊन त्यानं चूळ भरली. साबण हाताला लावला. हाताच्या धुळीनं पांढरा फेस तांबडा झाला, तसंच पाणीही. मग त्यानं तोंडावर पाण्याचे चपकारे मारले. तशी उत्साहाची, उल्हासाची एक लाट शरीरभर पसरत गेली, ताजंतवानं वाटलं. सारा शिणभागोटा पळून गेला. आठ-दहा दिवसांच्या प्रवासाहून परतावं व यथेच्छ स्नान करावं, म्हणजे कसं हलकं हलकं वाटतं तसं वाटलं. सारं शरीर पिसासारखं बनलं. अशाच अवस्थेमध्ये हातरुमालानं तोंड पुसत तो पाटावर येऊन बसला. बसताच त्यानं आजूबाजूला नजर फिरविली. चार गिऱ्हाइकं जेवत होती. त्यात एक बजाबा मेस्त्री होता, एक 'बिडी'वाला

मलबारी- ही अशीच कधीमधी इथं येणारी गिऱ्हाइकं आणि दोघे अनोळखी होते. उद्या इथला बाजार असल्यानं ते तिथं जनावरं घेऊन आले असावेत. त्यांच्या बोलण्यातही जनावरांचाच विषय होता. अशा बोलण्यातच उरलेल्या वेळात ते दोघे राईस प्लेटच्या ताटातील ते अपुरं अन्न खूप वेळ लावीत, लांबण लावीत खात होते.

तो असा पाहतो आहे, तोवर दादूनं पाण्याचा तांब्या आणून त्याच्याजवळ ठेवला आणि आतमध्ये ऐकू जाईलशा आवाजात फर्मावलं,

"एक ताट करून आण ग. नारायण आलाय भाईर." आणि दादू बाहेर निघून गेला.

हिरीनं ताट आणलं आणि त्याच्यापुढे ठेवीत नेहमीच्या आपुलकीच्या आवाजात विचारलं,

"आज उशीर केलास-लैसा?"

नारायणला, हे समजेना की ही आपली रोज अशी चौकशी का करते? पोरं दिसताच पुढेपुढे करणाऱ्या पोरी असतात. पण ही हिरी त्यांतली नव्हं; तरीही हे असं का?.. आपल्याच बाबतीत.

"व्हय्. झाला उशीर.. रोजच्यासारखं काम हुतं.." मान वर करून तिच्याकडे पाहत नारायण म्हणाला.

तिच्या नजरेत आपुलकीचा जिव्हाळा होता... आणखी बरंच काही...! कुठल्या अदृश्य रेशमी धाग्यांत दिवसेंदिवस आपण गुरफटत जात आहोत...? नारायणला काहीच समजून येईना... एक प्रकारच्या अस्वस्थ मनःस्थितीत तो जेवू लागला... अभावितपणे जलद, जलद... पुढ्यातली भाकरी संपलेली दिसताच हिरीनं जलदीनं भाकरी आणली नि त्याच्यापुढे दोन चतकोर करीत विचारलं,

"भाकरी...?"

"नको... नको... खाल्ली इतकी रेट झाली..."

नारायण काही चारपाच भाकरीवाला नव्हता. दीड एक भाकर आणि एक मूद भात त्याला पुरेसं होई. इतक्यानं त्याचं पोट भरे. दिवसभर वरचेवर प्याव्या लागणाऱ्या चहानं असेल, त्याची भूक अशी अल्पसंतुष्ट असे.

हे अर्थात हिरीला माहीत नव्हतं असं नव्हे, तरी पण तिनं आग्रह केलाच,

"घे की! निदान सोताच्या बावडीच्या मानानं तरी खावावं!"

हा आपणाला मारलेला टोमणा होता, की आपण कमी जेवतोय् म्हणून आपल्या शरीरप्रकृतीबद्दल व्यक्त केलेली काळजी होती, हे तितकंसं नारायणला समजलं नाही. तरी पण खानावळवाले व गिऱ्हाईक यांच्या व्यावहारिक संबंधांपेक्षा हे काही तरी निराळंच घडू लागलंय्, हे त्याला जाणवत होतं. अर्थात, हे त्याच्या खडबडीत मनाला न भावणारं होतं. म्हणून आवाजात रखरखीत कोरडेपणा आणीत

तो म्हणाला,

"नको हिरा. लागल्यास मी मागून घेतोच की, का आनमान् करतोय? उगंच अन्नाची नासाडी कशाला?"

तरीही हिरानं म्हटलं,

"इतकं काय तुला जड न्हवं!" आणि तिनं हातातील भाकरी त्याच्या ताटात टाकलीच.

हा तर फार आगाऊपणाच झाला! नारायणला राग आला. रागानंच तो काहीतरी बोलणार होता, पण हिरीनं आपल्या नाकावर लांबोडकं बोट ठेवून गप्प बसण्याचा इशारा केला आणि आपण आत निघून गेली...

हे काय...? असं दादूनं वागलं तर ते निराळं अन् हिनं वागलेलं निराळं! - अशा विचारानं असेल, पण एका निराळ्याच नजरेनं नारायणनं आत जाणाऱ्या तिच्या पाठमोऱ्या आकृतीकडे पाहिलं... हिरी आता अंगानं भरू लागलीय- थोराड दिसू लागलीय. परकरातून तिच्या नितंबाची आकर्षक गोलाई अन् हालचालीही व्यक्त होऊ लागल्यात... शैशव व तारुण्य यांच्या धूसर सीमारेषेवर तिची पावलं पडताहेत... सुरवंटाचं फुलपाखरात रूपांतर होताना जे काही घडतं, तसंच काहीसं घडू लागलंय... तिच्या बोलण्यात, वागण्यात, चालण्यात, बघण्यात... एकूण तिच्या साऱ्या वृत्तीतच फरक पडत चाललाय्... तिच्या नजरेत नारायण हा पूर्वीचा नारायण राहिला नाही का...? की तो म्हणजे एक तरुण आणि आपण म्हणजे एक नुकतीच तारुण्यात पदार्पण करणारी तरुणी...? अशीच काहीतरी तिची नजर बदलून गेलीय्...?

ही अशी, अन् हिची थोरली बहीण तारी, तिचं काय? ही अशी बनू लागलीय्, अन् ती कशी बनलीय्? काही दिवसापासून ती पातळ नेसू लागली होती. तिच्याही मनाला पंख फुटले असणार नि ते स्वप्नांच्या चंदेरी अवकाशात भराऱ्या मारत असणार... आपल्याबद्दल हिरीचं असं आहे, तर तारीचं कसं...? नारायण नुसता विचार करीत होता... नुसता विचार...

दादू कशालासा आत आला होता. जेवत असलेला नारायण तसाच बसलेला पाहून त्यानं चौकशी केली.

"काय नारायण, काय पायजे हाय का तुला?"

नारायण विचारातून जागा झाला. अभावितपणे त्याचा हात थांबला होता. स्वत:ला सावरून घेत तो कसंबसं म्हणाला,

"अं...? नको नको... काही नको.."

आणि परत तो जेवू लागला. भरभर... त्यांच्या मनात एक विचार तरळून गेला...

आपल्या पोरींच्या अशा वागणुकीसंबंधी दादू कितीसा जागरूक आहे...? असावा..? कोणास ठाऊक!.. कोणास ठाऊक!

म्हैब्या नारायणचा जानी दोस्त होता. एकमेकांची सुखदु:खं एकमेकांजवळ व्यक्त व्हायची. सांजची टाईम होती. म्हैब्याच्या हातात औषधाची बाटली होती आणि तो जलदीनं निघाला होता, न राहवून नारायणनं विचारलं,

"म्हैब्या, औशीद कुणाला हे? कोण आजारी हाय?"

"आनि कोन असणार? माजी आईच की..."

"कितींदी झालं? कवापास्नं...?"

"चार रोजी झालं की!"

"कशानं हाय आजारी?"

"म्हातारपण हाय, काय व्हायला लागतंय् व्हय? लै ठकलीया. आता नाव नाव आसच व्हायचं."

"बाकी काय का आसंना, तुजा भाऊ बघितला न्हाई, तरी तू आईला बघतोस; हे एक चांगलंच हाय म्हणायचं."

म्हैब्याचा थोरला भाऊ महंमद हा गावातल्या एका शेटजीच्या गाडीवर ड्रायव्हर होता. तो आपल्या आईला, भावाला बघत नव्हता. भारी व भट्टीवाल्या सूटपॅण्टमध्ये तो नेहमी दाबात राहत असे. तो घरी कधीच येत नसे. बाहेरच खाईपिई, राही, अन् पगाराचे पैसे तिकडेच उडवीत असे. एकदा जरूर लागली म्हणून म्हैब्या त्याच्याकडे पैशाला गेला, तेव्हा त्यानं खाका वर केल्या होत्या, नि माझी कमाई माझी मलाच पुरूटी पडत नाही, अशी कुरकुरही केली होती... यावरून म्हैब्यानं खेटर मारल्यासारख्या चार शिव्या त्याच्या तोंडावर हासडल्या आणि तेव्हापासून त्याचं नावच टाकलं... आणि आता नारायणच्या बोलण्यातून अभावितपणे भावाचा उल्लेख निघताच म्हैब्या भिरभिरला

"त्या कमिन्याचं नाव कशाला घेतोस? त्यो काय भाऊ म्हणायचा...भिकणीशी बेन्याचा कुटला!"

सकाळपासून म्हैब्या मजेत होता... पण भावाच्या या कटू आठवणीनं परत तो उद्ध्वस्त झाला... आईनं आम्हा दोघांस्नीही जन्म दिला, मग त्यानं का आईला बघूने? बरं ते ऱ्हावू दे. आठवड्याला चार-पाच रुपये दिला, तरी तेवढंच आपणाला जरा सल्प जाईल का नाही? पर आपुनलाच एवढा त्रास का म्हणून? त्योबी काई देणं लागतोच का न्हाई? त्येनं काईतरी, हुईल तेवडं, द्यावं का न्हाई?

नारायणला त्याचं हे त्रासिक बोलणं ऐकून वाटलं, ह्यो आता पेटलाय्; ह्येला आनि जरा पेटवून गम्मत करूया!

"आसं बोलू नये म्हैब्या. कितीबी झालं तरी त्येच्या पाठला पाठ लावून आल्याला सख्खा भौ तू..."

"कुठला भौ नि कुटलं काय! ह्या दुनियेत कोन कुनाचं नसतंय्.. फट् म्हणता सगळं तुटतंय्!"

हा आता चांगलाच वैतागलाय, तेव्हा इथंच हे गाडं बस्स करावं, असा विचार करून मानभावीपणे नारायण म्हणाला,

"आता घराकडंच चाल्लाईस न्हवं?"

"व्हय्."

"मग चल तर मीबी येतो बघाय..."

"चल तर..." म्हैब्या म्हणाला.

म्हैब्याचं घर देशमुखवाडीमध्ये होतं... शहरातील अनेक भागांपैकी हा एक भाग. इथे विशेष करून मराठ्यांची वस्ती होती. तशी तीन-चार घरं मुसलमानांची आणि तितकीच जैन, लिंगायतांचीही होती. पण विशेषत: मराठ्यांची संख्या जास्त होती. सारी बकाल वस्तीसारखी घरं. बैठी, छोटी छोटी, साध्या खापऱ्यांची, कुडांची, क्वचित दगडविटांची. बहुतेकांची हातावरची पोटं. आज राबलं तर पोटाला मिळायचं. उद्या बसलं वा आजारी पडलं तर तेही कठीण... अशांची ही वस्ती. पण नाव मात्र प्रशस्त आणि खानदानी- देशमुखवाडी! शहरातून गेलेल्या पुना-बंगलोर रोडच्या दोन्ही बाजूस ही वाडी वसली होती. रोडवरून निघालेल्या दहा एक गल्ल्या साऱ्या वाडीभर फिरल्या होत्या. यातल्या एका रुंदशा गल्लीत म्हैबाची खोली होती.

त्या छोट्याशा, पावसाळ्यात ओलीनं व उन्हाळ्यात धुराळ्यानं भरणाऱ्या खोलीला म्हैब्या महिना पाच रुपये भाडे देई. या खोलीपासून कासराभर पुढे गेल्यावर 'अजंठा बिडी फॅक्टरी'ची वाडीमध्ये विशोभित अशी भव्य इमारत लागे. बिडी फॅक्टरीच्या कार्स, स्टेशनवॅगन्स, ट्रक व कामगार यांची रहदारी या गल्लीमधून होई...

दोघे खोलीत शिरले. बुढ्ढी आत एका किलतानावर कलंडली होती. उशाला ताटकाची उशी... अंगावर जाडशी वाकळ. चेहरा तेवढा उघडा दिसत होता. त्यावर सुरकुत्यांच्या असंख्य लाटा... त्या लाटांत डोळे, नाक, ओठ बुडत असल्यासारखे... कातडीचा गोरा रंग आता पिकलेल्या पिंपळपानासारखा वाटत होता... तिच्या अंथरुणाजवळ बसकण मारताना नारायणला वाटलं - आपल्या आईचीही अखेरच्या दिवसांत अशी हालत झाली असेल का? कशी होती आपली आई...? दिसाय-सवराय्? वागाय-बोलाय्? त्याला काहीच आठवेना... म्हैब्याची आई पाहून आपल्याला आपली आई आठवावी, याचं त्याला थोडं नवल वाटलं... त्याच्या मनाच्या एका

अंधाराच्या कोपऱ्यात म्हैब्याच्या आईविषयीचा ओलावा पाझरू लागला... त्यानं चौकशी केली,

"अम्मा, कैशी क्या तबीयत है?"

"बुढापा जो है बेटा. चलनेकाच ऐसा..."

"तो बी तुम बोलना हमको- क्या पाहिजे, क्या नको, सब बोलना... अनमान करना नही, क्या?"

"हा बेटा. वो तो बोलतीच हूँ..."

हा वेळपर्यंत म्हैब्या चूल पेटविण्याच्या खटपटीला लागला होता. ते पाहून नारायण म्हणाला,

"क्या करता है चूलपर...?"

"च्या बनाताय!"

"किसीको? अम्माको?"

"हां. अम्माकोभी और हमकोभी..."

"अरे बाबा, फकस्त अम्माकेवास्ते च्या बनावो. और मै तो रोजकाच हूँ, चाय्वाय्की क्या जरूरत है मुझे..."

"तू चूप बैठ रे... तू न आता तो भी मै च्याच बनाताच की नही?"

यावर बोलणंच खुंटल्यानं किंवा दुसरं काही बोलावं हे न समजल्यामुळे असेल, पण नारायण गप्पच राहिला. उगीचपणाच्या या अवस्थेनं तो उठून उभा राहिला आणि दाराच्या चौकटीशी येऊन बाहेरच्या रस्त्यावरील रहदारीकडे पाहत राहिला.

संध्याकाळचा साडेपाच-सहाचा टाइम झाला होता... नेहमीसारखी यावेळी रस्त्यावरील रहदारी वाढली होती... बिडी फॅक्टरीकरता बिड्या बांधणारे स्त्री-पुरुष कामगार हजेरी देण्यासाठी फॅक्टरीकडे जात होते. काही हजेरी देऊन परत येत होते. कामगारांत विशेषत: स्त्रियांचा भरणा अधिक होता. त्यांच्या कमरेवर रॉकेलचे अर्धे कापलेले डबे होते. एक हात डब्याला सावरून धरलेला. आत बांधलेल्या विड्यांची बंडलं व नोटबुकच्या आकाराचं हजेरी बुक, छोटेसं. फॅक्टरीत बिडी बंडलं द्यायची नि नवीन पान-तंबाखू घ्यायचा नि हजेरीबुकात त्यांची नोंद करून घेऊन यायचं... पुरुष कामगार मात्र फॅक्टरीत बसूनच बिड्या बांधत... पण स्त्री-कामगार बिड्या बांधण्याकरता पान-तंबाखू घरी नेत. घरकामं करीत करीत त्या बिड्या बांधत... स्त्रियांत काही वृद्धा, काही प्रौढा, काही नवोढा अशा साऱ्या होत्या. उमलाय घातलेल्या कळ्याही मुरकत मुरकत, मुरडत एकमेकींशी बोलत खिदळत जात येत होत्या... नारायणची नजर डुचमळून टाकत होत्या...

आत कपबशीचा आवाज झाला नि पाठोपाठ म्हैब्याचे शब्द आले,

"ए, पीले च्याय्!"

"पयले अम्माको तो दे दे!"

"उसको भी देता हूँ, तू तो ले ले..."

चहा पिऊन झाल्यावर नारायण म्हणाला, "अभी चलता हूँ, तू भी आनेवाला है क्या स्टँडपर...?"

"तू जा, मै तो अभी नहीं आता, कुछ पेटकी तैयारी करता हूँ-गिरणीमें जाके आटा लाता हूँ. सबेरेच ज्वारी रखके आया हूँ वहाँ.. अभी हुसेनने पिसकी रखी होंगी..."

"अच्छा तो मै चलता हूँ..."

"अच्छा..."

आणि नारायण बाहेर पडला. झपझप् चालू लागला... तो गल्लीच्या तोंडाशी आला नि कानावर शब्द पडले-

"कौन नारायण?"

त्यानं अभावितपणे खाली घातलेली मान वर उचलून पाहिलं. ती यास्मिन होती. कमरेवर बिड्यांचा डबा एका हातानं सावरलेला. सावळा चेहरा फुललेला, फुलारलेला. तो असा अचानक भेटल्यानं असेल किंवा आणखी काही कारण असेल, तिला आनंद झालेला दिसत होता. तो तिच्या डोळ्यांतूनही दिसत होता. ते चमकले होते. सायंकालीन धूसर प्रकाशात त्यांची शोभा नारायणला 'देखनेबल' वाटली. तिनं आज लाल-निळ्या फुलांची नक्षी असलेलं सहा वारी पातळ नेसलं होतं. पांढऱ्या रंगाचं. त्यामुळे तिचा मोकारलेला देह उमललेल्या कळीची आठवण करून देत होता. त्या पातळात ती आज किती मोठी दिसू लागली होती! घटकाभर नारायण तिच्याकडे पाहतच राहिला.

त्याच्या या नजरेनं उघड्या अंगावर मोरपीस फिरवल्यासारखं तिला वाटलं... कुणीतरी आपल्यावर इतका नि असा लुब्ध झालाय्, हे अशा थेटपणे जाणवून येताच मनोमन ती हरखून गेली. त्याच अवस्थेत तिनं विचारलं,

"क्या देखता है इतना?"

"तुझेच तो देख रहा हूँ!"

"मेरे गालको कुछ काला लगेला है क्या?"

"नहीं. मगर गालको काला लगना अच्छा, क्यों की किसीकी नजर नही लगती!"

"जावो जी बा! क्या तोबी बकते हो!"

"अच्छा बाबा, जाता हूँ. जाता हूँ... मगर बिड्या कौन बांधता है घरमे?"

"मेरी बडी भान जो है... वो बांधती है और मैंभी."

"अच्छा! चलता हूँ... आठ दिनकी छुट्टी देना. मिलूंगा नही!"
"क्यो? गाव जा रहे हो?"
"हा, नौकरी लगेली है - ड्रायव्हरकी!"
"तो इतनी जल्दी ड्रायव्हरभी बन गये हो क्या?"
"हां. उसमे कौनशी बडी बात है?"

या वेळपर्यंत येणारे जाणारे त्यांच्याकडे टवकारून पाहू लागले होते. त्यामुळे साऱ्या लोकांत नग्न झाल्यासारखं तिला वाटू लागलं. तोही अस्वस्थ झाला. आता निघावं, असा विचार करून तो म्हणाला,

"अच्छा, तो चलता हूँ... तुझे क्या लानेका क्या?"

"जावो जी बा!" आणि तिनं मुरका मारला आणि पाठ वळवून चालू लागली.

तिच्या या आविर्भावानं हवेत अर्धवर्तुळासमान चंद्रकोर लकाकल्याचा भास नारायणाला झाला. तो काही काळ तिच्या पाठमोऱ्या आकृतीकडे वेड्यासारखा पाहतच राहिला. तिच्या नितंबांच्या हालचालीचा डौल त्याच्या मनावर वेडी भुलावण घालीत होता.

कासराभर अंतर चालून गेल्यावर तिनं मागं मुरडून पाहिलं. अजूनही तो तिथंच उभा! हास्याचं एक गुलाबी फूल त्याला बहाल करून ती पुढे चालली.

त्या फुलाचा सुगंध घेतच तो स्टँडकडे निघाला. काय चावट पोर आहे! धीट तरी किती! दुसरी कोण अशा रस्त्यावर इतका वेळ बोलत राहिली असती?

मनात असे अनेक प्रश्न...

५

दुसऱ्या दिवशी साधारण आठच्या सुमारास नारायण स्टँण्डवर हजर झाला. एसूटी लागलेली होतीच. आडगावच्या आडमार्गानं जाणारी असल्यानं असेल किंवा सकाळची पहिलीच गाडी असल्यानं असेल, एसूटीला विशेष गर्दी नव्हती... म्हणून नारायण बाहेरच बेफिकीरीनं उभा राहिला, नि बिडी शिलगावून भकाका धूर काढीत राहिला.

थोड्या वेळात कंडक्टर आला नि त्यानं घणाणा घंटी वाजविली. तसा कुठनं तरी ड्रायव्हर आला, व्हीलवर बसून त्यानं स्टार्टर दाबला. नारायण मग बाहेर थांबला नाही. त्याच्या पाठोपाठ आणखीही, तीन-चार पटकेवाले शिरले. एक खेडूत बाईही.

गाडी स्टँण्डबाहेर पडून रस्त्यावरून धावू लागली. नारायणसह नंतर आलेल्यांनी पैसे दिले. कंडक्टरनंही ते घेतले. पण कुणाला तिकीट मात्र दिलं नाही; आणि ती

मागायचा 'अगाव'पणा देखील कुणा खेडुतानं केला नाही!

क्षणभर नारायणला हे 'अजाप'च वाटलं... मग त्याच्या डोक्यात लखख प्रकाश पडला- या कंडक्टरनं खावडी केलीय् तर! एस्टीच्या लायनीतही अशी खावडी हुतीय् म्हणायची! अशा आडवळणी लाईनवर अशा प्रकारे 'खावडी' करता येत असेल! कारण कुणा चेकरची भीती नाही! मुख्य लायीनवरच ही भीती! मायला, असेही आहे तर! चलनेकाच! ये लोकशाही है. गाडी पब्लिककी, कंडक्टर पब्लिकमेंका और पैसाभी पब्लिकका!!.. नारायणनं त्या कंडक्टरकडे कौतुकाच्या भावनेनंच पाहिलं.

मासा मटकावलेल्या बगळ्याची मुद्रा धारण करून कंडक्टर बसून होता!

गाव आलं. गावाच्या अल्याडच थांब्याची जागा होती. एक मोठं पिंपळाचं झाड. बुंध्याशी एक देऊळ. लगतच एक चहाच्या हॉटेलाचं खोपटं. आजूबाजूस प्रशस्त जागा. अशी थांब्याची जागा. खालच्या बाजूस आड होता. त्याला चार-पाच रहाट बसवलेले. गावातल्या पोरीबाळी पाणी आणीत असलेल्या.

एस्टी थांबताच नारायण खाली उतरला. प्रथम हॉटेलात जाऊन चहाची ऑर्डर दिली. चहाचा एक घोट घशाखाली उतरवताच साखरेनं गुळाशी 'म्होतुर' लावल्याचं त्याला जाणवलं आणि वाटलं-झक् मारली नि चहा प्यायला इथे आलो! मग गल्ल्यावर पैसे देताना त्यानं डॉ. कर्णिकांच्या घराची चौकशी केली. घर गावाच्या दुसऱ्या टोकाला असल्याचं समजून आलं.

तो निघाला. गाव छोटंसं. तीन-चार हजार वस्तीचं. पाच-सहा गल्ल्यांचं. पिछाडीच्या डोंगराच्या छायेत वसलेलं. गावाच्या दुसऱ्या टोकास यावयास त्याला वेळ लागला नाही. आणि डॉक्टराचं घर ओळखण्यालाही. ते घर वस्तीपासून थोडं दूर होतं. वेगळं नि नीटनेटकं होतं. भोवताली अंगण होतं. घरालगतच गॅरेज. तो त्या घराच्या दाराशी गेला; नि आत पाहून हाक घातली,

"कोण हाय हो?"

असं एक-दोन डाव झाल्यावर आतून एक कॅलेंडरवरून उतरल्यासारखी दिसणारी बाई बाहेर आली. तशीच नीटस, स्वच्छ, उजळ, प्रसन्न.

"कोण हवंय?"

"डॉक्टर..."

"ते जिल्ह्याच्या गावी गेलेत-सकाळीच..."

"मला आजच यायला सांगाय हुतं त्येंनी!"

"म्हंजे तू.. ड्रायव्हर का तू?"

"व्हय्. आज ब्याटरी न्हिवून च्यार्जिंगला द्याय सांगिटलं हंतं डाक्टरांनी.. म्हणून आलतो."

"मग गॅरेजची किल्ली हवी का तुला?"

"व्हय."

बाई आत गेली नि थोड्याच वेळात गॅरेजची किल्ली घेऊन बाहेर आली. त्याला देत म्हणाली,

"हं, ही घे."

तो किल्ली घेऊन गॅरेजकडे वळला. कुलूप काढून गॅरेज उघडलं. आत अपेक्षेप्रमाणंच दृश्य. गॅरेजमध्ये बोटभर धूळ साचलेली. मोटारीवरही एक जाड थर चढलेला. टपावरून गॅरेजच्या आढ्यापर्यंत कोळ्यांनी जाळी विणलेली... क्षणभर मन विटून, मिटून गेलं.

त्यानं बाईकडून एक फडकं व साळुता मागून घेतला. प्रथम गॅरेज स्वच्छ लोटून काढलं. मग फडक्यानं गाडी पुसून काढली. घरामागे आड होता. त्याच्या चार बादल्या ओढून गाडीच्या व्हीलांवर मारल्या. तसा व्हीलांतील व मडगार्डसूमधील धुरळा भूमिपतित झाला. फडकं ओलं करून नंतर त्यानं बॉडी पुसून काढली. आता गाडीचा काळा रंग झळाळी मारू लागला आणि न्हाऊन आलेल्या नव्या नवतीगत ती दिसू लागली. ताजी, आकर्षक, देखणी!

चारमिनार शिलगावून, ती तशीच पेटती ओठांत धरून चार पावलं मागं जाऊन, कमरेवर हात ठेवून त्यानं त्या गाडीकडं पाहिलं-वा, बेस्ट! तो आपल्याच कामगिरीवर खूश झाला.

मग त्यानं बॉनेट उघडलं. आतल्या इंजनवरही बॉडीप्रमाणेच धुरळा. तोही त्यानं फडक्यानं पुसला. आतल्या डिक्कीतील पाने काढले. गाडीची बॅटरी सोडविली. बॅटरीचं ब्रॅकेट व कनेक्शन्स बाजूस केली. बॅटरी उतरून खाली ठेवली.. गॅरेजबाहेर. मग गॅरेजला कुलूप घातलं. घराजवळ येऊन हाक मारली.

"बाई, अहो बाई..."

हाक ऐकताच बाई बाहेर आली. म्हणाली,

"का रे?"

"एक किलतानाचा तुकडा असला तर द्या."

"तो आणि कशाला?"

"बॅटरीला गुंडाळायला पायजे. तशीच नेली तर कंडक्टर एसटीत घित न्हाई. आसीडनं लोकांची कापडं जळत्यात..."

"बरं, देते हं."

बाईनं किलतान आणून दिलं. त्यात त्यानं बॅटरी गुंडाळली. दोरीनं बांधली. तो निघताना बाईनं दोन रुपये त्याला दिलं नि म्हटलं,

"हे राहू दे तुझ्याजवळ, एसटी लगेज, म्युनिसिपल नाक्याची जकात वगैरेसाठी

उपयोगी होईल.''

''बरंय्. मी निघतो तर, डाक्टर आल्यावर उद्या लावून द्या त्येनला. तवर बॅटरी चार्जींग होतीय. ती आणून गाडी चालू करून ठेवाय् बरं!''

तोवर घरातील मोलकरणीनं चहाची कपबशी आणून उंबरठ्यावर ठेवली. तशी बाई म्हणाली,

''घे. चहा घे नि मग जा.''

चहा पिऊन झाल्यावर त्यानं बॅटरी खांद्यावर घेतली अन स्टँडकडे येऊ लागला.

स्टँडवर एस्टी लागलेली होतीच. विशेष अशी गर्दी नव्हतीच. त्यानं एका बर्थखाली बॅटरी सारून ठेवली. तेव्हा त्याला हलकं वाटलं. इतक्या दूरवर खांद्यावरून बॅटरी आणल्यामुळे खांदा अवघडून गेला होता.

थोड्या वेळानं एस्टी सुरू झाली. ह्यातील कंडक्टर फार फटकळ तोंडाचा होता. गाडीतील एका खेडुताला नव्या पैशाचा हिशेब समजत नव्हता, त्याची तक्रार ऐकून कंडक्टर म्हणाला,

''मालकाच्या जमिनी बळकावयाच्या समजत्यात आणि नव्या पैशांचा हिशेब समजत नाही व्हय् पाव्हणं! आता तालुक्याला कोर्टाच्या कामासाठीच जात असशिला.''

आणि गाडीतील साऱ्या सीटा हासू लागल्या. नारायणही! आयला असंही असतंय् तर! साली एक गंमतच!

दहा दिवसांनी नारायण परत आला. नवी गावं-शहरं-माणसं-प्रदेश... कितीतरी नवेपणाची नवलाई मनावर कोरली गेली... निघताना डॉ. कर्णिकांनी दहा रुपये हातावर टिकविले आणि नवं लायसन्सही. त्या दहा रुपयांपेक्षा लासन्सचंच अप्रूप नारायणला वाटलं... आपल्याला इतक्या सहजी लायसन्स मिळेल, असं स्वप्नातही आलं नव्हतं! असं न कुठं घडलंय्, न कुणी ऐकलंय्... स्वत:ला काहीच तोशीस न पडता लायसन्सही मिळालं, या विचाराचा आनंद होताच; शिवाय खर्चही काहीच आला नव्हता; हे तर फारच होतं...

ह्या अशामुळे नारायण एकंदरीत खूशच होता. स्वत:वर आणि जगावरही!

येताना त्यानं यास्मिनसाठी ब्रेसिअर आणली होती... स्वस्त. मस्त. कुणाकडून सहसा देखली न जाणारी, पण घालणारनीला तिची आठवण सतत स्पर्शत जाणारी अशी. आता ती तिला द्यायलाच हवी. पण तशी संधी...

दुसरा दिवस ती संधी हुडकण्यासाठी त्याची धडपड सुरू झाली. तो यास्मिनच्या घराजवळपास घुटमळू लागला. घरावर पाळत ठेवल्यासारखा. यास्मिन डोक्यावर धुण्याचं घमेलं घेऊन बाहेर पडली, तसा तो निर्धास्त झाला. थोडा वेळ इकडेतिकडे

घुटमळत राहिला. यास्मिन ओढ्यावर पोहोचली असेल, असा वेळेचा अंदाज घेत मग तो निघाला. ओढ्याकडे चालू लागला... बांधाबांधानं गेलेली पाऊलवाट, मळलेली. त्यावरून पावलं पडू लागली... ओढ्याजवळ येताच धुण्याचा 'धप् धप्' आवाज कानावर येऊ लागला. खडकांवरून वाहणाऱ्या पाण्याची खळखळही त्यात मिसळलेली.

दरडीवरून वाट ओढ्यात उतरलेली. जवळच बाभळीचं झाड. उंच वाढून वर पसरलेलं. काळ्या सालीचं. टणक बांध्याचं. रुंदसं. तो त्या बुंध्याशी थांबला; आणि नजर ओढ्यात ओठंगली...

भिजू नये म्हणून यास्मिननं ओचे वर आखडलेले. त्याखाली उघड्या पोटऱ्या नि उघड्याच मांड्या, शिसवी, नि:संग, नग्न नि रेखीव. ओणवी होऊन धुणं धूत असलेली. त्यामुळे नितंबांना आलेला आकर्षक बाक.

नारायणनं ओढ्याच्या पात्रात नजर भिरभिरविली. माणसांची रहदारी दिसत नव्हती. मात्र खाल अंगाला वावभर अंतरावर एक गुराखी पोऱ्या आपल्या म्हसरास्नी धूत असलेला. दहा एक वर्षांचा. बाकी सारं हवं तसं. त्या पोऱ्याची हजेरी देखील गैरहजेरीत धरण्यासारखी.

नारायणनं खाली ओणवून मातीचा एक लहानसा हेंटा उचलला नि नेम धरून तिच्या नितंबावर मारला!

मार बसताच तिच्या तोंडून उद्‌गार बाहेर पडला- 'अम्मा गे!' आणि कावऱ्याबावऱ्या नजरेनं ती मागे फिरली. ओठांवरून चीड बाहेर पडली. 'कोण गं त्यो माजा सु...' अन् तिच्या तोंडून शिव्या बाहेर पडण्यापूर्वीच नारायण बाभळीच्या बुंध्याआडून बाहेर आला. त्याला पाहताच शिव्यांची लांबलचक मालगाडी तिच्या ओठांतच विरली. चेहऱ्यावरील चीड जाऊन ती जागा प्रथम अतीव आश्चर्यानं, मग आनंदानं घेतली...

"कवा आलास गावास्नं...?"

"काल आलो..."

"मग हिकडं बरं वाकडी वाट केलीस?"

"भेटायला येऊ ने वाटतं?"

"गावं न् गावं फिरणाऱ्याला आठवण ऱ्हाती वाटतं?"

"ते बघ की हिकडं- ह्यो पुरावाच कंपलीट उभा हाय न्हवं समोर! आनि व्हय् ग, हे टोचून बोलणं करायला कवापास्नं शिकलीस? एक दाभाण तरी आणून दिवू काय तुला, म्हंजे तोंडाला वाळ्ळा तरास पडायचा न्हाई! दाभणानं नुस्तं टोचत ऱ्हायलं म्हंजे झालं."

"बारा गावचा पाणी प्यायला चटावल्याला तू, ऐकशील व्हय् बोलाय् आमास्नी

आता!'' आणि तिनं आपल्या मानेला एक आकर्षक झटका मारला नि पुनश्च ओणवून सपासप धुणं धुवू लागली.

तसा नारायण दरडंवरून ओढ्यात उतरला नि तिच्याजवळ जाऊन त्यानं तिच्या पार्श्वभागावर चापटी लगावली. मग म्हटलं,

''ये, हिकडं बघ तरी! धुणं तर ध्वायचं रोजचंच हाय की!''

तशी ती मागं फिरली नि त्याला ढकलल्यासारखं करून म्हणाली, ''जा बगू.. आता वाळ्‌ळ्यारानी तरास नको तुजा!''

''आज रागरंग काय न्याराच दिसतोय! हे बघ तर काय आणलंय्‌ तुला...'' आणि त्यानं खिशातून ब्रेसिअर काढून तिच्यासमोर धरली.

ती पाहताच लाज लाज लाजली ती आणि भर्रकन्‌ नजर फिरवून दुसरीकडे पाहू लागली.

तसं तिच्या दंडाला एक चिमटा काढून तो म्हणाला, ''हे बघशील तरी का न्हाई...?''

''मी न्हाई जा!''

''बायली! अग, तुज्या अंगाचीच हाय ती बावडी!''

''असू दे, न्हाय तर नसू दे. मला नको!''

''मग काय मी घालून बसू ही...?''

तरीही ती स्तब्ध अन्‌ पाठमोरी... त्याचं मन एकदम पिसाळून गेलं, पुढं होऊन त्यानं तिला कवळा मारला नि आपल्याकडं ओढलं.

''कशी घेत न्हाईस बगतो आता!'' आणि त्यानं तिला आणखीन्‌ निकट ओढलं.

हातात पकडलेली मासळी धडपडल्यागत ती धडपडली. त्याच्या येंगेतून सुटण्याचा प्रयत्न करीत कशीबशी म्हणाली,

''सो... सोड... सोड बघू!''

''न्हाई सोडत..'' आणि अभावितपणे त्याच्याकडे झालेला तिचा चेहरा त्याच्या चेहऱ्याखाली झाकला गेला. दोन तोंदल्या अलगद ओठात आल्या. क्षणात रक्त गरम झालं. उधाण आल्यागत झालं... पाठीवरील त्याची बोटं तिच्या मांसल शरीरात अधिकच रुतली. आवेगानं.

ती धडपडली. निकरानं. पुऱ्या ताकतीनं. दोन तोंदल्या ओठांतून निसटल्या. अलग झाल्या... मग त्याच्या छातीवर एक गुद्दा बसला नि तोंदल्यातून शब्द आले,

''पिवूनबिवून आलाईस का काय...? असा का भकल्यागत कराय लागलाईस-काई लाजगिज...?''

''लाज तर कोळून प्यालोय! आनि तुला बघितल्यावर दारू प्यायची तर काय

गरज...? आपोआप चढती...?''

"अशी झोंबाझोंबी करायसाठनंच आलाईस वाटतं हिकडं!''

"मग आनि काय इचारतीस तर? समज तसं!''

"काई उद्योग न्हाई वाटतं दुसरा तुला?''

"आता ह्योच उद्योग म्हनायचा!''

"ह्योच उद्योग करत ऱ्हायलास तर पोटापाण्याचं कसं...? का काटंकवाळं भरणार हाईस पोटात?''

"काटंकवाळं कशाला भरायला पायजे? तुज्याकडं बघत बसतो की असा, मग भुकंची कुठली आगत आलीया!''

"असाच जलम् घालविणार...?'' आणि ती हसली. पायाखालच्या दगडावरून फेसफुलं उमलवत पाणी वाहत होतं, तशी!

"इस्तु टाक त्या जलमावर! पोटासाठनं तर सगळीच बडधाडत्यात. हारीण जसं 'पाणी पाणी' म्हणत झळापाठनं पळत सुटतंय, तसं प्वाटप्वाट म्हणत पळायचं वाटतं?''

"फुरं झालं तुज श्यानपन! जा आता. ह्ये धुण वसरू दे मला भार्रक्यान् ... तू ईत नसताच तर यदोळ्ळा धुनं आटपलं असतं. लै वखत लावला तर घरात शिमगा हुईल!''

"बरं, मग जावू म्हंतीस?''

"जा की..'' आणि थट्टगतीनं ती म्हणाली, "तुला का सांगावा धाडलाता 'ये' म्हणून तवा परवानगी काडा लागलाईस?''

"सांगावा धाडून बग की एखांद्दिशी, येतो का न्हाई बग!''

"वाळ्ळा वाडाचार ऱ्हावू दे, सूट बघू आता!''

"बरं बाई, सुटतो, खरं आनि एक डाव...'' आणि त्यानं तोंड उघडून हवेचा मुका घेत आपलं मागणं सुचविलं.

तसे तिचे डोळे चांदागत मोठे झाले! तसंच चांदपाणी विस्तारलं. पात्रातला एक गोटा उचलत ती म्हणाली,

"आता गुमान जातोस का न्हाई, का बसवू एक पाठीत!''

"जातो, जातो-'' उठत तो म्हणाला, "ती बावडी मतोर घे हं!''

"घेटली!'' ब्रेसिअर बाजूला ठेवीत ती म्हणाली.

समोरच्या बाभळीवर बळीबंकांचं भिरंच्या भिरं बसलं होतं. दरड चढता चढता दगडाचा एक टिप्पीरन्ना त्यानं लगावला. तसे सारे बगळे भार्रदिशी उडाले, क्षणात निळ्याभोर आभाळात त्यांचा पांढराशुभ्र ढग तरंगू लागला... त्याच्या मनात लहानपणी केव्हातरी म्हटलेलं सुरू झालं..

'बळीबंक बळीबंक कवड्या दे... कवड्या दे!

दुपार. नारायण खानावळीत शिरला. 'या राजे' म्हणून त्याला कुणी हाकारलं नाही. आगतीनं बोलावलं नाही. स्वागत केलं नाही. सगळा शुकशुकाट.

असं यापूर्वी कधी... कधीच झालं नव्हतं... दादू कुठे गेला...? आजारी-बिजारी? त्याच्या भक्कम देहयष्टीची आठवण होताच हा विचार मनात आला तसा विरघळलाही... मग? काय झालं असेल...?

'पारूमावशी' अशी हाक घालत तो आत गेला. आणि तो आत आल्याचं पाहताच पारूमावशीनं गळा काढला.

"आता कुटं हुडकू बाई, माजा गं राजा त्यो बाई, आता मला सैपाक कर म्हणून कोण सांगल गं बाई, आता मला घटंघटकंला रागं कोण भरंल ग बाई..." आणि असं बरंच सुरू झालं... वटवाघळाच्या छायेसारख्या त्या अंधाऱ्या स्वयंपाकघरात वावरणाऱ्या तारी, हिरी, किस्नी या पोरींनीही हमसायला सुरुवात केली... या गोंधळानं लहानगी बाळाबाईही आपसुक रडू लागली...

म्हणजे, दादूचं काही...? नारायण चमकला. म्हणजे? कसं? शक्य तरी...?

"कवा झालं हे?" नारायणनं विचारलं. पण पारूमावशी आपल्याच दु:खात चूर होती. तिच्या आसपास तीन-चार पाहुण्या होत्या, त्या तिला समजावीत होत्या;

"तू असं हातपाय गाळल्यावर ह्या लेकराबाळांनी कुनाच्या तोंडाकडं बघायचं? गप्प बाई गप्प... आता रडून सावरून का झाल्यालं येतंय्. गेला बिचारा, सोनं झालं त्येचं. हुता तंवर माप्प् सुखात ठेवलं त्येनं तुमास्नी. काय खाय्-जेवायला कमी केलं न्हाई, ल्याय-नेसाय् आनमान केलं न्हाई. हारणकाळजीचं माणूस व्हतं ते, देवाच्या गुणाचं व्हतं... गप्प बाई..."

यावर पारूमावशी परत रडत होती. नवऱ्याचे एक एक गुण व दोषही त्याचसारखे समजून आठवून आठवून सांगत होती; आणि परत रडत होती. रडून रडून तिचा आवाज पार पालटला होता. तिच्या त्या व्यथित, विचित्र आवाजात सगळ्या दुनियेचं दु:ख एकवटलं आहे, असं नारायणला वाटू लागलं. आता ह्या प्रसंगी काय बोलावं, कशी सांत्वना करावी, हे त्याच्या अल्पमतीला एक कोडंच पडलं. तो तसाच अवघडून उभा राहिला.

शोकावेग ओसरल्यावर आपणहून पारूमावशी सांगू लागली...

"गेल्या आईतवारी... दोपारची येळ हुती... मी आतल्या अंगाला समदी आवराआवर करत हुतो, आनि 'त्ये'नी भाईरल्या अंगाला खुर्चीवर बसलं हुतं... गिऱ्हाईकबी कुणी नव्हती... मी एकली बाई माणूस... जर रोजींगत बसल्या बसल्या झोपलं असतील म्हणून नि:चिंतानं मी कामाला झटलो हुतो, आनि आवचीत मदी

एकाएकी आवलगामी लागल्यागत 'आई ग!' करून ढोरागत आरडलं... काळीज लाट्दिशी हाललं... झर्रदिशी धावत 'त्ये'च्या जवळ गेलो, लटाटा मान हालविली. 'काय झालं वं? का आरडलासा?' म्हणून ईचारलं. तर एक न्हाई दोन न्हाई. समदा करभार आटपल्याला... आजारी न्हाईत का फिजारी न्हाईत... जानजवान बापय् आसं हा म्हणता मराण यावं का...? कुठल्या जल्मी यवडं पातक केलतं, म्हणून ह्यो सराप लागला आमास्नी म्हनावं...? कुनाला 'सर' म्हटलं न्हाई, कुनाशी उभा दावा न्हाई मांडला..." हेही आणखी थोडा वेळ लांबलं... पण त्याचा भरही काही वेळानं कमी झाला.

खुलाशादाखल का होईना काही बोलायला हवंय, हे उमजून मग नारायण म्हणाला, "मला ठावं न्हवतं बा हे. डॉक्टराची गाडी घिऊन मी गावाला गेलोतो-आठंदीपूर्वी-काल आलो... खरं, मोटार स्टँडवरची कुणी 'हे अशान् आसं' म्हणून बोललं न्हाई... पैलंगतीनं आजबी मी जेवायसाठनं आलो नि तुमचं रडणं बघून थोडंबहुत उमजलं बघा! दादबा लई चांगला माणूस हुता की हो. बोलाय्चालाय् कसा अगदी साळढाळ, मोकळ्या मनाचा. अजून खरं दिकून वाटत न्हाई बघा, त्यो गेला हे! नंद्रसमोर आजून कसा डिक्टो उभा ऱ्हातोय बघा!.. आनि देवाला आसा ह्यो माणिकमोलाचा माणूस बगावला न्हाई म्हणावं का? काय म्हनायचं आनिक? त्येच्याच हातात साऱ्यांची दोरी, आपल्या हातात काय हाय? त्यो मनात आणील ते खरं..."

आणि असाच काही वेळ बोलत बसून नारायण उठला. बाहेर पडला. इतर कुठेतरी जाऊन तरी का असेना, पण पोटाची भूक शमवायला हवी होती. खानावळी बंद व्हायच्या आत एखादी गाठायला हवी होती, या विचारानं असेल, तो सटक्यानं पाय उचलू लागला... तरी पण त्याच्या मनात अनेक प्रश्नांची गुंतवळ होऊ लागली होती.

दादूच्या मागे आता त्याच्या बायकोचं काय? पोरींचं काय? त्येचं कसं निभिवणार? झालं हे लै वंगाळ झालं. आसं हूने हुतं... पर आता दादूच्या मागे खानावळ चालविणं बायका-पोरीस्नी जमंल का? हज्जार तऱ्हंची हजार माणसं... कोण कसं, कोण कसं...

नारायणला काहीच समजून येईना. उगीचच्या उगीच त्याला वाईट वाटू लागलं... मन चक्रावर घातल्यागत झालं... ह्या कुटुंबाबद्दल आपुनला इतकी आपुलकी का वाटू लागलीय्?- काही समजेना त्याला.

६

तो स्टँडवर आला, 'पुढे काय?' प्रश्नानं त्याला गचकन् विळखा घातला. पण तूर्त तरी जेवायला पाहिजे. पोटात आग पडलीय्. दादूच्या मरणानं डोके सुन्न झालं, तरी पोटातील आग काही विसरली गेली नव्हती...

तेथून दोन एक फर्लांगवर उडप्याची खानावळ. 'आस्वाद आरामगृह'.. तेथे तो गेला. राईस प्लेट मागविली. आणि ते सपक, बेचव अन्न मोठ्या मिनतवारीनं पोटात ढकलताना, तिखट, झणझणीत खायला सोकावलेल्या चाटक्या जिभेनं विचार करायला लावलं.. आता पुन्हा इथे यायचं नाही! आलो. झक् मारली. हे का जेवण म्हणायचं?.. जरा तरी काही चव?.. नुसती स्वच्छता घेऊन काय आडवी मारायचीय्? धुरकट, कळकटलेल्या मऱ्हाटी खानावळीतील झणझणीत चव इथे नाही! देहाची गाडी चालवायला पेट्रोल टाकी भरणं, एवढंच नि इतकंच!

जेवण झाल्यावर तो परत आला-स्टँडवर. देहाला कातडं चिकटावं तसं हे स्टँड आपल्या जीवनाला चिकटलंय्. कुठंही जा. त्यापासून सुटका नाही. निदान तूर्तास तरी! पुढं काय होईल, होणार आहे- कुणी सांगावं?

वेल्डरच्या व्हल्कनायझिंगच्या दुकानात तो बसला. उगीच. मख्खपणे. कुठूनसा मग वेल्डर आला. त्यानं विचारलेल्या चौकस प्रश्नांना त्यानं माहितीपूर्ण उत्तरं दिली. एवढ्यात म्हैब्या आला. त्याच्याही प्रश्नांना अशीच उत्तरं देऊन त्याची जिज्ञासा भागवावी लागली... असाच आणखी थोडा वेळ कटला. मग म्हैब्या म्हणाला,

"अबे, च्या तो पिला चल. अभी एकदम ड्रायव्हर बन्या तू! लायसन काड्या..." म्हैब्याच्या स्वरात खूप कौतुक होतं. थोडासा हेवाही.

मग नारायणला उठावंच लागलं. 'जॉली'त आल्यावर त्यानं पृच्छा केली.

"बोल बे, काय काय घेणार?"

"काय काय खिलावणार?"

"तू सांगशील ते सै-सू!"

"सच?"

"एकदम!"

"तो पैले 'खाजा' बोल!"

नारायणनं दोन 'खाजा'ची ऑर्डर दिली.

अळुवडीच्या आकाराशी स्पर्धा करणारा तो खाजा म्हैब्यानं एका पेट्टात मटकावला. तोंड गुळमाटढ्यान् झालं. तोंडात पाझर सुटलं... एक गोड घुटका गिळत मग म्हैब्या म्हणाला,

"अभी 'मसाले' बोल..."

यावेळी 'जॉली'त गरमागरम मसाले बनवलं जायचं. अंबोळी-भाजीचटणीचं ते मसाले एक वेगळीच चव कोरून जायचं!

मसाले हाणून झाल्यावर मात्र म्हैब्या म्हणाला,

"अभी फकस्त खाली एक स्पेशल चाय् लेंगे. हाप् हाप् पींगे!"

दोघे बाहेर आले. म्हैब्यानं पिवळा हत्ती नारायणला ऑफर केला. नारायणनं तो तोंडात धरून शिलगावला. खोल झुरका घेऊन धुराचा एक फव्वारा सोडला हवेत! म्हैब्यानंही धुराचं एक वेडंवाकडं कडं हवेत सोडलं. पाठोपाठ दुसरं-तिसरं. मग स्वत:वरच खूश होऊन म्हणाला,

"देख, प्राण जैसा हो गया क्या नै?"

त्याचा आवडता नट प्राण. तो कुठल्याशा पिक्चरमध्ये अशीच धुराची कडी तोंडातून सोडत असे, ते पाहून म्हैब्यानं फार परिश्रमपूर्वक अनेक पाकिटांची राख करून ते सारं आत्मसात केलं होतं...

सिगारेटी खतम् झाल्या. स्टँडवर मध्येच एक झाड. त्याच्या सावलीत अकबऱ्याची टॅक्सी उभी होती. तीत दोघे येऊन बसले... स्टँडमधून गावात सरळ गेलेल्या रस्त्यावरून यावेळी हायस्कूलच्या पोरींचं एक टोळकं कलकल करीत चाललं होतं. दुपारची सुट्टी झाली असावी किंवा एक वेळा शाळा असावी. पण म्हैब्याचं लक्ष टोळक्यात रुतलं. क्षणात त्याची नजर चमकली आणि ओठांवरून शब्द ओघळले,

"काय मगनमस्त 'माल' हाय!"

नारायणनं प्रश्नार्थक मुद्रेनं त्याच्याकडे पाहिलं. म्हैब्या आपला स्वत:च, "वा:! इम्पाला हाय नुस्ती! मस्त हाय! मुरगाळावी तर असली काकडी मुरगाळावी! कराकरा खावी. न्हाईपक्षी जलमभर भरमचारी ऱ्हावं. काय डिफरन्सल हाय, काय बॉनेट काय, काय शो हाय! चेसबी दणकट हाय!"

डिफरन्सल म्हणजे नितंब, बॉनेट-शो म्हणजे वक्षस्थळं, चेहरा वगैरे आणि चेस म्हणजे देहयष्टी.. ही मोटार लायनीतील भाषा मनी नोंदवीत नारायणची नजरही त्या टोळक्यावरून फिरली.. क्षणभर. मग तो वैतागानं म्हणाला,

"साल्या म्हैब्या, लै खाज उठली आसल, तर 'मयेकर कालनी'त जाऊन भागवून घ्यावं, खरं अशी वाळ्ळी वटवट करून आपली क्रिडीट लूज करून घिऊ ने! आयला, मला काय लागलंय् नि ह्येला काय लागलंय्!"

"तुला कोण लागलंय्?" आपल्या या चावट विनोदावर म्हैब्या स्वत:च खदखदून हसला!

"आनि कोण लागायचं-नोकरीची साडेसातीच की!"

"काय सुक्काळीचा कुठंतर वरीसभर बेकार हिंडल्यागत बोलाय् लागलाय्! इत्की तुला नोकरीची साडेसाती लागाय कुटं बायकापोरं बोंबला लागल्यात्, का

एखांदी रांड डुश्या-दुगाण्या द्याय् लागलीया तुला? मिळाली तर केली नोकरी, न्हाईतर आपलं हे काम हायच की-स्टेपन्या करायचं! हे दोन हात जंवर मजबूत हाईत तंवर माणसानं कसली काळजी करायची! घसासा राबलं, पॉटभर खाल्लं नि ढुंगणाला हात पुसून टुमटुमीत -हायलं! कुनाच्या बाचं कर्ज काढाय् न्हाई न्हवं, मग झालं तर!''

''आता डायवर झाल्यावर परत मी ते स्टेपन्या करायचं काम केलं, तर सोबा दिसंल का?''

''आत्ता! बघा हे खेडमं कसं हाय! डायवर झालास म्हंजे मोटा बालीस्टरच लागून गेलास का न्हाईस! आता हे काम सोबा दिसंल, का ते काम दिसंल म्हणून चिंतागती व्हायला! बेट्या, कुटलंबी पडलं-सवरलं, अडपझडप काम करायला लाजू नये मान्सानं... अशी लाजल्यात ती पडल्याशिकल्याली मान्सं, आनि मग बेकारी वाढली, बेकारी वाढली म्हणून बोंबलत उपाशी हिडत्यात! आपुनसारख्या अंगठाछापं मान्सास्नी कसली लाज आलीया काम करायची? राबलं, खाल्लं, कोंचा सुकाळ्ळीचा ईचाराय् येणार हाय्, 'व्हय बा, तू उपाशी हाईस, चल खा चल, जेव चल...' आपुनची काळजी आपुनच घ्याय् पायजे. मी डायवरकीच करणार, स्टेपन्या करणार न्हाई, आरं-ह्येंच करणार, त्येंच करणार आसं जर कराय् लागलास, तर मतोर फुकापासरी मेलास! हाच्याला गेलास! काय म्हंतो?''

एवढ्यात टॅक्सीचा ड्रायव्हर अकबऱ्या कुठुनसा आला. पुढलं दार उघडून व्हीलवर बसत त्यानं विचारलं,

''कसली भंकस चाल्लीया, बेट्याहो! आज काय काम न्हाई वाटतं दोघास्नी!''

''व्हय्. निदान मला तरी न्हाई, ह्यो नाऱ्या तर कालच आलाय्...''

''कुटं उलथलातास रे नाऱ्या?'' अकबऱ्याची पृच्छा.

''गेलो तो डॉक्टर कर्णिकाची गाडी घेऊन... आठ दिवस देव देव केलं. दोन एक हजार मैल तुडवून आलो.''

''म्हंजे ड्रायव्हर झालास म्हणनास!'' निर्मळ कौतुकाचा सूर अकबऱ्याचा होता.

कुणीतरी घरच्यानंच आपल्या पाठीवर शाबासकीची थाप मारल्यासारखी नारायणला वाटलं. एकदम तो गहिवरून गेला. मग प्रयासानं म्हणाला,

''व्हय्.''

''कर्णिकाच्यात कायम -हायलास...?''

''कायम कुटलं, तेवढ्यापुरतंच टेंपरवारी हुतो...''

''म्हंजे आता 'खाली'च हैस?''

''व्हय्...''

''मग नोकरी करणार-ड्रायव्हरची?''

"करनार तर... अपुनला कुठंबी चार दिवस काढलं म्हंजे झालं! काय म्हैब्या?"

"व्हय् बा!"

"लायसन्‌बिनसन् काढलाईस न्हवं? का आपलं तसंच दाबात...?"

"तसं कसं हुईल? लायसन् काढलंय् तर! खरं नोकरी हाय कुठल्या गाडीवर...?"

"आता बसलाईस ह्याच की..."

तसं नारायणला कुणीतरी चप्पकन् चपराक मारल्यागत झालं! म्हंजे, ह्या शेंदडीच्यानं मघापास्नं आपली वाळ्ळी थट्टाच लावलीया तर...! च्यायला, काय माणसं असत्यात एक एक... नोकरी नसली म्हंजे काय माणूस रस्त्यावर पडतंय् व्हय्? कुनीबी यावं नि थट्टामस्करी करावी, टर उडवावी...?

नारायणचा चेहरा खर्रकन् उतरला! ते पाहून अकबऱ्या पिसाळला. आपण एवढं आगतीनं विचारलं, तरी ह्यो स्वट्टभैरी असा का? तो उखडला,

"आयला, आसं का जोड्यानं हाण्ल्यावानी त्वांड जालं तुजं?"

"हे जोड्यानं मारणं नव्हं तर आनि काय?" आणि आवाजात नाराजी प्रकट करीत नारायण म्हणाला, "उगंच आपली गरिबाची थट्टा करायची म्हंजे...!"

"इसकी माँकी इसकी! ह्यात थट्टा कसली रे साल्या!"

"मी ह्या गाडीवर ऱ्हायल्यावर तू काय कुठं मालं मागत जाणार...?"

"मालं मागत जायाला का गांड्या हाय मी, उंडगमल्लीच्या! मी ट्रकवर जाणार..."

"हेवी लायसन हाय्?"

"नसायला काय झालं?"

"बरं, ही नोकरी तरी का सोडतोस?"

"आपुनला परवडत न्हाई! साला, आठवड्याला खच्चून धा रुपय् पगार! सडेसोट माणूस असला, तर भागंल कसंतरी ह्यात. खरं पदरी चार पोरं नि बायकु असणाऱ्यानं काय करावं? ह्या गाडीच्या मालकाचं तर वागणं आसं की, 'पाईपला नि कॅनला मते द्या, खरं पगार मतोर धा रुपयेच घ्या!' म्हंजे काय- तर पेट्रोल ईका, परतीचं भाडं असलं तर येतावख्ती रिकाम्या गाडीत सीटा भरा, अशीच आनिबी 'खावडी' करा, खरं साल्यानुं पगारमतोर धाच रुपये घ्या! तवा, ही सुक्की झिगझिग सांगितलीया कुणी? बोडल्याल्यात बोडत बसायचं काम हे. त्यापेक्षा सालं ट्रकवर निर्मळ असतंय. बॉम्बे-बंगलोर फिरणाऱ्या ट्रकवर ऱ्हायाचं. पगार, भत्ता, ईंट्रीमधनं वाचल्यालं पैसे मिळून हजाराच्या घरात मिळगत पडतीय्. आनि लाइनवर सीटा घावत्यात. त्या घ्यायच्या ट्रकात. त्येची प्राफीट हुती ती न्यारीच! तवा म्हनलं, जावं ट्रकावर!"

"ते खरं बा... पन डायवर नेमायची काळजी मालकाला का तुला?"

“मालकाला कुठली असायला! त्यो रांडचा म्हंतोय्-दुसरा डायवर गाठ घालून दे नि मग जा! मला तसंचबी जाता येतंय् नोकरी सोडून. मी काय त्येच्या बाचं लगनाच्या बोलीनं पैसे काडलो न्हाई खरं... पर तसं वागणं गलत हुतंय्! ह्या मोसमाच्या टाईमात आशी बिनडायवरची गाडी सोडून जाणं बरं दिसत न्हाई! अखीर, त्येच्या नोकरीवर तर आपुन काही दिवस तरी जगल्यालं असतोय, त्येचं मीठ खाल्ल्यालं असतोय्. तोबा तोबा, आपल्या हातनं तरी तसं काय वंगाळ काम व्हायचं न्हाई! तुज्या मनातच जर ऱ्हायाचं नसंल ह्या गाडीवर, तर तसं सांग! येवार असावा त्यो खुलम्खुल्ला... का बे... म्हैब्या?”

“व्हय्. बराबर हाय् - एकदम राईट-करेक्ट!”

“हां तर. आनि हे बग नाऱ्या, उगंच बोलून गाबना करणारा मी न्हवं! आळंबळं घोड्यावर बशीवण्यात काय मतलब हाय कुनाला?”

“आसं जर आसंल तर मी ऱ्हातो की!” नारायण काहीशा उत्तेजित स्वरात म्हणाला, “खरं, पयल्या झूट्ट वट्टात सांगायचा हुतास हे सारं! मगाधरनं बोलून बोलून फेस पाडलास की आमचा!” आणि तो मोकळेपणी हासला.

“साल्या..., सोलल्याली केळं खातोस का, सोलल्याली केळं?” उपरोधी स्वरात अकबरनं पृच्छा केली. मग म्हटलं, “ह्या गोष्टीवर आता च्या बोल!”

“च्याच का नुस्ता? आनि लागंल ते खाकी, खरं पैला काम तर हुंदे की माजं...”

“साल्या, तुला काय वाटतंय्-अजूनबी ह्यो भंपच मारतोय्?”

आपल्यावर अजूनीही अविश्वासच दाखविला जात आहे, हे पाहताच अकबऱ्याला वैतागच आला!

“तसं नव्हं, तसं नव्हं...” सावरून सांभाळून घेण्यासाठी नारायण म्हणाला-- गडबडीनं.

“नवं नि जुनं ऱ्हावू दे-- च्या बोल पेला, च्या बोल!”

“खायलाबी मागवू काय तरी...?”

“नको! ती वसुली मागनं आनिक एक डाव वसूल करीन. आताच्या टैमाला च्या तर मागीव...”

“जा रे म्हैब्या, च्या सांगून ये जा तीन-पेशल!”

“मी का गडी-बाचा तुज्या! तूच सांगन ये जा की!”

“मग साल्या, दोस्तानी कसली आपली...”

“बरं बेट्या, जातो घे! तू मतोर जागा धरूनच बस-गरवार बाईगत!” आणि म्हैब्या ‘जॉली’कडे चालू लागला...

गाव महाराष्ट्र व कर्नाटक यांच्या सीमेवर. म्हणून साऱ्या प्रायव्हेट टॅक्शीज होत्या. भाडं घेऊन ऑल इंडियात कुठेही फिरा, कोण विचारणार? आणि म्हणून या धंद्याला पोलिस लोकांचा खालीपिली त्रास होता. गावात सिटी व रुरल अशी दोन पोलिस स्टेशनं होती. या दोन्ही स्टेशनांना प्रत्येक टॅक्शीवाल्याला महिन्यातून एक-दोन वेळा गाडी द्यावी लागे. ह्यालाच 'बिट्टी' म्हणत.

अशा बिट्टीची पाळी आपणावर आली, की प्रत्येक टॅक्शीवाला ती चुकविण्याचा प्रयत्न करीत असे. गाडीच बरोबर चालंना, वादं काढाय् लागलीय, काम करून घ्यायला पायजे, आज मेस्त्रीच्यात न्हेवून खोलावी म्हणत होतो, वगैरे वगैरे सांगत राही. पण ह्या तक्रारीला पोलिस लोक पुरून उरत. शेवटी कुरकुरत का असेना, झक्कत टॅक्शी घेऊन जावंच लागे...

नारायणलाही असंच एकदा बिट्टीला नेलं. खेड्यापाड्यावर गाडी फिरवायला लावून दुपारपर्यंत तंगविलं. तो फेसलटून गेला. चिडला. वैतागला. गाडीत फौजदार, हवालदार व दोन पोलिस. रस्ता आडमार्गी. एसृटीची चाकं कधीच फिरली नाहीत असा. आता ह्या साल्यांना कसा हिसका दाखवावा..? नारायण विचार करू लागला... गाड्या काय ह्यांच्या बाच्या? कुठंही घेऊन चला! च्यायला, वाळ्ळी पनोती साली! जाताजाता त्यानं मग गच्चदिशी ब्रेक दाबून एक गचका दिला... गाडी धुडकत, गचके देत वावभर गेली. लिव्हरवरला पाय काढला. गाडी स्लो राहिली. मग ती एकदम दाबली. तशी गाडी बंद पडली... ही गाडीची खोड त्याला माहीत होती. कार्बोटरमधील झेड्ची व्होलं चाळी झाल्यानं गुंडाण् मेस्त्रीनं त्यात तारा घातल्या होत्या. करेक्ट पेट्रोल ॲव्हरेज पडण्यासाठी. त्यामुळे गाडीची पेट्रोल लिव्हर दाबताना ती हळूहळू दाबावी लागे. मगच गाडी रेस होई. लिव्हर एकदम दाबली, तर झेडमधील तारामुळे एकदम पुरेसा पेट्रोलचा पुरवठा न झाल्यानं इंजनचं नरडं दाबल्यागत होई. आणि गाडी बंद पडत असे... म्हणून ही ट्रिक लढवून त्यानं गाडी बंद पाडली.

"नॉव निन् हाडी, काय झालं गाडीला आनि मदीच?" फौजदार गोळीबंद आवाजात बोलला.

"बघतो, काय झालं," म्हणून नारायणनं बॉनेटचा चोक ओढला व खाली उतरून बॉनेट उघडलं. 'आयला, काय झालं एकाएकीच' असं आतल्यांना ऐकू जाईल असं पुटपुटत, डेल्को कॅपमध्ये घुसलेली कॉईलची वायर त्यानं हळूच मागे ओढून बाहेर काढली. मग थोडं इकडेतिकडे असे हात घुसविले. वैतागून गाडीला शिव्या दिल्याचं नाटक करीत बॉनेट झाकून गाडीत येऊन बसला नि दार बंद करून घेत स्वत:शीच बोलल्यागत पुटपुटला,

"मारी मी ह्येच्या, कुटं काय झालं न्हाई, सवरलं न्हाई, असं एकाएकी बंद

पडाय् काय झालंय् गाडीला...!''

आणि त्यानं स्विच् देऊन परत दोन-तीन वेळा स्टार्टर दाबला. काईल वायर काढल्यानं अर्थात् आता तर गाडी चालू झाली नाहीच. इतकं सारं केल्यावर नारायणनं आपल्या चेहऱ्यावरील निराशा, उद्वेग, दु:ख यांची संमिश्र छटा आणखीन गडद केली...

इतकं सारं झाल्यावर गाडीतील फौजदार, हवालदार आणि कंपनीचे चेहरे रंजीस झाले. केविलवाणे नि फोटोलायकही. यल्लाप्पा हवालदाराच्या चेहऱ्यावर तर राऊंडवर घेतल्या गेलेल्या नि भरमाप्पाचा प्रसाद खाऊन मऊ झालेल्या गुन्हेगाराच्या चेहऱ्यावरील भाव आला. गयावया करीत तो म्हणू लागला,

''बघ बाबा, चालू कर कशी तरी! निदान पुढच्या एसटी तिठठ्यापर्यंत तरी सोड आम्हास्नी...!''

हे बोलणं ऐकून नारायणला मनोमनी गुदगुल्या होऊ लागल्या... तंगवू या साल्यास्नी असंच. तिठठ्यापर्यंत बोंबलत जावू द्यात उंडगमल्लीचं...

गाडग्यात खडं घालून हलवावं, तशा आवाजात कन्नडमध्ये फौजदारही शिव्या घालू लागला. त्या जशा गाडीला होत्या, तशा ड्रायव्हर, हवालदार, पोलिस नि स्वत:लासुद्धा होत्या!

मग नारायण स्वत:शी बोलल्यागत, तरीही सर्वांना ऐकू जाईलशा आवाजात म्हणाला,

''आयला, गाडी अशी सतवाय् लागल्यावर डायवरनं तर काय करायचं. का भोत्याभोर फेऱ्या मारत बोंब मारायची? तरी मी म्हणत हुतो सायेब, गाडीचं काम करून घ्यायचं...''

''ते झाल्यालं झालं, पुढं काय...''

''पुढं काय आणि..'' फौजदार उसळला, ''आता प्रथम तिठ्ठा गाठायचं बघा! एस्टी तरी तिथं गाठता येईल. इथं बसून काही आपणासाठी एस्टी येणार नाही.''

सारी खाकी बुजागावणी खाली उतरली.

''तू काय करणार रे आता?'' फौजदारानं नारायणला विचारलं.

''बघणार थोडी खटपट करून, चालू झाली तर बरंच. मग आलोच पाठोपाठ तुमच्या. नाही तर मग मेस्त्रीला आनायची पाळी हाय बघा!''

''बरं, बघ जमेल तसं, चलतो आम्ही पुढं!''

आणि मग सारी बुजगावणी त्या उन्हात तळत, तंगत तिठ्ठा जवळ करू लागली...

ती बरीच दूर गेल्यावर नारायणनं डॅशबोर्डमधील बॉक्स उघडली. सकाळी निघताना 'जॉली'तून बांधून घेतलेली चपाती-भाजी-भजीची कागदात लपेटलेली

सुरळी काढली. फर्लांग-दीड फर्लांगावर एक मळा दिसत होता. तेव्हा तेथे विहीर असलीच पाहिजे, म्हणत तो तेथे गेला. विहिराच्या धावेवर आम्रवृक्षाच्या बर्फाळ थंडगार सावलीत बसून त्यानं सारं चापलं. काळ्याकभिन्न कपारीतून पाझरलेलं विहिरीतील ते चवदार पाणी पोटभर पिऊन तो बाहेर आला. एक सिगार शिलगावून गाडीजवळ आला, नि मागच्या माडीवर बिनघारी दिली ताणून. जागा झाला तो संध्याकाळीच. मग कॉईलची वायर बसविली, गाडी स्टॅार्ट केली आणि गावाकडे येऊ लागला.

७

या धंद्यात उधारीही फार चालायची. एखाद्या गावाला जायला माणसांजवळ पैसे नसले की ती टॅक्शी करीत. कारण टॅक्शीवाला उधार राहतो, तसा एस्‌टीवाला राहत नाही! पायतानं झिजवत छप्पन वेळा टॅक्शीवाला आता तरी त्याला तितक्याच वेळा टोलविता येतंय, बिनपैशाचं गावं करून येता येतंय्. पैसे काय सवडीनं केव्हाही दिले वा बुडविले म्हणजे झालं! गावात चाळीसवर टॅक्श्या असल्यामुळे फार ताणूनही चालत नव्हतं. उधार का असेना, पण भाडं करावंच लागतं. नाही केलं तर दुसरा करण्यास तयार असे... हे असलं येडताक सगळं. हे समजलं तसतसा नारायणचा उत्साह कमी कमी होत होता. निदान या गावात तरी टॅक्शी-धंद्यात काय राम राहिलेला नाही, असं हल्ली त्याला वाटू लागलं होतं... रिपोर्ट बरोबर होत नाही, वेळच्या वेळी उधारी वसूल होत नाही, म्हणून गाडीमालकाचं सारखं टुमणं मागं लागलेलं असायचंच... आणि उधारीपैकी पंधरांतील दहा कुळं तरी अशी नामांकित असायची, की टायर लिव्हरनं एकेकांची डोकी सडकावीत असा राग नारायणला यायचा... उधारी मागायला गेलं, की यांचे वायदे ऐकावेत. आज ये, उद्या ये, परवा ये असं बोलणं आणि 'अरे-जारे' सारखं बामणी औलादीचं बोलणं! रिकामी तिजोरी नि चार तक्के ठेवलं की यांचं दुकान तयार झालं... पेढी तयार झाली...

अशाच विमनस्क अवस्थेत नारायण आपल्या गाडीत बसून होता-भाड्याची प्रतीक्षा करीत. पलीकडे उभ्या असलेल्या कारमध्ये मकबूल, मारुत्या नि शिवाप्पा हे ड्रायव्हर गप्पा हाणीत बसले होते. नारायण एकटाच पैसपरभारी असलेला पाहून मकबूलनं पुकारलं,

"अबे नाऱ्या, आ तो रे इधर. ऐसा क्यों खुडुक कोंबडीगत बसलाईस? आबे, आ."

मग नारायणला उठावंच लागलं. मनाविरुद्ध तो मकबूलच्या गाडीत जाऊन

बसला... सारी 'कुट' खात बसली होती. गैरहजर असलेल्यांची व त्यांच्या गाडींची मापं काढीत. कुचाळक्या करीत. मालक लोकांच्या खत्रूड स्वभावावरही मर्मभेदक शब्दांत चर्चाही चालूच होती... अर्थात असलं काही नारायणाला आवडायचं नाही. ज्याचं खावं मीठ त्याचं काम करावं नीट, असं तो म्हणायचा. ड्रायव्हरकीला न शोभणाऱ्या असल्या या स्वभावामुळे नारायण म्हणजे एक थट्टेचाच विषय होऊ पाहत होता हल्ली स्टँडवर.

शिवाप्पा हा एक जुना, मुरलेला ड्रायव्हर होता. सर्व्हिस गाड्या चालू होत्या. त्यावेळेपासून या धंद्यात तो होता. त्याच्या बोलण्यात नेहमी 'मी' नि 'मी'च असायचं! 'मी यँव केलं, मी तँव केलं' असंच नेहमी... स्वत:च्या ड्रायव्हिंगची बढाई मारत, ही आजकाल गाड्या चालवाय शिकलेली पोरं काय ड्रायव्हिंग करत्यात- या निष्कर्षावर तो येत असे... आताही त्यानं हीच रेकॉर्ड लावली होती... हे नेहमीचंच असल्यानं साऱ्यांना उबग येत होता... पण त्याच्या वयाकडं पाहून गप्प बसणं भाग पडायचं... नारायणचं डोकं मात्र आता भडकलं! आयला, रोज रोज याची ही वटवट कोण ऐकणार! मुकाटवानी ऐकून घ्याया ह्येच्या बाची मिंदी हैत का सगळी? साल्याचा नांगा जरा ढिला करावा; म्हणून तो जरा चढत्या आवाजात म्हणाला,

"हे बघा शिवाप्पान्ना, वाळ्ळी बढाई कशाला मारतासा, एकदा हून जाऊ दे झनापनी! ड्राव्हींग लै चांगलं हाय न्हवं तुमचं; मग लावा तर शर्त...! लावतासा?"

शिवाप्पाला असं आजवर कुणीही अडविलं नव्हतं, की दंड थोपटून उभं राहिल्यागत आव्हानात्मक बोलणं केलं नव्हतं... नारायणाचं हे बोलणं ऐकून तो एकदम आवाक झाला... आता माघार घ्यावं तर आपलीच नापत, नामुष्की! म्हणून आवाजात चंद्रबळ आणून तो म्हणाला,

"आता शर्त खेळाय् तुझी-माझी संगत का काय? शर्त खेळायची तर जोडीला जोड असावी... आनि तू तर काल पर्वाचं प्वार, व्हट पिळलं तर दूध निघंल!"

"दूध निघू दे. व्हाव तर ताक निघू दे; शर्त कबूल हाय का बोला पैला?" मारुत्यानं सवाल टाकला.

"तुम्हीबी कशाला कोळसा वडतासा आण्णा, 'हूं' म्हणून टाका की; आनमान कायको करतै?" मकबूलनं टेकू दिला.

तसा मंडळींना इच्छित असलेला परिणाम झाला. अण्णा खवळला. म्हणाला,

"आनमान कश्यासाटनं करतोय्... गांड्या हाय का हातात कांकणं भरलोय्? हून जाऊ देकी, कवा लावायची शर्त बोला!"

"लावूया की उद्याच!" आणि नारायण म्हणाला, "कितीची पैज लावता बोला!"

"रुपय पाचची शर्त! त्यापुढं जायची कुवत आपली तरी न्हाई गड्याहो!"

"पाच तर पाच; पैशाचं काय तसं न्हाई; खरं शर्त व्हायला पायजे एकदा; काय नाऱ्या?"

"व्हय् बा! खरं, कुठपर्यंत जाऊन याचं, तेबी ठरवा आताच!"

"जोगाईचा घाट चढून याचा. मांगगारड्याचा माळापास्नं जोगाई तिठ्यापतोर जाऊन याचं... काय म्हंतो!"

"ठरलं, कबूल! पन स्टँडभर कुणी बोंब मारू नकोसा; ही गोष्ट आपापसातच राहू दे, काय?"

"बरं, बरं!"

दुसरा दिवस. गावापासून दोन फर्लांगावर मांगगारड्यांचा माळ. वस्ती या लोकांचीच, म्हणून हे नाव पडलेलं. माळावरून उत्तरेकडे गेलेला पुना-बंगलोर रोड. माळापासून तीन मैलांवर जोगाईचा डोंगर. घाटातला अडीच मैल रस्ता डांबरी; आणि घाटमाथ्यावर जोगाई-जिठ्ठा. साडेपाच मैलांचं एकूण अंतर...

नारायणनं आपली टॅक्शी माळावर आणली, तेव्हा तो चकितच झाला. शर्यतीबद्दल साऱ्या स्टँडवर साद दिल्यागत सारी हजर! टॅक्शी ड्रायव्हर्स, क्लीनर्स, स्टेपन्या करणारी पोरं, 'जॉली'चा मालक, पानपट्टीवाला, व्हल्कनायझिंगच्या दुकानातला वेल्डर, समेरचा परीट, सायकल दुकानवाला सारी... सारी... स्टँडवरल्या तीन-चार टॅक्शातून हे सारं 'मटेरिअल' आलं होतं. उत्सुकतेनं, अपेक्षेनं, हौसेनंही! कोण जिंकणार...?

नारायण मात्र अंत्राळी चाट! अवाक्! आयला ही गावभर बोंब कुणी केली? मारुत्या, मकबूल की खुद्द शिवाप्पाण्णा? काहीच निर्णय होत नव्हता... त्या गर्दीनं मनोमनी तो तर दडपूनच गेला! ही शर्यत जिंकलीच पाहिजे आपण... काहीही होऊ दे, पण हार खाऊन उपयोगाचं नाही... ह्या मोटार लायनीत नुकतेच पडलोय् आपण तेव्हा सुरवातीसच नाक कापून घ्यायचं नको... मग स्टँडवर आपणाला तोंडही काढणं... छे: छे: जिंकायलाच पाहिजे...

गाडी उभी करून तो खाली उतरताच साऱ्यांनी त्याला यरगटून घेतलं.

"नाऱ्या कसली रे ही शर्त तुमची? शिवाप्पाण्या कुठाय् अजून?"

"आता मला काय म्हाईत, ईल की एवढ्यात..."

"तिठ्ठ्यावर माणूस तर मघाच पाठविला ट्रकातनं..."

"अण्णा येतोय् वाटतं बघा, हार्न ऐकू या लागलाय्!"

अण्णाच्या गाडीच्या 'लुकास' हॉर्नचा तो विशिष्ट आवाज ऐकू येऊ लागला होता. हॉर्न वेशीत वाजला तरी स्टँडवर ऐकू येई. लोक म्हणत, 'अण्णाची गाडी

आली हं!' गावातल्या एकाही गाडीला इतके चांगले हॉर्न नव्हते. अण्णाच्या गाडीचा तेगारा, तोरा केवळ हा हॉर्नवरच नव्हता, तर त्यानं गाडीही तशी ए-वन् कंडिशन ठेवलेली होती. अट्ठेचाळीस मॉडेलची ती शोव्हरलेट कार चालू केली, की इंजिन चालू आहे, की बंद असा भ्रम पडावा, अशी स्लो राही; अन् गाडी पळू लागली, की दारातून भणाणा येणारा वाऱ्याचा आवाज फक्त कानात घोंघावत राही. कुठं दार वाजायचं नाही. कुठं मडगार्ड धडधड करायचं नाही, की कुठं काचा खडखडायच्या नाहीत. फियाट, ॲम्बेसडर, स्टँडर्ड कार झक माराव्यात तिच्यापुढे, अशी ती गाडी होती आणि एक बायकोला तरी माणूस काय जपतंय्, असा अण्णा त्या गाडीला जपे. बघावं तेव्हा धुऊन, पुसून पॉलिस केल्यागत झळझळीत गाडी. बॉनेट उघडून इंजिनाकडे बघितलं तर एक सर्व्हिसिंग करून यावं, तसं स्वच्छ इंजिन... एकटाकी हजार पंधराशे मैल तुडवून आलं तरी 'कुच' करणार नाही, असं गाडीचं कंडिशन आणि गावात हीच एक अशी टॅक्शी होती, की रामेश्वरपासून दिल्ली-भाक्रा नानगलपर्यंत नि कच्छ-काठेवाडपासून कलकत्त्यापर्यंतची अनेक भाडी हिनं कुडीपली होती. लांबचं भाडं असलं की, लोक डोळं झाकून अण्णाची गाडी ठरवीत. विनात्रास, विनातक्रार प्रवास करण्याची गॅरंटी याच गाडीमुळं मिळे... अशी ही गाडी आपल्याकडे असावी, अशा इच्छेनं अनेक गिऱ्हाईकं येऊन गेली. अकरा हजार-पर्यंतही मागणं करून गेली. अट्ठेचाळीस मॉडेलला अकरा हजार म्हणजे स्वप्नातही न येणारी किंमत! पण अण्णाची गाडीवर तशी श्रद्धाच असल्यानं प्रत्येक वेळी तो गिऱ्हाइकाला कोलवून लावी. विकायचीच नाही म्हणे!

अण्णाची गाडी येऊन उभी राहिली; अन् वयाला शोभेशा धीमेपणे तो खाली उतरला... कुस्ती ठरल्यावर एखाद्या पैलवानाला जी हुरहुर वाटावी, तशी जणू त्याला वाटतच नव्हती... शर्त जिंकल्यावर व्हावा, तसा समाधानी व जादा आनंदीच वाटण्यासारखा त्याचा चेहरा... खाली उतरल्यावर समोरच्या एकदोघांची त्यानं औपचारिक पृच्छा केली. मग विडी ओढत एका बाजूस उभा राहिला...

सार्वजनिक कार्य करण्यात नेहमीच मनस्वी रुची घेणारे अनेक असतात. अशापैकीच 'जॉली'चा मालक वसंतराव होता. आता या शर्यतीची सूत्रंही आपोआप त्याच्या हवाली आली. त्यानं उजव्या हातानं चुटकी वाजवीत नारायण व अण्णाकडे पाहत विचारलं,

"हं, काय बाबांनो-चालू करायची ना आता?"

"करा की. आमची कुटं हयगय हाय!" नारायण.

तसा अण्णा म्हणाला, "खरं तिठ्ठ्यावर कोण तरी माणूस नको काय पुढं जायाला?"

"गेलाय् तर. मघाच बंगलोरला चाललेल्या जी. एस्. टी.च्या ट्रकमधनं

म्हैब्याला लावून दिलंय. त्येच्या हातात भगवं निशाण हाय. तिथं पैला पोचंल त्यानं ते घिऊन याचं, काय?''

''बरं तर.''

आणि नारायण व अण्णा आपापल्या गाडीत बसले... तसा वसंतराव म्हणाला,

''गाड्या सुरू करा आपापल्या! माझ्या हातातल्या रुमाल तिसऱ्यांदा हलंल, तवाच गाड्या उठवायच्या जागेवरनं, काय?''

दोघांनी आपापल्या गाड्या सुरू केल्या... वसंतरावच्या हातातला रुमाल हलू लागला, तेव्हाच नारायणनं फस्ट गेअर घालून, डाव्या पायानं क्लच दाबून धरला... एक... दोन... तीन... तिसऱ्यांदा रुमाल हलविताच नारायणनं पेट्रोल लिव्हरवरचा पाय वाढवून क्लच सोडला... पण गाडीचं पुढचं चाक कशाला तरी तटलं होतं; म्हणून गाडी त्या स्लो स्पीडला पुढे गेली नाही... चायला, कोंच्या गतकाळीच्यानं पुढल्या चाकाला दगड लावला का काय? की मघा उतरताना आपणच लावला होता? विचार करीत त्यानं लिव्हरवरचा पाय आणखीन दाबला! अन् उशी खाऊन पुढल्या दगडावरनं चाक वेगानं पुढं झेप घेतलं... पण हा वेळपर्यंत अण्णाची शोव्हरलेट कासरा दीड कासरा पुढे निघून गेली होती! खर्रकन् नारायणचा चेहरा उतरून गेला... 'हत् तेरे की-' मागच्या बघ्यातील काहींनी शिवीच्या चालीत म्हटलेलं हे बोलणं ओझरतं कानांवर पडलं नि कढत शिश्याचा रस ओतल्यागत झालं!

आणि नारायण लिव्हरवरचा पाय वाढवीत राहिला. एक बाण सुटावा तशी गाडी पळू लागली. वेगानं, सुसाट... पुढील गाडी जवळ जवळ येऊ लागली. जवळ जवळ अंतर कटत गेलं. कमी कमी होत गेलं.

पुना-बंगलोर रोडवरची ही शर्यत... रोड नेहमीसारखाच रहदारीनं गजबजलेला... अन् ट्रक्स व कार्स जातयेत असलेल्या... तुफान वेगानं पळणाऱ्या या गाड्या पाहून प्रत्येकजण आपोआप डांबरी रोडवरून खाली गाडी घेऊन साईड देत होता... ह्या अशा का पळताहेत, हे एक कोडंच सर्वांना! एखादा पोलिस-पाठलाग असेल, अशीही कल्पना! यामुळे शर्यतीच्या या दोन गाड्यांना रहदारीचा अडथळा अभावानंच जाणवत होता...

नारायण आता अण्णाला येऊन भिडला होता. त्याची साईड मारून पुढे जाऊ पाहत होता; पण अण्णा साईड द्यायला तयार नव्हता! आता काय करावं? ह्यो रांडंचा असाच आपणाला फापलत ठेवणार नि आपण पुढे सटकणार. हे असंच चाललं तर अण्णा बाजी मारणार हे नक्कीच! आणि असं काही घडलं तर साऱ्या स्टँडभर आपली नामुष्की, बदनामी व्हायची! सरळ त्याच्या गाडीवर आपली गाडी चढवावी, असा आगडोंब नारायणच्या मस्तकात उसळला.

एवढ्यात अण्णानं गाडी डांबरी रोडवरून खाली घेतली. तसं त्यास वाटलं, आता घुसावं पुढे, म्हणून त्यानं पेट्रोल लिव्हरवरचा पाय दाबला नि पुढे पाहतोय, तो पुढून एक अजस्त्र लेलँड ट्रकचं धूड येत होतं! तसाच तो पुढे घुसता, तर लेलँडशी टक्कर होऊन बुक्का उडाला असता. म्हणजे अण्णानं लेलँडसाठी गाडी खाली घेतली होती तर!

एकदम ब्रेक दाबून त्यानं गाडी आवरली नि गेअर चेंज करून परत समोरच्या शोव्हरलेटमागे घेतली. लेलँड निघून गेल्यावर परत अण्णा गाडी रोडवर घेत होता. एक क्षण. एक क्षणच समोरचा रस्ता मोकळा होता. तो दवडला असता तर पुन्हा अशी संधी मिळालीही नसती. हाताशी आलेला विजय हुकला असता. पण नारायणनं हा क्षण चटकन टिपला. डांबरी रस्त्यावर येऊन अण्णा परत रस्ता आडवायच्या आत त्यानं सुसाट वेगानं गाडी पुढं घुसवली. तो साईडनं पुढं निघून जात असताना अण्णाही आपल्या ड्रायव्हिंग कौशल्याची शिकस्त पणाला लावून सुसाट वेगाची कमाल मर्यादा गाठण्याचा प्रयत्न करत होताच! काही वेळ त्या दोन्ही गाड्या एकमेकींची सोबत केल्यागत भरधाव दौडत होत्या. वन-वे ट्रॅफिकच्या लायकीचा तो पुना-बंगलोर रोड दुथडी वाहणाऱ्या नदीसारखा या दोन गाड्यांनी भरलेला दिसत होता. कोणच कुणाला आटपत नव्हतं. दोन्ही गाड्या ए वन् कंडिशनच्या. हवेतनं एखादं विमान जावं किंवा पाण्यातून एखादी स्टीमर जावी, तशी जाणाऱ्या! खाचखळग्याचा कसाही रस्ता असू द्या, पण आतल्या माणसाच्या पोटातील पाणीही हलणार नाही, अशा! एक फूल झेलून घ्यावं, तशा अलगद. आच्युती माणसाला झेलून नेणाऱ्या!

मैलभर अशीच वेगाची नशा चढली. पण फर्लांगभर अंतरावर पुढे एक पूल दिसत होता. त्यावरून अरुंद होऊन रस्ता पुढे निघून गेला होता. फक्त एका वेळी एकच कार जाऊ शकली असती त्यावरून. आता...? दोघांनाही विचार पडला. अण्णाला वाटलं-हा बेटा उसळत्या रक्ताचा. डोस्कं भडकलंय त्याचं शर्यतीनं. एखादवेळी हा तसाच दामटायचा गाडी नि हाकनाक दोघांच्या गाडीची नुकसानी व्हायची. तसं झालं तर त्याच्या बाचं काय जाणार हाय? गाडी का त्याच्या मालकीची हाय? नुकसान झाली तर गाडीच्या मालकाची होईल. ह्यो आपल्या काखा वर करून मोकळा व्हायचा! पण आपली गाडी मात्र स्वत:ची हाय. काय झालं तर, आपुनालाच निस्तरायची पाळी! जाऊ दे फुडं त्योच. तूच मोठा हो बाबा, म्हणून ह्यावेळी गप्प बसणंच फायद्याचं!

आणि नारायण पुलावरून पुढे सटकला. अर्थात, शर्यत त्यानंच जिंकली. पण...

पण संध्याकाळी मालकाला दिवसभरचा रिपोर्ट द्यायला तो गेला, तेव्हा

मालकानं त्या रिपोर्टातली दहाची नोट त्याच्यापुढे सरकावीत म्हटलं,

"हे घे तुझा पगार, आणि किल्ल्या आण बघू हिकडं!"

हे कोड्यातील बोलणं नारायणला उलगडलं नाही. त्यानं प्रश्नार्थक दृष्टीनं मालकाकडे पाहिलं...

तसा मालक म्हणाला, "मी गाडी ठेवलीया ती टॅक्सी धंद्याला, शर्यत खेळायला न्हवं!"

आणि यावर नारायणनं चुपचाप खिशातून किल्ल्या काढून मालकाच्या स्वाधीन केल्या नि बाहेर पडला. मालकाचा मितभाषीपणा त्याला झोंबला. फाडफाड तो बोलला असता किंवा एक चपराक ठेवून दिली असती तर एकवेळ परवडलं असतं. कारण चुकी आपलीच होती. तेव्हा ती निस्तराय हवीच होती. पण त्यानं असं का वागावं? वागला तर वागला गतकाळीचा. उडत गेला त्योबी नि त्येची नोकरीबी!

ह्या विचारानं नारायणला किती मोकळं वाटू लागलं. मुक्तही. चला, सुटली ही नोकरी. आता आपण दुसरी नोकरी बघायची. मिळाली आपलं नशीब, नाही मिळाली तरीही आपलंच नशीब! आपला पयलचा बिन भांडवली-स्टेपनी करायचा धंदा कुणी काढून घ्याय न्हाई न्हवं! मग झालं तर! हे दोन हात घट्ट असूपर्यंत कसलं भ्या!

ती रात्र अशीच संपली. थोडी बेचैनी वाटली; पण मग झोपही झक्क लागली... दुसरा दिवस उजाडला नि तो मात्र खायला उठला. पाठीवरचं जडलादा असं एक ओझं उतरल्यागत मोकळं मोकळं वाटत होतं; पण तितकंस करमतही नव्हतं हेही खरं होतं आणि तेही... माणूस कामात कुठं नाही कुठं तरी गुंतून असला म्हणजे एक बरं असतंय्; पण अशा ह्या रिकाम्यारानी काय नाही नाही ते मनात यायला लागतंय्!

कुठं इसाक बागवानाच्या दुकानापुढं टेक, कुठं बाबू पानवाल्याच्या बाकड्यावर बैस, कुठं कुणाच्या टॅक्शीत बसून ड्रायव्हर लोकांशी भंकस कर-अशी नि अशीच दुपार झाली. आता जेवून यावं म्हणून नारायण निघणार होता; आणि निरोप आला पारूमावशीकडून, दादू पैलवानच्या बायकोकडून, 'भेटून जा म्हणावं' असा.

नारायणला विचार पडला. का? कशासाठनं मावशीनं बलीवलंय्? कधीच नाही नि आजच...? काही कळेना! रिकामाच होता तो सकाळपासून, अन् आजचा उरलेला दिवसही असाच फाफलत जाणार असल्यानं असेल, तो निघाला... रस्त्यानं जाताना मनात येऊ लागलं-दादू वारल्यापास्नं आपण तिथं जाण्याचं बंद केलंय् ते आतापर्यंत... तसं काहीच समजलं नाही तिथलं... दादूच्या मागं पारूमावशीचं कसं चाललं असेल? खानावळ आपल्या दाल्ल्यागत चिवटपणे तिनं चालविली

असेल? निभावली असेल तिला ती सारी उसाभर? का बंद पडली असेल खानावळ? ह्या गावात राहून रोज तिथनंच जाऊन येऊन आपणास ठाऊक असू नये, हे एक अजबच म्हणायचं! आणि तिची ती पोरंबाळं-तारी, हिरी, किस्नी, बाळाबाई; ह्यांचं कसं काय? मोठ्या आगतीनं आपल्या ताटात कोरतुकडा टाकणारी हिरी... ती... तिचं..?

एवढ्यात खानावळ आली अन् विचारांची साखळी तिथंच तुटली... त्यानं आत प्रवेश केला... सारी अवकळा आलेली... एखाद्या कुटुंबाभोवती दारिद्र्याचे पाश आवळले जात असताना जशी पडझड दिसेल, तसं न् तसलंच दृश्य... एका क्षणात... एका क्षणात नारायणचं काळीज हलून गेलं... आपल्याकडे पैसे असले-नसले तरीही त्या माणसांनी आपल्याला एकेकाळी जेवायला दिलंय्. निदान इतकी माणुसकी तरी कुठली आलीय् ह्या जमान्यात? पैले पैसे टाका नि मग फुढं व्हा-म्हणायचं दिवस ते... अशा टायमाला ही माणसं आपल्या उपेगी पडली नि आता ह्येंच्यावर कसला प्रसंग आलाय्. कसलं दिवस आल्यात हे... मन काळवंडून गेलं... पावलं कशी तरी स्वयंपाकघरापर्यंत पडली... त्याची आहट कानांवर पडताच मावशीनं मान वर उचलून नजर टाकली- नारायण येत असलेला! आपसुक डोळे भरून आले अन् शब्द बाहेर पडले-

“ये बाबा, नारायणा... मावशीला ईसरूनच गेलास की रे बाबा...?”

“न्हाई मावशी, ईसरीन कसा...? काय हुतं-पोटासाठी तंग्याडावं लागतं नि मग आपल्या माणसास्नी भेटावं म्हटलं तर सवडच होत नाही बघ!”

“माणसाचं बरं चालल्यालं असलं, की सगळी आसपास घोटाळल्यात बाबा! खरं, एकदा दिवस फिरलं, की माणसंबी फिरत्यात. कोण जवळ-सुदिक येत नाही...”

“मावशी, मी त्यातला न्हवं... मीबी लै सोसलंय्, सहन केलंय् ... मला समजतंय् सारं... जसं दिवस येतील तशी पाठ फिरवायची... दुसरं काय असतंय् आपल्या हातात...?”

बाहेरच्या ऊनातून आत आल्यानं सारा काळोखच दिसत होता... पण आता दृष्टी नितळ झाली... स्पष्टसं दिसू लागलं... मावशी फारच थकलेली, रोडावलेली... अंधारात पाल वावरावी तशा वावरणाऱ्या पोरी... तारी, हिरी परकरपोलक्यावरच दिसत होत्या... त्यांना नेसाय् पातळे नाहीत...? अंधाराच्या पडद्याआड आपली लाज सावरीत त्या वावरत आहेत...? कोणतं खरं... काय खरं...?

“तसंच तर चालीवलंय्... मी बाईमाणूस-कुठंवर पुरुटी पडणार...? खानावळ चालवायची खटपटबी केली... खरं चालंना... सारी आरगून जायाची-उधारीवर... आनि उधारी मागतानं तोंडं चुकवायची... धान्य-धुन्य तर उधार मिळत न्हाई? मग

कशी चालायची खानावळ? आखीर बंद केली झालं! काय करायचं मग...?''

''आता पोटापाण्याचं कसं...? खर्चअर्च कसा...?''

''मी जातोय तंबाखूच्या कामाला... कशीतरी ह्या बाजारची त्या बाजारला गाठ पडती, चालीवताय् जुगूतुगू असंच...'' आणि मग मावशी म्हणाली, ''माझी एक नड हुती, म्हणून बलीवलंतं तुला...भागवितो म्हंशील तर सांगतो...''

नारायणलाही पुसटशी शंका आलीच होती, तरी पण या माऊलीला उगीच वाईट वाटू नये म्हणून त्यानं आधीच बोलून दाखविलं नव्हतं, पण आता इतकंच म्हणाला,

''पैला सांग तर खरं- नड काय हाय तुजी ते!''

''नड आनि कसली असणार नारायणा- जरा पैशाची गरज हुती?''

''कितीसं पायजेत...?''

''रुपय् धा असलं तर पायजे हुतं...''

''हात्तेच्या एवढंच न्हवं-- मी देतो की... मागायला आनमान कसलं करायचं त्यात, कोण परका हाय व्हय् मी?''

''कुणाकडं आसं पदर पसरून सवं न्हाई, म्हणून लाज वाटतीया बाबा.'' आणि मावशीनं परत डोळ्याला पदर लावला.

''तेबी खरं, पण आसंच लाजून उगंच हाल करून घिऊ नका... काय लागलंसंवरलं सांगत चला... द्यायसारखं आसलं तर दीन, नसलं तर दुसरी काय तरी खटपट करता यील... कुनीकडनंबी जलम रेटायचा म्हटल्यावर आशीच एकमेकांची कडनड बघाय् पायजे...''

एवढ्यात तारीनं चहा आणला... तारी खूपच थोराड झाली होती. बासारखीच मोठ्या हाडापेराची... परकरपोलक्यात तिच्या तारुण्याची लाज मावत नव्हती. एका क्षणाच्या दृष्टिक्षेपात नारायणला हे जाणवलं आणि लाजेनं त्याची नजर खाली झाली... तिच्याकडं जास्त वेळ बघितलं तर आपली नजर गढूळ होईल एखादवेळी... खाल नजरेनंच कपबशी हातात घेत तो म्हणाला,

''आता च्या आनि कशाला पायजे हुता मावशी?''

''कधी न्हाई ते आलाईस, आता च्या दिला म्हणून काय अप्रूवाई झाली म्हणायची!''

नारायणनं चहाचा एक घोट घेतला... चहा गुळाचा होता... चालायचंच, नाचारगतीच्या संसारात असंच... गरिबानं सारखी सारखी साखर कुठली आणायची? तसाच त्यानं चहा पिऊन संपविला... मग खिशातील दहाची नोट काढून मावशीकडे देत तो म्हणाला,

''हं-हे घ्या...''

नोट घेत मावशी म्हणाली, ‘‘येत्या वेस्तरवारी माजा पगार झाल्यापेट्टाला हे परत करतो...’’

‘‘तुमच्या सवडीनं कवाबी द्या म्हणं... इतकी काय गडबड हाय...’’

‘‘तसं न्हवं, ज्येचं त्येचं येळंला परत केल्यालं चांगलं असतंय्... येलंला उभा राहिलास-हेच थोर हाय...’’

‘‘बरं हाय, चलू मी आता?’’

‘‘जाणार? जा तर...,’’ आता मावशी म्हणाली, ‘‘आनि एक इचारायचं ईसारलंच बघ... आताशा जेवतोस कुठं?’’

‘‘आनि कुठं जेवणार? खानावळीतच की...’’

‘‘जेवायलाबी हिकडंच येत जा... खानावळीत जे काय देतोस त्या परास रुपय् दोन रुपय् कमी देत जा म्हण...’’

‘‘बरं तसं करतो... मला काय कुठंबी जेवायचंच... भाईर पैसे द्यायचं ते हितं देत जाईन... बरं चलतो तर...’’

‘‘बरं, मग उद्यापास्नं येत जा जेवायला...’’

‘‘हा, उद्याठावनंच येतो...’’ आणि नारायण बाहेर पडला...

८

झालं! संपलं! काल मालकानं पगाराचं म्हणून दिल्यालं दहा रुपये इथंच उडालं! आता अगदी खंक झालो आपण... खिसा खाली. नोकरीही नाही... आणि आता बिडीकाडी, च्यापाण्यासारख्या चिल्लर खर्चाला काय कसं...? च्यायला, आफत आल्या की सगळ्या बाजूनं कशा यवजून येत्यात नि माणसाला घेरून टाकत्यात. हलक्या काळजाचा माणूस असला म्हंजे हाय खावून झिंगाय् लागायचा अशा वेळी!

नारायण स्टँण्डवर आला. जो-तो आपल्या तालात होता... काही कारण नसताना उगीच नारायणला वाटू लागलं- जो तो आपल्याला टाळतोय् ... हा आता बेकार झालाय् ... कदाचित् बिडी-काडी मागेल, कदाचित् चहा द्या म्हणून गळ घालील; अन् भिडेखातर तो भुर्दंड आपल्या खिशाला पडेल... कदाचित् नोकरी मिळवून द्या म्हणूनही पाठी लागेल. नारायणच्या रिकाम्या मनात उगीच असे वेडेवाकडे विचार येत होते... आपण बेकार झालो म्हणून काय झालं; लोकांनी उगीच आपणाला टाळू नये- घिरण्या माणसागत... नोकरी काय त्येच्यायला आज नाही, उद्या मिळेल... पण लोकांनी असं करू नये! ‘नारायण... नारायण’ म्हणून कालपर्यंत मंगळणारे आज अगदीच दूर दूर राहत आहेत... तुमच्या मारी मी धरून,

माजंबी दिवस येतील कवातरी!

असेच विचार नारायणच्या मनात भिरभिरत होते... बिडी शिलगावीत इसाक बागवानच्या दुकानाफुडल्या बाकड्यावर तो असाच टेकला होता... एवढ्यात अण्णाची गाडी स्टँडवर आली... कुठलं तरी भाडं मारून आला जणू अण्णा... शर्यत आपण जिकलीया. पैजेचं पाच रुपयही अजून अण्णानं दिलेलं नाहीत... आता मागावं का? अण्णा भाडं मारून आलाय्, तेव्हा त्याच्या खिशात रोख गौना असणारच... बघूया-दिला, दिला; की टोलवतोय् ते... कदाचित् म्हणायचाबी-उधार भाडं करून आलोय्, पैसे कुठलं आल्यात्? कदाचित् झाटदिशी दीलबी...! नारायणच्या डोळ्यासमोर तेवढंच ते पाच रुपये दिसत होते... जणू त्याचाच आधार असल्यागत त्याचे विचार त्या पाच रुपयाभोवती केंद्रित झाले; आणि त्याची पावलं अण्णाच्या गाडीच्या दिशेनं पडू लागली...

अण्णा अजूनही व्हीलजवळच बसून होता. खिशातून डायरी काढून हातातल्या पेन्सिलीनं काहीतरी टाचण करीत होता... नारायण मागच्या बाजूचं दार उघडून आत बसला. अण्णानं मान उचलून वर पाहिलं, तर नारायण आलेला. तसा अण्णा म्हणाला,

"आलास, ये."

अण्णानं सफाईनं आपल्या खिशात हात घालून पाचची नोट बाहेर काढली नि त्याच सफाईदार ऐटीनं चिमटीत धरून नारायणपुढे करीत म्हटलं,

"हे तुझं पैजेचे पाच रुपये! जवाच्या तवा द्यावं मान्सानं... व्हय्, न्हाय्तर मागनं आनि ठपका यायला नको! सकाळीच देणार, खरं तुझी गाडी कुठं दिसली नाही..."

"त्या गाडीवर न्हाई मी आता!" आणि ती नोट घेऊन नारायणनं खिशात घातली.

"तूहून राजिनामा दिलास का मालकानंच सोडचिटी दिली?"

"मालकानंच सोडचिटी दिली!"

"का? कशाबद्दल?"

"शर्यत खेळल्याबद्दल!"

"आता हिच्या आयला, शर्यत खेळली म्हणून काय त्या रांडच्याची गाडी ईकून खाल्ली! लै आरकबेन्याचाच दिसतोय तुझा मालक! खैर, गोली मारो उसको! आपुन ड्रायव्हर लोकानला नोकरी काय तोटा रे! ही गेली उडत, दुसरी करायची... तू करणार का सांग...?"

एकदम अविश्वासून नारायणनं अण्णाकडं पाहिलं. हा आपली चेष्टा तर करीत नाही? पण कुणाची चेष्टा करणं अण्णाच्या स्वभावात बसत नव्हतं... खरंच

असेलही एखादी नोकरी अण्णाजवळ, तो खोटे कशाला सांगेल! म्हणून नारायण म्हणाला,

"करतो की. कुटंबी करायची हाय नोकरी..."

"खरं त्यात एक मेख हाय बघ..."

"कसली?"

"मालक लै खडूस हाय. तुझं त्येचं खातं जमंल काय...?"

"जमवून घेणारा मी माप घट्ट हाय... न जमाय् काय झालंय्?"

"तसं न्हवं, पहिल्या झूट सगळं साजिलवार सांगिटल्यालं बरं, न्हाय्तर तुझा मागनं आनि ठपका याय् नको..."

"तसा ठपका घेणारा मी माणूस न्हवं अण्णा... बरं, पगार तर किती त्यो दिल म्हंतासा?"

"रुपय् साट दील बघ... परवडतंय् काय तुला?"

"न परवडाय् काय झालंय्. असं बेकार हून परवड निघण्यापक्षी ते बरं न्हवं? बसल्या पक्षी आपनं..."

"हां, मी बी तेच म्हंतो... कुणीकडनंबी आपुनला काळ काढायचा हाय. दिवस ढकलायचं हैत. तवा लै ताटून चालत न्हाई माणसाला..."

"व्हय् बघा. ताटला की मेलाच बघा गरीब माणूस!" आणि नारायण म्हणाला, "बरं, नोकरी टॅक्सीवर हाय का प्रायवेटमंदी?"

"प्रावेटमंदी."

"मग कधी गाठ घालून देता मालकाशी?"

"मी आज गाठ पडतो त्येला-हे अशान् असं म्हणून त्येच्या कानावर घालतो... त्यो आनि काय म्हंतोय् बघू. मग उद्या दोघं मिळून जावू. कसं म्हंतोस?"

"बरं, तसं करूया!"

"मग आता मला च्या पाजिवणार काय माजा पिणार?"

"कसंबी, दोन्हीलाबी माजी तयारी हाय!"

"चल तर मग, तूच पाजिव चल... ह्या गोष्टीबद्दल न्हवं; तर पैज जिंकलाईस म्हणून हं!"

आणि गाडीतून उतरून दोघे 'जॉली'कडे निघाले.

वाराला पंधरा रुपये पगाराची ही नवी नोकरी... अण्णाच्या ओळखीनं-वशिल्यानं मिळालेली. वास्तविक अशाची जरूरीही नव्हती... कारण मालक होता खत्रूड. अशाकडे कोण राहणार? पण रिकामं फापलत हिंडण्यापेक्षा बरं म्हणायचं- असं स्वत:शीच म्हणून समजूत घालत नारायण नोकरी करू लागला...

काल अण्णानं दिलेले पाच रुपये रात्रीच्या व आज दुपारच्या जेवणाला, बिडीकाडीला उडाल्यानं... त्यांतले उरले असतील दहा-एक आणे-हेही खिशात खुळखुळत होते... पण तेवढ्यानं काय होणार आहे असं? आज रात्रीचं जेवण तेवढ्यानं भागणं कठीण! तेव्हा जावं मावशीकडेच झालं! हेही एक समाधान होतं... बरं, आजच नोकरी लागलेली. मालकाकडे तरी कसं मागणार? तेबी चुकीचं. नोकरीवर आल्याआल्या पैशाबद्दल ह्याचं टुमणं सुरू झालं, असं म्हणायचा त्यो. तेव्हा ते काय खरं न्हवं! आणि नारायणची पावलं मावशीच्या घराकडे वळली.

न्हाणीत जाऊन त्यानं खसाखसा चूळ भरली... आत कुठं मावशी दिसत नव्हती... थोरली तारीही दिसत नव्हती... फक्त हिरी होती. किस्नीही दिसत होती. बाळाबाई मात्र जवळच एका रकट्यावर झोपली होती.

खिशातल्या रुमालानं तोंड पुसत नारायण हिरीला म्हणाला,

"जेवाय्साठनं आलोय्. केलंय् जेवान्?"

"दुपारीबी केलंतं. वाट बघिटली. आला नाहीस कुठं?"

"याद नाही राहिली. रोजच्या सवंनं गेलो तसाच खानावळीत." आणि नारायण भिंतीला उभा केलेला पाट सरळ करून त्यावर बसत म्हणाला, "मावशी नाही दिसत कुटं? कामाला गेलीया जनु तंबाखूच्या?"

"व्हय्."

"आनि ताराबाई?"

"तीबी गेलीया..."

"थॉ त्येच्या मारी. ती आनि कशाला गेलीया... तंबाखूच्या कामाची लालूच लै वाईट. चांगल्या चांगल्या पोरीबी बिघडत्यात तंबाखूच्या खळ्यात..."

"एकीच्या पगारानं ह्यो खर्च्या आवरतोय् व्हय? म्हणून गेलीया आईबरोबर. तेवढाच हातभार लावल्यागत हुईल... आनि आईच्या नदरंसमोर तर सदाची असतीया ती, तवा बिघडेल कशी?"

तिनं केलेलं ताट नारायणच्या पुढं सारलं. चटकन् उठून फडताळावरचा तांब्या घेतला नि पाण्याच्या हंड्यात बुडवून, भरून पुढे ठेवला...

बेत साधाच होता. डाळीची आमटी, तांदळाची कणी घालून केलेली आंबाड्याची भाजी, तिळकुटाची चटणी, भात, भाकरी असा... तुकडा मोडून भाजीचा घास घेत नारायण म्हणाला, "बघा बा, दिसतंय् ते सांगिटलं..." आणि त्यानं तो घास तोंडात सोडला.

"भाजी चांगली झालीया?" तिनं विचारलं.

"झालीया की..."

"उगंच आपलं तोंडदेखलं, का..."

"न्हाय्बा, मी खोटं कशाला बोलू, चांगल्याला चांगलं म्हणावं माणसानं! खरोखर बेस्ट झालीया भाजी!''

"आनि आमटी?''

"म्हंजे, जेवान तू केलीयास तर आज?''

"व्हय्...''

"म्हणूनच तर एवढ्या आगतीनं ईचारा लागलीयास! व्हय् न्हवं!'' आणि तो म्हणाला, "किस्नी जेवली?''

"न्हाई अजून. आई आल्यावर जेवंल म्हणं. तिच्या संगसंगच जेवायची संवं हाय तिला.'' ती म्हणाली, "भाकरी पायजे आनि?''

"नको. इक्त बास हुतीया मला!''

"बावडीच्या मानानं तर खावं... घे आनि एक चटकोरभर!'' आणि तिनं त्याच्या ताटात चटकोरभर भाकरी टाकलीच.

"ह्यो जुलूम म्हणायचा!''

"खा गप्प... तेवढं काय जड न्हाई तुला. मला ठावं न्हाई व्हय्- तुजं खाणं?''

आणि असंच जेवण संपलं... हात धुवून नारायण उठला. रुमालानं तोंड पुसता पुसता म्हणाला,

"बराय्- चलतो आता...''

"का-गडबड?''

म्हंजे, तिच्याबरोबर बोलतच बसावं असं वाटतंय् हिला? छे, हे न्यारंच कायतरी सुरू व्हा लागलंय्... हे बरं न्हवं... अशा विचारानं तो खोटंच बोलला,

"गाडी घिऊन कोलापूरला जायाचं हाय... आता गेलं पायजे!'' आणि तो बाहेर पडला.

नारायणच्या ह्या नव्या मालकाची मोठी पेढी होती. गूळ, मिर्ची, नारळ, जोंधळा, गहू अन् अशाच जिन्नसांचा त्याचा होलसेल व्यापार होता. पेढीपासून घर अर्ध्या मैलाच्या अंतरावर होतं. सकाळी घरापासून पेढीपर्यंत, दुपारी परत घराकडे, नंतर तीनच्या दरम्यान परत पेढीकडे व रात्री घराकडे- असं मालकाला आणावं- सोडावं लागे. आठवड्यातून दोन तीन वेळा कोल्हापूरलाही जावं लागे. तिथं केव्हा चित्रपट, केव्हा तमाशा, केव्हा नायकिणीच्या घरी बैठका असा कार्यक्रम होई. सोबत मालकाचे तीन-चार दोस्तही असत. तेथे गेल्यावर ब्रँडी, रम, व्हिस्की असलं सुरू होई. हे नाहीच मिळाल्यास गावठी दारू तरी फसफसेच. धंदा व अशी ख्यालीखुशाली-दोन्ही व्याप सारख्याच ताकदीनं त्यांनी तोललं होतं.

मालकांना पहिल्या बायकोच्या दोन मुली व एक मुलगा होता. थोरली नुकतीच

कॉलेजात जाऊ लागली होती. लहान हायस्कूलला होती, मुलगाही. चौथ्या बाळंतपणात बायको व मूलही दगावल्यानं मालकांना दुसरं लग्न करून घ्यावं लागलं होतं. मालकांच्या या दुसऱ्या बायकोला सारे 'भाबी' म्हणत. ओळखतही. भाबी सव्वीस-सत्तावीसच्या उमरीच्या होत्या. मालकांच्या व त्यांच्या वयात चागलं वीसएक वर्षाचं अंतर होतं. मालकांसारखा गोरापान रंग त्यांना लाभला होता, पण त्यांच्यासारख्या त्या ढेरपोट्या, गलेलठ्ठ नव्हत्या. सडपातळ होत्या. केवड्याच्या पातीसारख्या... स्वच्छ, परीटघडी नि विशेषत: पांढरे कपडेच त्या वापरत नि वाऱ्याच्या झुळकीच्या सहजपणे त्या घरी वावरत.

नारायण मालकांना आणायला जाई, तेव्हा ते आधीच तयार होऊन गाडीची वाट पाहत बसलेले असत. केव्हा त्यांची आंघोळ चाललेली असे, तर केव्हा ते अजूनही जागे झालेले नसत... अशा वेळी त्याचं आटोपेस्तोवर त्याला थांबावं लागे. एखादी सिगार वा बिडी, खिशात जे असेल ते ओढत दारापुढील पायऱ्यांवर, केव्हा गाडीवर फडके मारीत, गाडीजवळ असा तो वाट पाहत थांबे... अशा वेळी भाबी त्याला आत बोलावत. केव्हा शिरा, केव्हा कांदापोहे, केव्हा उप्पीटाची बशी त्याच्यापुढे ठेवत. स्पेशल कपासारख्या उभट मोठ्या कपातून मग चहाही मिळे... नाष्टा करायला पार आत स्वयंपाकघरात जावं लागे. त्यासाठी अनेक दालनं, खोल्या ओलांडाव्या लागत. मध्ये थोरली, मधली, मुलगा यांच्या खोल्या लागत. शेवटी बाथरूमही लागे... थोरली केव्हा खोलीत दिसायची-अपुऱ्या कपड्यानिशी... तर केव्हा बाथरूममध्ये... नेहमीच्या निष्काळजीपणे... बाथरूमचा दरवाजा कधी पुरा, कधी अपुरा, क्वचित् सताड उघडा असायचा. आणि मग किती आवरलं तरी नारायणला आपली नजर काबूत ठेवणं अशक्य व्हायचं... कधी थोरलीच्या खोलीत, कधी बाथरूममध्ये अशी नजर घसरायची... रोजची ती एक सवयच पडल्यासारखी झाली होती. कधी कधी लहर फिरली तर थोरली विचारी,

"नारायण, आज गाडी रिकामी आहे का रे?"

"शेटजींना विचारलं पायजे. अवचित कुठं जायचं काढलं म्हंजे आनि..."

"बघ विचारून. आज मला कॉलेजात जायला गाडी हवी होती रे... रोज रोज चालत जायचा कंटाळा येतोय्. एखादेवेळी चेंज म्हणून गाडीतून जावंसं वाटतंय. मग बघतोस का विचारून?"

"बघतो की. खरं, तुम्हीच परस्पर विचारलं तर बरं नव्हं का ते?"

"तसं असतं तर तुला सांगितलं असतं का? एखाद्या वेळी नकार मिळाला तर उगीच मनाला लागून मात्र राहायचं! तेव्हा तूच विचार अन गाडी रिकामी असली तर घेऊन ये. काय म्हणते?"

"बरं... बघतो ईचारून..."

असे दिवस चालले होते... एकंदर तसं बरं म्हणायचं... बरंच म्हणायचं... तसा त्रासही काही नव्हता... लांबच्या रनिंगचा नव्हता, गाडीचा नव्हता, की मालकाचा नव्हता... आठवड्याला पगार होई... बाजाराच्या दिवशी संध्याकाळी. यातही काही वांदं नव्हतं. पेढीवर हजर झालं, की त्या आठवड्याचा पगार दिवाणजी पुढे सरकवे. काही तक्रार नव्हती. त्रास नव्हता. पगार थोडा होता; तरी पुरेसा होत होता... मात्र शिल्लक काही टाकावं म्हटलं तर जमत नव्हतं. घडत नव्हतं... थोडं वाईट वाटायचं ते केवळ याचबद्दल... बाकी सर्व ठीकच होतं.

म्हैब्याची आई वारल्यानं नारायणचं स्टँडवरचं झोपणं सुटलं होतं. म्हैब्याच्या खोलीत त्यानं आपला बिछाना आणून टाकला होता. एकमेकांच्या दोस्तीनं, संगसोबतीनं दोघं एकत्र राहत होते... कंटाळा आला, की केव्हा एकदा पिक्चर टाकत होते. झोप येईनाशी झाली, की केव्हा वेशीबाहेरील गवळ्याच्या हॉटेलात जाऊन चहा पिऊन येत होते. हे हॉटेल रात्रभर उघडं असे... चहा पिऊन येतायेता केव्हा म्हैब्या म्हणे, "आज रांडंकडं जावं वाटतंय् रे!"

वयाच्या अकरा-बारा वर्षापासून हा नाद म्हैब्याला लागला होता. जवळ रुपय् दोन रुपय् साठले, की त्याला रांडा आठवू लागत... 'मयेकर कॉलनी'तील साऱ्याजणींना त्यानं तर हाताळलं होतंच. शिवाय गावात इतस्तत: विखुरलेल्या अशा धंदेवाल्या बायांनाही त्यानं सोडलं नव्हतं. ह्या नादानं होणारे सारे रोग त्याला झाले होते... अनेक वेळा अनेक ट्युबा त्याच्या शरीरात डॉक्टरांच्या सुईतून रित्या झाल्या होत्या... बरं वाटेपर्यंत या नादाला व स्वत:लाही तो लाख शिव्या देत राही. पण एकदा का खडबडीत बरा झाला की पुनश्च त्याची पावलं त्या चिरपरिचित वाटेवरून पडू लागत.

म्हैब्यानं असं काही विचारलं, की नारायण त्याच्यावर खेकसून म्हणे,

"साल्या तुझा ह्यो नाद सुटायचा कवा? जवा तवा तुझा आपला ह्योच ठेका!"

"अबे, तुला ह्यातली गोडी काय ठावं हाय! ह्यो नाद एकदा लागला की सुटत नाही... वाघाला माणसाच्या रगताची चटक लागावी, तसलं कंत्राट हाय हे सगळं... हरएक मंदी न्यारी टेस्ट असती, नखरा न्यारा, झोपणं न्यारं, खेळविणं न्यारं- हरएकीचं..." आणि असाच म्हैब्या बडबडत राही... ह्या वेगळ्या जगाची धावती कॉमेंटरीच तो चालू करी... कोण कशी, कोण कशी, कशी झोपती, आपण त्यावेळी कसं कसं नि काय काय करतो नि अशाच प्रकारचं तो बोलत राही- अत्यंत ग्राम्य भाषेत... अश्लील भाषेत... काहीही आडपडदा न ठेवता!

अन् कशी कोणास ठाऊक-ह्याबद्दलची चीड हळूहळू लुप्त होऊन नारायण हे सारं बोलणं लक्षपर्वूक ऐकत राही! एखादं चावट चित्रांचं पुस्तक उघडून बघत

राहावं तसं नि तसलंच काही त्याला वाटत राही...

मालकाचा काल रात्रभर कोल्हापुरात धुडकोस... पूर्वेकडे गुलाबी रंग उधळला तरी रंगलेली मैफील संपली नव्हती... दिवस सुरू झाला, नित्याचे व्यवहार असतात, व्यापार असतात, म्हणूनच केवळ नाइलाजानं मैफल मोडावी लागली होती. मालकाला माडीवर लावून दिल्यानंतर इकडे रिकाम्या गाडीच्या मागील गादीवर नारायणनं ताणून दिली होती... सकाळी मालकानं हाक मारली तेव्हाच तो जागा झाला होता... मग गावात टच् व्हायला तासाभराचा अवधी-तरीही नऊचा सुमार झालाच... मालकाची ब्याद एकदाची घरात पोचती केली अन् मग तो खोलीकडे आला होता... आज सकाळी लवकरच उठून म्हैब्या स्टँडवर गेला होता जणू, कारण घराला कुलूप होतं... त्यानं जवळच्या किल्लीनं कुलूप काढलं... खोली सारी बेवारश्यागत झाली होती. बिड्यांचे अर्धवट जळके कंडके, तशाच कांड्या, जळके कागद, केर-कचरा... कोपऱ्यातल्या साळुत्यानं सारी खोली त्यानं लोटून काढली. केर बाहेर टाकला, तसं मग खोलीप्रमाणेच त्याचं मनही निर्मळ झालं. कसं स्वच्छ स्वच्छ झालं!

दिवळीत वर्तमानपत्राची रद्दी होती. तंबाखू अर्धामुर्धा जाळून राखुंडी करायला तिचा उपयोग होई... रद्दी संपत आली की 'जॉली' हॉटेलातलं एखादं वर्तमानपत्र नाहीसं होई व ते दिवळीत येऊन बसे... रद्दीखालीच तंबाखूची पुडी... त्यांतील चिमूटभर तंबाखू नि वरची रद्दी घेऊन नारायण दाराच्या तोंडाशी आला... तंबाखू जाळून त्यानं हातावर घेतली. जळलेल्या कागदाचा बुकणा त्यानं दुसऱ्या हाताच्या मुठीत घेतला व बाहेर येऊन हातातला बुकणा वाऱ्यावर सोडून दिला.

तसा तो तरंगत गटारीत जाऊन विखुरला... मग तेथेच बाहेर दगडावर बसून नारायण राखुंडी लावू लागला... खरखरमुंड्यागत खाली मान घालून त्याचं काम चाललं होतं. बिडीच्या कारखान्याकडे गेलेल्या समोरच्या रस्त्यावर रहदारी चालूच होती. माणसांची-बायकांची... आता हजेरीची टाईम झाल्यानं घरी बांधलेल्या बिड्या घेऊन हजेरी द्यायला नि पुन्हा नवीन बिडीपानं व तंबाखू आणायला कामगार चालले होते... एखादा पातळाचा फलकारा, परकराची खसपस, हसणंखिदळणं वा बायकी बोलणं कानांवर मोरपीस फिरवून जाताच त्याची नजर आपसुक वर उचलत होती, तेवढीच...

आणि केव्हा कुनास ठाऊक, अचानक कानावर प्रश्न येऊन थडकला,

"कौन, नारायण काय?"

नारायणनं आवाजाच्या बाजूला पाहिलं तर यास्मिन! कमरेवर बिड्यांचा डबा... हजेरीला चाललेली... नेहमीसारखंच डोळ्यांत चांदपाणी नाचत असलेलं-आनंदाचं...

तांबड्या रंगावर पिवळ्या-पांढऱ्या फुलाची नक्षीदार पखरण असलेलं-पातळ... उठून उभा राहत नारायण म्हणाला,

"ये की..."

"हजरीला नंबर लावायचा हाय आजून-टैम हुईल. जातो...."

अर्थात् या बोलण्यातील लटकेपण नारायणला पुरतंच जाणवून, स्पर्श करून गेलं... तो म्हणाला,

"म्हाईत हाय मला टैमाचं...! घटकाभर बोलशील तर? का उगंच आपलं कारणाशिवाय ही टोलवाटोलवी!"

"तसं न्हाई बा-" ती म्हणाली नि आत आली.

"हितं ऱ्हातोस व्हय् तू?"

"व्हय् ..."

पाठोपाठ तोही आत आला. कोपऱ्यातल्या बिंदगीतलं तांब्याभर पाणी घेतलं, नि दाराच्या उंबऱ्यावर येऊन बसत हातातील उरलेली राखुंडी वाऱ्यावर सोडली व तोंड धुऊ लागला- चूळ भरू लागला.

"जाय-यायच्या वाटंवर तर हैस, मग इतकिंदी दिसला न्हाईस कुटं?"

तोंडातील पाण्याची पिचकारी रस्त्यावर लांबवर सोडून तोंड मोकळं करीत तो म्हणाला,

"दिसायला ह्या खोलीत थरंबतोय् तरी कुटं मी? डायवरकीची नोकरी- परगावाला जायचं असू दे-नसू दे - मालकाच्या दारात सदा बसून ऱ्हावं लागतंय्. कवा गावात असलो तर आंथरूणाला पाठ टेकाय्पुरतंच हितं येतो म्हणंनास..."

"तवाच अलीकडं कुठं भेटगाठ न्हाई जनू?"

"व्हय, काय करणार तर मग... ही असली नोकरी- ताबेदारीची. मन चाहेल तसं वागासंवराय् मी सोतंत्र थोडाच हाय?" आणि नारायण आत आला. रिकामा तांब्या बिंदगीजवळ ठेवून खिशातील रुमालानं तोंड पुशीत राहिला.

तारुण्यात आलेल्या पोरी आपल्या दिलदाराची भेट घेतल्यावर जी स्वभावत: खबरदारी बाळगतात, ती यास्मिननं घेतली होती. यास्मिननं आत आल्यावर आपणाला बसण्यास दाराच्या आडोश्याची जागा निवडली होती. बाहेरून बघणाऱ्याला नारायणशिवाय आत कुणी असेल, अशी पुसटशी शंकाही येण्याचं कारण नव्हतं. तिच्या समोरच नारायण बसला. यास्मिनकडे तर त्याचं पुरतं लक्ष होतंच, तसंच उघड्या दारावरही त्याचा एक डोळा पहारा करीत होता.

आणि अशा भेटीत व्हाव्यात, होतात, तशा बऱ्याच वायफळ गप्पा झडू लागल्या. बऱ्याच दिवसांनी गाठभेट झालेली, नि प्रथमत:च असा एकान्त मिळालेला आणि यामुळे दोघेही मनोमन सुखावली होती, खूश झाली होती... घरी बिड्या तीच

बांधते की आणखी कुणी? रोज किती बांधून होतात? मजुरी किती आहे? आठवड्याला किती रुपये मिळतात?... वगैरेसारखे प्रश्न त्याचे, आणि मग यांची उत्तरे देत देत लांबलेलं, लांबत जाणारं संभाषण अन् मग तिनंही सहजपणे, पण कुतूहलानं विचारलेले प्रश्न. तुझा नवा मालक कसा आहे? पगार किती देतो? चांगलं वागवितो का शिव्या देतो? पूर्वीचं काम बरं का हे बरं?... आणि असंच!

ना शेंडा ना बुडखा, असं हे संभाषण; पण त्याचा कंटाळाही येत नव्हता. असंच बोलत बसावंसं वाटत होतं...

...मध्येच वाऱ्याची एक जोरदार झुळुक आली; अन् त्यामुळे टेकण म्हणून लावलेल्या दगडाला न जुमानता दार जोरात जाऊन चौकटीवर बडवलं. बाहेरच्या जगाशी असा अजाणता आडोसा निर्माण होताच नारायणनं समोर झेप घेतली अन् काय होतं आहे हे तिला पुरतं जाणवून यावयाच्या आतच त्यानं तिला आपल्या येंगेत घेतली... हवेनं भरलेली मोटारची ट्यूब दबावी, तसे तिचं ज्वानीनं उफाळलेलं मांसल शरीर त्याच्या मिठीत दबलं गेलं.

"क्या जी बा, ऐसा... ऐसा तुम..." स्वत:च्या कुवतीनुसार त्याला प्रतिकार करीत दबल्या आवाजात ती तक्रार करू लागली...

पण तिला पुरतं बोलू न देता त्यानं तिला आणखीन छातीशी आवळलं नि तिच्या तोंदलीगत लालट ओठावर आपले ओठ टेकवून तिचं तोंड बंद केलं!

प्रवाहाविरुद्ध जाण्यासाठी काही वेळ ती धडपडली; पण त्या प्रवाहाचा वेग न् आवेग इतका जबरदस्त होता, की त्यानं ही धडपड निष्प्रभ करून टाकली... मग त्या प्रवाहाबरोबर वाहत जाणं- हेच एक घडत गेलं आणि त्या घडण्यात उलट जाण्याची इच्छाच विरून गेली; केव्हा ते तिलाही पुरतं कळलं नाही.

९

दोघांच्या आयुष्यात प्रथमच आलेला, घडलेला, घडून गेलेला असा हा मोहानं लथपथलेला क्षण... मग तर या क्षणाचं आकर्षण वाढतच गेलं... या एका क्षणानं अतृप्तीला डिवचलं, जागं केलं... संधी मिळेल तेव्हा दोघे एकान्ताचं हे नीतिबाह्य सुख लुटू लागली... एकमेकांवर हाव घालून जगल्यासारखी दोघं जगू लागली... संधीची प्रतीक्षा करीत... त्यासाठी नव्या नव्या युक्त्या, कारणं शोधत...

आताशा तिच्याकडे एका निराळ्याच दृष्टीनं तो पाहू लागला... वय वर्षे सोळाचा तिचा हलता हिंदोळा वाटायचा. तो दिसला, जवळपास आला, की पदर ढळायचा आणि वातावरणावर एका वेगळ्याच उन्मादी भाषेची नक्षी कोरायचा... आताशा तिचं तारुण्य गुलमोहरागत फुलल्यासारखं वाटायचं. अंतर्बाह्य लालजर्द

धुमसणारं... तिची नजर आग्रही, बोलणं आव्हानात्मक अन् वागणं पुरुषी छचोरपणाच्या कडांना स्पर्श करणारं भासायचं. डोळ्यांतील मदिरा, ओठांवरील गुलकंद नि पिकलेल्या जांभळागत गालावरची तकाकी, मदहोष करायला पुरेशी व्हायची... त्याची ही निराळी नजर निवळली, तेव्हा त्याच्या अवघ्या शरीराचे डोळे झाले... त्या डोळ्यांच्या इच्छांनी हावरटपणा आला... मग तहान वाढली... किती प्यावं, किती नको- असं होऊन गेलं... प्रत्येक भेटीत तिच्या वाकड्या वळणाचा एक एक अर्थ समजत होता. नयनविभ्रमांचा एक एक तपशील मनावर कोरला जात होता... निर्झरणीगत तिची गती अन् तिनं व्यक्त होणाऱ्या तिच्या नितंबांच्या हालचाली, कमरेचं लचकणं, वक्ष:स्थळांची ताठर उन्नतता, हास्यातून पाझरणारी पौर्णिमा अन् नितंबचुंबी केशकलापातून प्रगटणारा अमावस्येचा कभिन्न काळोख. चालताना एका विशिष्ट लयींत हालणाऱ्या भुजा, त्यात रुतून बसलेला ब्लाऊज अन् साऱ्या शरीरानं उचललेला पिक्या जांभळागत तजेलदार काळसर वर्ण... त्याचं मन त्या जांभळाभोवती कितीतरी दिवसांपासून वेटोळून बसलं होतं.. आणि आता तर हा वेटोळा आणखीन आवळला गेला...

वेळोवेळी फुटणाऱ्या या सुखाच्या लाटेनं दोघेही स्वैरभैर झाली. अंतर्बाह्य पुरती ढवळून गेली. त्यांच्या आजूबाजूचं कठोर व्यवहाराचं व्यवहारी जग काही धुंद, बेबंद क्षणापुरतं तरी कात टाकल्यावानी गळून पडे; आणि मग दोघे वेगळ्याच जगातून चालू लागत. पावलाखाली हिरव्या मखमलीचा गालिचा उलगडत गेलेला. पावलांच्या भाराखाली कोवळी हिरवळ दबणारी, पावलं खुणांची नक्षी कोरत जाणारी आजूबाजूची ताऱ्यांची पिकं, वर आकाशी निळी कमान आणि साऱ्या आसमंतात सांद्र प्रकाश सांडलेला आणि केवळ ती व तो, तो व ती... दोघेच... फक्त दोघेच... चालले आहेत... चालत आहेत.

कुठे? का? कशासाठी? सारे प्रश्न फझुल आहेत अशा वेळी अन् व्यर्थही... सत्य काही असेल, तर ते फक्त ती आणि तो, तो आणि ती...

दोघेही आताशा प्रवाहाच्या धारेला चांगलीच लागली होती... दोघांनाही मागला विचार नव्हता अन् पुढल्याची काळजी नव्हती. आलेली, गावलेली संधी चोरट्या मदिरेसारखी घटाघट घोटून संपवायची. गेला क्षण मेला, आला क्षण उपभोगला... आपसूक अशी वृत्ती मनाला चिकटली. त्यामुळे भेटीतील प्रत्येक क्षण रंगलाल करण्यासाठी कसलीही, कुठलीही जागा चालू लागली. दोघेही विधर्मी, विवाहाची शक्यता अशक्य कोटीतली. अर्थात, हा डोळस विचार दोघांच्या भेटीतील धगीनं लोण्यागत वितळून जायचा... दोघेही तरुण होते... त्याच्या अंगी पौरुष सळसळत होतं, अन् तिचं आंगोपांग स्त्रीत्वाच्या लेण्यांनी लगडून गेलं होतं. त्यामुळे केवळ इतकंच ठळकपणे जाणवत होतं- दोघंही एकमेकांना पूरक आणि उपकारकही...

केवळ इतकंच...

तिला मारलेल्या पहिल्या मिठीनं तो फुलारून गेला होता, तितकाच गोठून गेला होता... हर्षित झाला होता, तितकीच भीतीही वाटली होती. काळीज धाडधाड उडू लागलं होतं. श्वासोच्छ्वास भरभर होऊ लागला होता... उगीच धाप लागल्यागत होऊ लागलं होतं...

आणि ती.. त्याच्या त्या जबरदस्त आवेगपूर्ण मिठीनं व तशाच प्रकारच्या चुंबनानं काही क्षण गुदमरून गेली होती. तिला धड श्वासही घेता येत नव्हता आणि त्या अनोखी पुरुषी कामुक स्पर्शानं प्रतिकारार्थ चाललेली तिची धडपड केव्हा मोडून काढली नि शरीरात वासनेची आग केव्हा पेटली हे तिलाही समजून आलं नव्हतं... त्याची मिठी व त्याचा स्पर्श मग तिला सुखद वाटू लागला होता... हवाहवासाही. त्याच्याप्रमाणेच मग तीही धुंद झाली होती... पेटून गेली होती... आणि मग तर कोण कुणाला सावरण्यासारखं नव्हतंच...

असा त्या बंदिस्त खोलीतील एकान्त आणि त्या एकान्तावर चंदेरी टिकल्या उठवीत जाणारे कामुक चीत्कार नि उन्मादक हुंकार... एक लय, एक ताल, एक तोल, एक वेग, एक आवेग अन् एकच झोला-झोकदार. वळसेदार पेटत्या शृंगाराची लखलखीत किनार असलेला, स्वर्गसुखाच्या पुष्पवाटिकेत अल्लाद, अलगद आणून सोडणारा... मनस्वी आणि हवासा... अतृप्ती वाढविणारा... एक घोट-आणखी अतृप्ती, दुसरा आणखीन, तिसरा-आग... आग... चौथा-उफाळत्या ज्वाला!

मग हे केव्हातरी संपलं होतं... विझलं होतं.

त्यानंतर वरचेवर असे एकान्ताचे क्षण फुलारून आले होते... पेटणं... विझणं... परत पेटणं, विझणं... पहिल्यासारखंच, पण नित्य नवं व हवंही...

ह्या अवस्थी गावलेल्या सुखाच्या ठेव्यामुळे तर नारायणच्या वैराण एकाकीपणावर हिरवी कमान उभी राहिल्यागत झाली होती आणि तिच्या गार छायेत टीचभर पोटासाठी करावा लागणारा रोजचा व्याप-ताप, नोकरीची पनोती-त्याला जाणवतही नव्हती.

त्या संबंधाचा त्यानं आपणा दोघांभोवती एक कोष निर्माण केला होता; नि त्यात टिपकणाऱ्या सुखाखाली तो न्हाऊन-माखून निघत होता.

पण ह्या कोषाला म्हैब्यानं एके दिवशी टाचणी लावली.

"व्हय रे नाऱ्या, ही खोली म्हंजे धंदेवालीचं घर वाटलं व्हय, मन चाहेल तवा ध्या दिवसा लोकांच्या पोरीस्नी घिऊन झोपायला!" आणि तो खोट्या रागानं नारायणकडं पाहत राहिला...

पण नारायणनं हा खोटा आविर्भाव ओळखला नाही. तो सटपटला... त्याचे

पाय वस्तुस्थितीच्या जमिनीला लागल्यासारखे झाले... म्हंजे म्हैब्याला आपलं सारं माहीत झालं तर...? केवळ म्हैब्यालाच की आणखीही बऱ्याचजणास्नी...?

नारायण सटपटल्याचं पाहून पोट धरून म्हैब्या हासू लागला. मग हासू आवरतं घेत म्हैब्या म्हणाला,

"साल्या, आता तुला झोपायला ग्वाड वाटत आसंल, खरं गप्पदिशी ती गरवार ऱ्हायली म्हंजे...? अशा मुसमुसत्या पोरीची स्टेपनी झट्दिशी फूल हुती! त्या लडकीची शादीबिदी व्हाय् जायची. तवा आसं झालं तर तिच्या अब्रूचं खोबरं हुईलच; शिवाय तुझ्यावरबी नस्ती बला यिल... तवा सगळं झेंगाट करावं ते जरा संभालके... जपून!"

"तुनं तर माजा ढळ फोडलास... माझ्या पायात साप सोडलास... काय करावं, मी कसं वागावं-काय म्हन्नं हाय तुजं...! तिचा नाद सोडावा म्हंतोस? हे मतोर जमायचं न्हाई... हे यवडं सोडून दुसरं बोल... पोटाला जशी अन्नपाण्याची, तशी दिलाला तिची संवं झालीया!"

"हूंदे, हूंदे... तू आता कटबंद ऱ्हायला न्हईस, आम्हा लोकांत जमा झालास ह्याची मला खुशीच हाय. खरं स्टेपनी फुल्ल हुं ने म्हणून काय तरी यवजना तू कराय पायजेस- अरे बेट्या, ह्यासाठी अलीकडं कसली कसली साधनं, पिशव्या, गोळ्या आणि म्हंजे..." अन् अशाच प्रकारे बराच वेळ म्हैब्या बोलत राहिला... ह्याबाबतचं त्याचं स्वानुभवी पायावर आधारलेलं ज्ञान उतू चाललं होतं... तोंडातून धडाधडा व्यक्त होत होतं- शब्दांचा आकार घेऊन...

अन् नारायण जिवाचे कान करून ती बहुविध, बहुपयोगी माहिती ऐकत होता...

एक मास्तरच सांगावा तसं सारं साजिलवार, सविस्तर म्हैब्या सांगत होता...

आणि शाळकरी पोराच्या कोऱ्या मनानं नारायण ते सारं टिपून घेत होता!

मालकांना पेढीवर आणून सोडल्यावर गाडी दारातच एका साईडला लावून नारायण दुकानात जाई, अन् आतल्या कट्ट्यावर बसून राही. कट्ट्यावर भिंतीशी लागून गाद्या टाकल्या होत्या. त्यावर लोड, तक्के होते. गाद्यांपुढे लिखाणाच्या तीन बैठ्या पेट्या होत्या. त्यांच्या जवळ बसून पेढीतील तिघा कारकुनांचं तीन टाक कुरकुर करीत असत. भिंतीला काटकोन करून रस्त्याकडे तोंड करून तिजोरी होती. तिच्याजवळच्या तक्क्याला टेकून मालक नेहमी बसत. धान्याची शॅम्पल पाहत, बाजारभावांचा रोजचा चढउतार तपासत, बाहेरगावी पाठवायच्या टपालासाठी मजकूर सांगत आणि अशीच इतरही कामं करीत...

कुठेही काही रनिंग नसलं तरी देखील नारायणला पेढीवर बसून राहावं लागे.

कोरभर तुकडा टाकून पाळलेला कुत्रा जसं मालकाचं दार धरून बसून राहतो, तशी ही डायव्हरकीची नोकरी.

केव्हा घरून भाबीचा निरोप येई. मग नारायण घरी जात असे. मालकांची व भाबींची दुसऱ्या मजल्यावर खोली होती. मालक पेढीवर निघून गेल्यावर आचाऱ्याला तसेच इतरही नोकरचाकरांना सांगायची असल्यास, योग्य ती कामं व त्याबद्दलच्या सूचना देऊन भाबी वर निघून जात. केव्हा केव्हा तशाचही जात. तरी नोकरांचं काही अडत नसे. त्यांची नित्यनैमित्तिक कामं चालूच राहत.

वर आपल्या खोलीत आल्यावर भाबी पलंगावर लोळत पडत. केव्हा फक्त लोळणंच चाले, तर केव्हा एखाद्या चावट, चटोर मासिकाचं रुचीनं वाचन चाले.

आजही घरून भाबींचा निरोप आल्यावर नेहमीसारखा नारायण जिन्यानं वर गेला. भाबींचं नेहमीचंच काम असणार, ही त्याची अटकळ होतीच नि झालंही तसंच. भाबी घरी असल्या तरी देखील विशिष्ट प्रकारच्या मंद सुवासाची कुपी अंगावरील कपड्यांवर उपडी करून घेत. त्या अत्तराचं नाव नारायणला काही ठाऊक नव्हतं, तरी पण एखाद्या ठिकाणची भाबींची उपस्थिती त्या दृग्गोचर व्हायच्या अगोदर त्या सुवासाच्या तरंगानं पोचती केली जात असे. आताही खोलीजवळ जाताच त्या सुवासिक तरंगानं नारायण गुरफटला गेला आणि खोलीत शिरून तो भाबींच्या पलंगाजवळ गेला. तेव्हा तर एक सुगंधी लाटच येऊन त्याच्या शरीरावर फुटली.

"मला बलीवलतं भाबी तुम्ही?"

"होय. थोडा बाजारहाट करायचा होता..." आणि भाबींनी पलंगावरील आपली पर्स उचलून तीतील पाचची एक नोट पुढे करीत म्हटलं,

"हं, हे घे. खाली सखू असेल, महाराज (अर्थात, हा उल्लेख आचाऱ्याविषयी होता) असतील त्यांना काय हवं नको, ते विचार आणि बाजारात जाऊन घेऊन ये..."

नारायण खोलीत आल्यावर किंवा त्याला पैसे देताना पलंगावरून उठण्याची तोशीस देखील भाबींनी घेतली नाही. पलंगावर तशाच पडल्या-पडल्या त्यांनी नारायणला पैसे दिले.

पैसे घेऊन नारायण बाहेर पडला. मंडई करून आल्यावर उरलेली चिल्लर देण्यासाठी तो परत माडीवर गेला. भाबींनी चिल्लर हातात घेतल्यावर तो म्हणाला,

"बरं हाय. मी चलू आता?"

"जा म्हणेस, इतकी काय गडबड आहे की गावी जायचं आहे कुठं?" भाबी म्हणाल्या आणि त्याचा हात धरून त्यांनी किंचित ओढल्यासारखं केलं.

भाबींच्या त्या निसटत्या स्पर्शात देखील अशी हुकमत होती, की स्वतःच्या

मनाविरुद्ध त्याला पलंगाच्या कडेशी टेकावं लागलं. मग भाबींनी विचारलं,

"माझं एक काम करशील का रे?"

"काय?"

"थोडं डोकं चेप माझं. सकाळपासून ठणकायला लागलंय बघ नुसतं!"

आणि नारायण भाबींचं डोकं चेपू लागला.

"तुला वाईट वाटलं नाही ना काम लावलं म्हणून?"

यावर नारायण उघडपणे म्हणाला, "नोकरी करायची तर 'हे करत न्हाई, ते करत न्हाई' म्हणून चालंल का भाबी?"

पण त्याच्या मनात येऊन गेलं... च्यायला ह्या कडुपाल्याच्या गावात डायवरची नोकरी करायची म्हंजे दुसरीबी पडतील ती कामं कराय पायजेत. ना म्हणावं, तर नोकरी बोंबड्या मारीत जाती. परगावात आसं न्हाई. डायवर फकस्त ड्रायव्हिंग करील. त्येला हरकाम्या घरगड्यागत दुसरी कामं करायला लावली, तर सरळ त्यो गाडीच्या स्विच् किल्ल्या टाकून चालायला लागंल!

"मी तुला हे सांगणार नाही, पण खाली सखू मोकळी असती तर..." आणि भाबींनी त्याच्या हातावर आपला मऊशार हात अचानक ठेवीत विव्हळ आवाजात म्हटलं, "अरे बाबा, जरा हळू... जरा हळू दाब!"

भाबींच्या ह्या अचानक जवळकीनं व अनपेक्षित वागणुकीनं नारायण आधीच बावचळून गेला होता आणि आता तर त्या मऊ, गुलाबी तळव्याच्या स्पर्शानं तो पार गोंधळून गेला. ह्या वेळी आता आपण कसं वागावं, काय करावं काहीच सुचेनासं झालं त्याला!

आणि अचानक त्याला भाबींनी छातीशी ओढलं. अन् आवेगानं त्याचा मुका घेतला. नारायण चाट! सपाट! थक्कही! धडपडत कसातरी तो म्हणाला,

"भाबी... भाबी... काय हे... काय हे? मी केवढा, तुम्ही केवढ्या! सोबा देत न्हाई तुम्हाला हे."

"शोभा देऊ वा न देऊ, मी ही अशीच आहे, आणि नारायण, अशीच वागणारही आहे. उकिरडं फुंकत, नव्या तऱ्हा, नवे नखरे अनुभवत बाहेर फिरायला सोकावलेल्या नवऱ्याच्या तरण्याताठ्या बायकोनं कसं ऱ्हायचं? कसा संसार करायचा? आपल्याला, आपल्या मनाला, मनासारखं सुख नाही, तर मग ह्या पैशाला घेऊन काय चाटायचं आहे? ह्या वयात जर हे सुख मिळालं नाही तर मग मिळवायचं तरी केव्हा?"

बोलता बोलता भाबींचे हावरट ओठ नारायणच्या ओठांचा तपास करीत होते, पण नारायणच्या धडपडीनं या तपासाला म्हणावं तसं नि तितकं यश येत नव्हतं. ओठांच्या बदली केव्हा गाल, केव्हा कानाची पाळी, केव्हा हनुवटी यांना मात्र त्रास

भोगावा लागत होता.

"भाबी, निदान उघड्या दाराचं तरी भान बाळगा!" तो तर आता हतबुद्धच झाला होता. तरी पण शेवटचा प्रयत्न म्हणून कसंबसं तो इतकंच म्हणाला.. म्हणू शकला.

"उघडं दारही झाकता येतंय नारायण!" आणि त्वरेनं त्याला दूर ढकलत त्याच त्वरेनं दाराशी जाऊन दार झाकलं नि बाहेर पडण्यासाठी त्यांच्याशी व पर्यायानं दाराशी झोंबणाऱ्या नारायणकडे तोंड करून झाकल्या दाराच्या फळ्यांशी टेकत धाप भरल्या आवाजात त्या म्हणाला,

"बाहेर पडायचा प्रयत्न करशील तर ते तुलाच महाग पडेल नारायण! एकदा एखादी गोष्ट मनात भरली, की ती मिळवायला शिकल्येय मी. अशी ऐनवेळी दवडायला नव्हे!"

जमिनीत तिवडा रोखल्यागत नारायण उभा होता-निश्चेष्टपणे!

आणि कामुकतेनं अंतर्बाह्य बरबटून गेलेल्या भाबी, एका वेड्या आंधळ्या प्रेरणेनं पुढं सरकत होत्या. क्षणाक्षणानं दोघांमधील अंतर तुटलं जात होतं. एका लयपूर्ण, हळुवार वेगानं!

अर्थात, नारायणला हे आवडण्यासारखं नव्हतं आणि आवडलं नाहीही! त्याला वाटलं, जिथं चोवीस न्हाई तरी बारा तास तरी ऱ्हायचं, वावरायचं, ज्यांच्या हातचं खायाचं नि ज्यांनी दिलेल्या पगारावर सोताला पोसायचं, त्येंच्याशी असा बर्ताव! छे छे! हे आपुनला जमायचं न्हाई. ड्रायव्हिंग करू, घरचीबी काम करू, खरं हे असलं? छे बा! जनावरच्या औलादीची असतील त्येंची ही कामं. माणसाच्या पोटाला यिऊन हे आसलं काय आपल्या हातनं निभायचं न्हाई! उपाशीतापाशी दिवस काढू, ऱ्हावू, खरं ही असली जिंदगाणी नको आपुनला!

दुसऱ्या दिवशी नेहमीसारखा मालकांना आणायला गाडी घेऊन तो घरी गेला.

भाबी नेहमीसारख्या वागत होत्या, जणू काय झालं नव्हतं, घडलंच नव्हतं. बायका अशाच असतात? इतक्या... इतक्या?

मालक बाथरूममध्ये होते. भाबींनी आत बोलावलं नाष्टा करण्यासाठी. तोही गेला. कांदेपोह्याची बशी पुढे आली. एक भरडा संपविल्यावानी ती घशाखाली रिकामी केली. मग चहाचा कपही रिता केला अन् उठून तो बाहेर जाऊ लागला. तसे भाबींचे शब्द कानांवर आले,

"नंतर ये बरं का, थोडं माळवं आणायचं आहे."

"बरं!" कालचं सारं आठवून लाजेनं एवढासा झाला होता नारायण. मान वर करू शकला नाही. खाली पाहतच म्हणाला आणि बाहेर निघून गेला.

मग वीसएक मिनिटांनी मालक बाहेर आले. त्यांना पेढीशी आणून सोडलं. गाडी नेहमीच्या जागी उभी करून लॉक केली. मालक तक्क्यावर बसून पहिली बिडी ओढत होते. तोवर तो जवळ गेला. म्हणाला,

"मालक..."

"काय रे?" आणि मालकांनी त्याच्यावर नजर रोवली.

तशी मान खाली घालून गाडीची स्विच् किल्ली पुढे करीत तो म्हणाला,

"ही गाडीची किल्ली. उद्यापास्नं मला रजा द्या."

"का रे, असं अचानक निघायला काय झालं?"

"तसं काय झालं न्हाई, खरं ट्रकवर जावं म्हणतो. ह्या म्हागाईत म्हैन्याला साठानं कायबी पुरूटी पडत नाही."

"ट्रकवर अशी तू किती मिळकत करणार आहेस?"

"पगार नि भत्ता मिळून शे-दीडशे तरी मिळतील, तेवढंच खर्चाची तोंडमिळवणी करायला सोपे जाईल."

"बरं तुझी मर्जी!" आणि मालक शेजारच्या दिवाणजीकडं तोंड करून म्हणाले, "ह्याला झालेल्या दिवसाचा पगार देऊन टाका आणि गॅरेजमध्ये जाऊन तसंच गाडीतल्या डिक्कीमधल्या सामानाची शहानिशा करून घ्या, पूर्वीसारखं सारं आहे की नाही..."

पण मालकाचे शब्द मध्येच कातरीत नारायण म्हणाला, "चोरी करणारी ही औलाद न्हवं मालक. गाडीचं सामान ईकून पैसा कमवायची खोड लागली असती तर ही नोकरी कशाला सोडली असती?"

"आम्ही तुज्यावर तसा ठपका घेत नाही, पण याबाबत आधीच्या ड्रायव्हरचा अनुभव काही चांगला नाही आणि अनुभवानं शहाणं व्हायचं नाही तर व्यवहारात पडू नये माणसानं. हा व्यवहार आहे. असंच वागणं भाग पडतं." आणि मालक म्हणाले, "जा हो दिवाणजी, सारं तपासून या नि पगार देऊन ह्याला रजा द्या."

आपलं लेखन-सामान पेटीत ठेवून दिवाणजी उठला आणि कट्ट्याखाली उतरून पायात चप्पल सरकवीत म्हणाला, "चल रे नारायण!"

नारायण त्याच्या पाठोपाठ बाहेर पडला. पाठीमागे मालक कुणालासे म्हणत होते,

"ही ड्रायव्हरची जात फार हरामखोर बघा, केव्हा नि कोणत्या वेळी दगा देतील सांगता येत नाही काही यांचं."

नाही म्हटलं तरी हे ओझरतं नारायणच्या कानावर पडलं नि त्याला वाटलं, काय दुनिया हाय साली! माणसागत वागायला बघिटलं तर कपाळी हरामखोरीचा शिक्का बसतोय. ह्येच्या बायकुशी झोपत, पाळलेल्या वळूगत मी ऱ्हायलो असतो

तर ह्योच उद्या म्हणाला असता ड्रायव्हर मात्र चांगला मिळालाय हं आपणाला!

रात्रीचं नेहमीगत जेवायला मावशीच्या घराकडं गेला. रात्रीचे नऊ वाजून गेले होते. त्यामुळे मावशीची व तारीची तंबाखूच्या कामाची सुट्टी झाली होती. दोघी घरीच होत्या. त्यांची जेवणं झाली होती. नारायण गावात हाय, का गाडी घिऊन कुटं परगावाला गेलाय, अशा विचारात त्या होत्या. तोवर नारायण घरी गेला.

दिवसभराच्या घायटत्यात दोघीही शिणल्या होत्या आणि आता जेवल्यावर तर एकप्रकारची सुरसुरी, सुस्ती अंगावर चढली होती. त्यामुळे नारायणचं ताट नेहमीगत हिरीनंच केलं होतं.

नारायण हातपाय धुवून पाटावर येऊन बसला. जेवू लागला. आता नवी नोकरी कवा मिळेल, या विचाराचं एक गिरमिट त्याच्या डोक्यात फिरत होतं, विचाराच्या भिरभिटीत तो सपाटून जेवला. त्याच्या ताटातील भाकरी संपताच हिरी तत्परतेनं दुसरी वाढत होती. आमटी संपत आलेली दिसताच, आमटीचा डाव वाटक्यात डब होत होता, अन् भाजीची चिमट ताटात रिकामी होत होती.

तो असा मन लावून जेवत असलेला पाहून हिरीचं मन समाधानानं भरून येत होतं. आज सगळंच जेवाण चवदार, साजरं झालंया अन् म्हणूनच तर ह्यो तरपासून आल्यागत खायाय लागलाय. पर वाद्या एक दिवस दिकून म्हणत न्हाई-'बाई ग आज जेवान चांगलं झालंया. तुझ्या हातात सुगरण हाय.' माणसानं लै न्हाई थोडं तरी मनातलं बोलावं. आसं सदाच आपलं धुम्मनघुस्यावानी ऱ्हायचं. जेवायला आल्यावर खाल मान घालून खरखरमुंड्यागत जेवायचं आनि चूळ भरली की निघालं आपलं!

जेवण झालं. हात धुवून पाटावरून तो उठला. रुमालानं तोंड निपटत बाहेर आला.

मावशी बाहेरच्या सोप्यात होती. त्याचीच वाट पाहत होती. तो येताच म्हणाली,

"जेवलास नारायण?"

"जेवलो की."

"बस जरा. बोलायचं हाय तुज्याबरोबर."

तो बसला. खिशातून बिडी काढून शिलगावली. पहिला झुरका मारून धूर बाहेर सोडत म्हणाला,

"काय ईशेस मौसी?"

"तारीला 'जागा' आलाय यंदा. पयल्या म्होतराला उजवून टाकावी म्हंतो तिला."

''व्हय तेबी खरं हाय. कवाबी झालं तर लगीन करायलाच लागतंय.''

''म्हणून तर यवजलंय. पोरीच्या जातीला हुडागत वाढ. हां हां म्हंता वाढत्यात. मग चांगलं 'जागं' येत न्हाईत. तवा औंदाच्या लगीनसराईत ठेवायची न्हाई तिला.''

''खरं 'जागा' कशी हाय? नवरा मुलगा दिसाय, वागाय सवराय कसा हाय? घरची मान्सं सबावानं कशी हैत? ही सगळी माहिती काढलीया?''

''ह्योच दूम काडायला तर तुज्या कानावर ही गोष्ट घातली. स्थळ हाय यमग्याचं. तुला सवड कवा हाय ते सांग. दोघं मिळून जावू या. काय ती म्हायती काढून ईवू या, कसं?''

''उद्या सांगतो कवा जायचं ते. खरं लगीन म्हटल्यावर लै न्हाई थोडा खर्च्या ह्यो येणारच, तवा पैशाची काय जोडणी...?''

''पैशाबिगर आसली कामं हुत्यात लेकरा? पैशाची जोडणी हाय म्हणून तर हे क्याट काढलंय.'' आणि आपला आवाज बराच खाली आणून मावशी म्हणाली, ''मी बिशी टाकलीती त्येचं दीडशे रुपयं आल्यात. शिल्लकंचं शंभर हैतच. तवा ह्यांतच जुगूतुगू करून कसं तरी वडून काढू या हे.''

''काढू या की.''

''मी बाईमाणूस अशी ही एकली, तवा तुज्यागत बापाय माणूस असावं संगती. व्हय का न्हवं?''

''व्हय. बरोबर हाय.'' आणि नारायण म्हणाला, ''तशी काय काळजी करू नकोस मावशी, मला कोण परका समजू नको, काय 'व्हय-न्हवं' सांगत जा. माझ्या हातनं जमेल तेवढं कराय मी हयगय करणार न्हाई.''

''हे जाणूनच सगळं सांगितलं तुला लेकरा.''

''बरं, चलू आता?''

''चल तर.''

आणि नारायण खोलीबाहेर पडला.

तो खोलीवर आला. हांथरूणाची वळकटी पायानंच पसरून त्यावर लवंडला. पुन्हा दुसरी बिडी पेटली. डाव्या पायाचं तिकाटणं उभं राहिलं. कोलदांड्यागत त्यावर उजवा पाय पडला. विचारांच्या लयीत हालू लागला...

आयला, संकटं आली की कशी सगळी संगनमत केल्यागत एकदम येत्यात! न्हाईतर आपुन नोकरी सोडाय नि हिकडं तारीच्या लगनाचं क्याट निघाय, एकच गाठ कशाला पडली असती? आता लगनाची वेळ म्हटल्यावर धडाभर तिकडं, धडाभर हिकडं असा खर्च्या येणारच. अशा टायमाला मावशीनं आपणाकडं हात पसरला, त्वांड येगाडलं तर? मारी सगळं हेटाकच हाय हे! मालकाकडं जाऊन

पुन्हा मला नोकरीवर घ्या म्हणावं का? तसं झालं तर मालकिणीचा ठोक्या हून ऱ्हायलं पायजे. काय करावं?

असा विचाराच्या गुतापत्यात तो असतानाच म्हैब्या आत आला.

ह्येला चापसून बघावं का?.. नारायणच्या मनात विचार आला.

"काय रे बाबा, आज लै ईचार करून भेजा खराब करून घ्याय लागलाईस? का आतापोर डोळं मिटून खाल्ल्यालं अंगाशी आलं? गळ्याला आलं?"

यास्मिनच्या संदर्भातील हे बोलणं कानाआड करीत नारायण म्हणाला,

"यार, अपनी तो नोकरी चली गयी, अब दुसरी तलास करनी होगी. ऐसी बेकारीपनमे और एक मुसीबत आ पडी है.. अपनी वो मौसी हे न, उसकी लडकीकी -तारीकी शादी की बात चली है. उसमें मुझेभी कुछ न् कुछ खर्चा करना पडेगाही, और सवाल सिर्फ यह है, पैसा!"

आणि मग नारायणनं त्याला सारी हकीगत सांगितली.

शेवटी म्हैब्या म्हणाला, "पैसे की ऐसी तैसी साली! पैसा क्या किधरसेभी हम निकालेगा, पहले शादी तो होने दे! हमारे पास तीस रुपीया है, वो हम तुमको देगा, कबूल?"

"कबूल!"

"तो चल, इस बातपर पिला चल चाय, गवळीदादाके हाटिलमे."

"चल."

दोघेही उठले आणि रात्रभर चालू असणाऱ्या वेशीबाहेरील गवळ्याच्या हॉटेलकडं चालू लागले.

दुसरा दिवस. नोकरीवर नसल्यानं लवकर उठून तरी काय करायचं, अशा विचारानं नारायण तसाच अंथरूणावर लोळत पडला होता. म्हैब्या नेहमीगत लौकरसा उठून स्टँडवर गेला होता. आणि रिकाम्या खोलीत नारायण एकटा, एकाकी लोळत होता-साऱ्या जगातील कंटाळा लपेटून, सुस्त, भकास, भकीस्तही...

म्हैब्या दार पुढं ओढून घेऊन निघून गेला तेव्हापासून तो जागाच होता आणि रिकाम्यारानी माणूस अभावितपणे काहीतरी करीत राहतो, तसा तो बिड्याच ओढीत पडला होता. त्याच्या उजव्या अंगाला बिड्यांची काही थोटकं इतस्तत: विखुरली होती. आताही एक नुकतीच शिलगावलेली बिडी त्याच्या हातात जळत होती. तोंड देखील न धुता तसंच बुरश्या तोंडानं त्याची ही अग्निपूजा चालू होती... असाच किती वेळ गेला कुणास ठाऊक.

आणि यास्मिन आत आली. नेहमीचीच, नेहमीसारखीच ताजी, टवटवीत, घवघवीत, आनंदानं न् उत्साहानं अंतर्बाह्य निथळणारी.

आत येताच तिनं दाराला आतून कडी घातली नि वटकान् लावल्यागत बिड्याचा डबा तिथंच ठेवला आणि एक लाट कोसळावी, तशी त्याच्या अंगावर कोसळली.

तो 'अगं, अगं' म्हणून तिला आवरूस्तोवर रेशमी पाश गळ्याभोवती पडले आणि ओठ त्याच्या गालाचे, केव्हा मानेचे, केव्हा उघड्या छातीचे मटामट मुके घेऊ लागले.

लाट कोसळून अशी पसरली. तिचा आवेग कमी झाला. मग म्हणाली,

"क्या जी बा, आज रंजीस दिसतोस. रोजची टवटवी दिसत न्हाई. बिमार तो नही हो?"

"नही यास्मिन, वैसी तो कोई बात नही."

"तो फिर...?"

"मैने नोकरी छोड दी."

"क्यों? भेजा खराब हुआ, क्या शीर चकरा गया, क्या अकलपर पथ्थर पड गये?"

"वैसीच बात हुई यास्मिन. वो भाबी है न्, वो मुझपरही मरने लगी."

"मेरा दिलदार है भी वैसा!" आणि त्याच्या उघड्या दंडाच्या बेडकुळ्यावरून ती अप्रुवाईनं बोटं फिरवू लागली.

मग म्हणाली, "फिर आगे?"

"आगे क्या? मैने मालीकसे कहा-रामराम, निकालो मेरा दाम और क्या? मिल गयी छुट्टी! तो तू क्या सोचती है- मै उस छिनाल औरतका कुत्ता बनकर रहूँ? नही, नही. वैसा हरगीज नही होगा, तो फिर उस झंझटमे मुझे एकही रास्ता दिखायी दिया, और वोही मैने अपनाया! अच्छा तूही बता मैने गलती तो नही की?"

"जो हुआ सो हुआ. अब उसके बारेमे सोचना बेकार है, मगर अब यह बता- आगे क्या?"

"और क्या? दुसरी नोकरी धुंडने पडेगीही. अपना तो कोईभी है नही दुनियामे, जो बैठे बैठे आरामसे खायेपिये. नोकरी करो तो खावो, नही तो भुके मरो. यही तो हमारी जिंदगी है यास्मिन."

"तो दुसरी नोकरी है किधर? कुछ पताबिता?"

"अभी मैने कोशीस भी नही की तो पता कैसे मिलेगा? आज थोडी ट्राय करूंगा मिले या न मिले, ट्राय करना तो अपना काम है, देखें तो आपनी खोपडीमे क्या क्या लिखा है?"

"मुझे अभी ऐसा लगता है, की तूने कही दूसरी नौकरी देखकर पहली नौकरी छोड देना अच्छा था, अभी न जाने कितने दिन यूंही बेकार रखडना पडेगा?"

"रखडता क्यो हूँ? क्या चुडियाँ पहनी है मैने? मिली तो नोकरी, नही तो मार गोली उसको, अपना पुराना धंदा है ही-स्टेपनी बनाना और अब तक दममे दम है, और ये दो हात मजबूत है, तब तक यह धंदा तो अपना है, है ना?"

"वो तो हुआच. मगर अब तू डायवर बना है, फिर स्टेपनी बनानेका वो हल्का, छोटा काम करना एक डायवरको अच्छा नही लगता."

"कोई भी काम हल्का नही होता, छोटा नही होता, यास्मिन! तो देखनेवालोंकी नजर हल्की होती है, छोटी होती है, ड्रायव्हरका स्टेपनीवाला बना तो क्या हुआ? कोई काम करके पेट भरना तो बुरी बात नही? और स्टेपनी बनाना तो अपना पुराना धंदा है, और वो करते करते मै ड्रायव्हर बना हूँ. अपना तो साहारा नोकरी नही, पैसा नही, सिर्फ यह धंदा है, सिर्फ यह धंदा! दुनियावालोंने नोकरीसे, पैसेसे अलग किया तो सहारा देगा यह धंदा, दूर लोटेगा नही."

"बस बस बाबा!" आणि हसून यास्मिन म्हणाली, "मैने युही कही तो लेक्चरबाजी करने लगा, खैर ऱ्हंदे उस बातको, पयले दो रुपये निकाल."

"काहे को?"

"मेरा दुसरा एक यार है उसे देनेका."

तसा नारायणनं तिला एक लाफा ठेवून दिला. मग म्हटलं, "साली, गंधी बाते मत कर. नही तो और एक लाफा चढाऊंगा." आणि त्यानं उशाजवळच्या आपल्या शर्टाच्या खिशातून दोनची एक नोट काढली व तिच्यापुढे करीत म्हटलं,

"ये ले!"

"पहिले मारता है, बादमे पैसा देता है, ये नही चाहिये!"

"अभी अभी चाहिये था, और अभी नही? अच्छा, कैसे लेती नही देखता हूँ!" आणि तो उठला नि त्यानं तिला मागं धाड्दिशी ढकलून दिलं.

बेसावध यास्मिन लोळागोळा होऊन मागे पासली पडली, पदर ढळला. आणि आज तिनं चोळी घातल्याचं दिसून आलं. रोज ब्लाऊज असायचा. चोळीचं वरचं बटन नि तळची गाठ यातील ती लंबवर्तुळाकृती दरी नि त्या दरीतूनच वर वक्ष:स्थळाची ती पर्वतशिखरं. त्या शिखरांचे पायथे चोळीच्या त्या लंबवर्तुळाकृती खिडकीतून दिसत होते. क्षणभर नारायणची नजर तिथं रोवली गेली आणि लव्हार शाळेतील भट्टीजवळ बसल्यागत दुसऱ्याच क्षणी तो गरम झाला... तसाच तो पुढे झाला आणि तिच्यावर ओणवा होत त्यानं त्या उघड्या खिडकीतून आत आपला पंजा सारला आणि पंजातील नोट त्या उजव्या वक्ष:स्थळावर तशीच अच्चुती ठेवून दिली.

वक्ष:स्थळांची फुगीर गोलाई नि त्याला चिप्पकून, तणावून बसल्याली चोळी यांच्यामध्ये ती नोट पाकिटातल्या कप्प्यापेक्षाही जास्त दाबानं ठेवल्याजागी बसली.

मग नारायण म्हणाला, "आता म्हण बघू नही चाहिये म्हणून?"

तशी यास्मिन लाज लाज लाजली. आपल्या दोन हातांच्या ओंजळीत अख्खा चेहरा लपवला नि तो वर काढीचना!

तसं नारायणनं ते लाजाळूचं झाड असंच अल्लाद उचललं, जोरानं छातीशी आवळलं.

"अम्मा गे!" ती अस्फुट ओरडली. मग त्याच्या छातीवर बुक्या मारीत, नखानं चिमटत, यवदरत म्हणाली, "छोड अभी, जाते हम! तुझे क्या कोई पुछनेवाला नही, मगर हमारे घरमे बडी भान बोंबड्या मारती है रोज, तेरी वझहसे कितली गालियाँ खानी पडती है मुझे, तुझे क्या पता बाबा... छोड! हजरी देके जाने को टैम होता है... छोड मुझे."

"पगली! तुझे पकड्या है वो छोडनेके लिए नही, समझी."

आणि मग नेहमीचं. नेहमीसारखं घडलंच. दोघंही त्या मधाळ, उन्मादक धारेत यथेच्छ न्हाली.

मग यास्मिन निघून गेली.

नारायण मात्र नवी बिडी शिलगावून तसाच बराच वेळ पडून राहिला. मग बऱ्याच वेळानं तो उठला. सकाळचे सारे विधी आटोपले. विहिरीवर जाऊन आंघोळ करून आला. मग कपडे करून बाहेर पडला.

आता दुपार चढत चालली होती. माणसांच्या रोजच्या व्यवहाराला नियमितचा एक धीमा वेग आला होता. रस्ते वाहनांनी, माणसांनी गजबजलेले, तरीही मरगळलेले होते.

आणि नारायण खाली मान घालून रस्ता कात्रत होता. कुठे जायचं? त्याचं त्यानंही हे निश्चित ठरविलं नव्हतं. पाय चालत होते. शरीर जात होतं. पुढे...पुढे...

बाबू लोहारचा कारखाना. मोटार रिपेअरीचा. बाबू मोटार बॉडीची, चेसची, पॅचची, कमान पाट्याची, खोगळ्यांची अशी कामे करी. हाताखाली पाटं काढाय, घन माराय अशी नेटाक पोरं पाच-सहा नि बाबू अशी रिप्पी लागे. सकाळपासून रात्रीपर्यंत आठवड्यातून दोन-तीन तरी रातपाळीचा घायटा उसळे. नेहमी गॅरेजपुढे चार-पाच गाड्या, दोन एक ट्रक तरी पडून असत.

समोरून नारायण जात असलेला पाहून बाबूनं हाक मारली,

"नाऱ्या, अबे नाऱ्या!"

"काय?"

"बेट्या, तू आता शेटजीचा ड्रायव्हर झालास तवा लै ताटणारच. आता आम्हास्नी बलवशील कशाला तू?"

"तसं न्हाई बाबूमा, मी माज्याच चिंतागतीत हुतो."

"तुला रे आनि कसला घोर लागला? शेटजीच्या हितं हैस न्हवं?"

"हुतो, आता न्हाई."

"म्हंजे राजिनामा दिला म्हणा की! दुसऱ्या ड्रयव्हर लोकांचं व्हारं पडलं म्हण की तुज्यावर-आठ दिवस ही, आठ दिवस ती नोकरी करत बोंबलत हिंडायचं, कुटं एकाच ठिकाणला टिकायचं न्हाई, थरंबायचं न्हाई. हे वंगाळ गड्या. ह्या लायनीत आतापास्नंच तू आपलं नाव बद्दू करून घेणार म्हणंनास."

"बाबूमा, माजं ऐकून तर घे! का आज सकाळपास्नंच रिप्पी लावलाईस.. मंडेसची?"

अर्थात, 'मंडेस' म्हणजे दारू, बाबूच्या पिण्याबद्दलचा असा हा तिरपा उल्लेख नारायणनं केला.

"काम अस्तापैकी दिवसा घिऊन झिंगायला मला काय खुळ्यान् काढलंय?" आणि बाबू म्हणाला, "ये की, जा म्हणंस! एवढं अगतीनं जायला नोकरी कुटं बोंबला लागलीया!" नि तो गॅरेजमध्ये वळला.

त्याच्या पाठनं जात नारायण म्हणाला, "नसली तरी दुसरी हुडकाया नको बाबूमा? आसंच फापलंत फिराय माज्या बाचं उत्पन्नबी न्हाई सुटाय."

"तुम्हीच आमीच दीडवाट्याचं बरं मर्दा नि उत्पन्न सुटल्यालं लोकं कुटं सुक खायला लागल्यात? त्येचं त्येनला फुरं झालंय मर्दा!" आणि बाबू म्हणाला, "त्यो घन घे नि मार चार पेट्ट. एवढ्या फोर्डच्या पाट्याला बाक घालू या."

बाबूचा हा स्वभावच. तो कुणाला कसलं काम लावेल ते सांगता येत नसे. मग तो ड्रायव्हर असो, अण्णाघोळ असो, शेटजीभटजी असो... ह्यांना आपलीही हलकी कामं कशी सांगावीत अशा विचारानं तो कचकवत नसे. बरं, ना म्हणावी तर आणखी आठ दिवस हा गॅरेजमध्ये गाडी पाडून ठेवील या भीतीनं ऐकणारंही मुकाट काम करीत.

नारायणचं असलं काहीच नसलं, तरीसुद्धा त्याला बाबूमाचं मन मोडवेना. कारण बाबूमानं त्याला कितीतरी वेळा स्टेपनी करण्याची कामं दिली होती. तो जाग्यावर नसल्यास त्याला शोधून आणून दिली होती. नाही म्हटलं तरी हे उपकारच. कदाचित, यामुळेही असेल, नारायणनं घण घेतला. मग बाबूनं एक एक पाटा ऐरणीवर धरला नि नारायण घण घणाघण मारू लागला. साऱ्या पाट्यांना बाक घालून झाला, तेव्हा नारायण घामाघूम झाला. त्याच्या छातीचा भाता खालीवर होऊ लागला. दम खात तो शोव्हरलेटच्या क्लचप्रेशरला तीन व्हॉल वेल्डिंग करून तयार केलेल्या खुर्चीवर बसला.

त्याला तसं धापल्याला पाहून बाबू म्हणाला, "नाऱ्या बेट्या, दमात उखडलास लेका तू! टोरिंगच्या पाट्यास्नी बाक घालतानं ही बोंब तुझी, तर मग ट्रकच्या

पाट्यास्नी बाक घालताना काय हुणार तुजं?'' आणि डोळे मिचकावून बाबू म्हणाला, ''आता तू पैलंगत कटबंद ऱ्हायला न्हाईस गड्या! भालगडी करायला शिकलास हे नक्की. कर... कर... खरं नस्ता रोग मागं लावून घेशील बग. ते मतोर वाईट हं. काय म्हंतो? पटलं तर व्हय म्हण, न्हायतर सोडून दे, काय? बरं ते ऱ्हाऊ दे, च्या पिवून ईवूया चल! तू आणि म्हणायचास, ह्या सुकाळीच्यानं नुस्तं घन कारून घेतलं नि च्याबी पाजविला न्हाई.''

''छे छे! बाबूमा, मी का तुला वळकत न्हाई म्हंतोस? असं कसं म्हनीन मी?''

अर्थात, नारायणचं हे बोलणं कानाआड करीत बाबूनं आपल्या हाताखालच्या पोरांना सांगितलं, ''रामक्या, यवडा पाटा आवळून घे बघू झाट झाट नि गाडीला फिट करायला लाग, तंवर मी आलोच च्या पिऊन. हिकडंबी सा च्या लावून देतो बघ!''

आणि दोघे बाहेर पडले. गॅरेजपुढलं मोकळं मैदान पुना-बंगलोर रोडला भिडलेलं. नि त्या रोड पल्याडच मैदानाकडे तोंड करून राचापूअण्णाचं 'श्रीराम टी हाऊस.' श्रीरामचा आणि 'टी'चा असा हा घनिष्ठ संबंध जोडणारा राचापूअण्णा शिरमीला ठेवून होता. हुं म्हणून मातलेली उंच, थोराड शिरमी नेहमी गल्ल्यामागे उभी असे. तिच्या लागीची लांब-रुंद खुर्ची ठेवायला गल्ल्यामागे पुरेशी जागा नसल्यानं, ही बाई आपली सततची उभी असे. हे हॉटेल अरुंद असल्यानं गल्ल्याचं टेबल फक्त हातभर रुंदीचं नि वावभर लांबीचं होतं. टेबलावर केव्हा कांदेभज्याची, केव्हा चिरमुरे चिवड्याची ही दांडगी परात असे. अन् तीस-बत्तीसच्या उमरीच्या शिरमीचा तसाच थोराड हात त्या परातीतून सतत फिरत आतल्या भज्यांशी, चिवड्याशी चाळा करीत राहत असे. रोजचं घस्टनीचं गिऱ्हाईक जाता-येता तिच्याशी काहीतरी पानचट, चावट बोलून खि: खि: हासून आपली करमणूक करून घेत असे. पण करमणुकीची याच्या पुढची पायरी शिरमीनं कुणाला चढू दिली नव्हती. तशी ती राचाप्पाशी एकनिष्ठ होती.

हॉटेलात शिरता शिरता बाबूनंही नेहमीगत 'काय ग शिरमव्वा', म्हणून संबोधत काही पाचकळ गोष्टी बोलल्याचं नि त्या ऐकताच आपले दातवान लावून काळं केलेलं दात दाखवीत शिरमीही नेहमीगत हसलीच.

''शिरमव्वा, गरम हाय का?'' बाबूनं विचारलं नि तिला दिसू नयेशा बेतानं नारायणकडे पाहत एक डोळा मिचकावला.

शिरमव्वा तर नेहमीच गरम असते. पण राचापूअण्णासाठी, इतरांसाठी नव्हे ही गोष्ट बाबू जाणून होता. पण अप्राप्य स्त्रीबद्दल असलं काही बोललं, की बोलणाऱ्याला एक प्रकारचं सुख मिळतं अन् त्यामुळे असेल-शिरमव्वाशी त्याचं नेहमी असं दुधारी बोलणं असे. पण ह्यातील वाकडा अर्थ नेहमीच्या व्यवहारी

कुशलतेनं डोळ्यांआड करून शिरमी नेहमी सरळ अर्थ घेत असे.

आताही शिरमी अशाच सरळपणे म्हणाली, "गरम मिरची हाय, दिऊ?"

"दे. दोन मिरची लावून दे. आनि हे बघ, गॅरेजकडं तीन मिरची, सा च्या लावून दे."

आणि दोघांनी एक टेबल पकडलं. येथून आतला भटारखाना दिसत होता. भटारखान्यात भट्टी पेटली होती, नि तिच्यातनं भसासा धूर बाहेर येत होता. आणि तशा त्या धुराचा त्रास सहन करीतही आजूबाजूंच्या गॅरेजमधील व वखारीमधील गिऱ्हाईकं येऊन हॉटेलातील ती सात-आठ टेबलं आडवीत असत. कारण भज्यांसाठी हे हॉटेल आजूबाजूंच्या येरीयात नामांकित होतं. अन् तशीच शिरमीही होती.

भट्टीवर कढई नि जवळच राचाप्पा मिरची तळणारा. सारख्याला वारकं वाटावा, असा शिरमीगतच हाडापेरानं मजबूत. हत्तीच्या पिल्लागत. बघंल तेव्हा हा कढईत काही ना काही तळत असायचा. केव्हा भजी, केव्हा काटंखडुळगी, केव्हा शंकरपाळी, केव्हा बुंदी, केव्हा चिवडा अन् केव्हा असलंच काही. हा माणूस तळण्यासाठी जन्मला असावा, असं वाटत राहायचं.

पोऱ्यानं पुढ्यात भजी आणून ठेवली, तसा गल्ल्यावरून शिरमीचा आवाज आला.

"मेस्त्री, भज्याबरोबर पावबी दिऊ काय खायाला?"

"दे, दे!" बाबू म्हणाला.

दुसऱ्याच क्षणी पावाच्या चकल्यांच्या दोन प्लेटी समोर आल्या.

त्यातील एक तुकडा हाती घेऊन त्याबरोबर काचकन् मिरचीचा एक लपका मटकावीत बाबू म्हणाला.

"नाऱ्या, आज तोंड शिवल्यागत तुजं नुस्तं 'हूं'च चाललंय मघापास्नं. म्याडबेन्यागत मीच भका लागलोय. बेट्या, घडाघडा बोल तर की, का त्येलाबी पैसे बसत्यात?"

"काय बोलायचं बाबूमा?"

"रांडच्या, आसा भागुबाईगत इवळू नकोस. नोकरी का सोडलास ही सांग बघू?"

"सोडलो म्हंजे पगार पुरवडंना. ही असली म्हागाई. साठ रुपड्यानं काय कात हुणार? आनि दुसऱ्या ड्रायव्हरांगत पेट्रोल इक, टायऱ्या इक, स्पेअर पार्ट इक, मेस्त्री लोकांची खोटी बिलं दावून पैसे दाब, आसं करून साठाचा एकशेसाठ पगार पाडणारा मी तरी ड्रायव्हर नव्हं! आपुन लागलं तर मागून घिऊ. खरं चोरी करून प्वॉट जाळणार न्हाई."

"मग बालीष्टराची एक नोकरी हाय, करतोस?"

"काय बाबूमा, थट्टा करतोस गरिबाची."

"आता जास्त पगाराची नि चांगली नोकरी म्हंजे बालीष्टराचीच हुडकाय पायजे."

"थट्टेचं बोलणं सोड. तुज्याकडे तशी चांगली नोकरी आढळात असली तर सांग."

"तशी हाय नोकरी एक, खरं बालीष्टराची मतोर न्हाई बाबा!"

"पुन्हा थट्टा गरिबाची..."

"थट्टा न्हाई-खरंच नोकरी हाय एक ट्रकवर. करणार?"

"करतो की."

"खरं नोकरी ड्रायव्हरची मतोर न्हाई हं. किन्नरची हाय. चालंल न्हवं?"

"न चालाय काय झालं? आनि ट्रकवर एकदम ड्रायव्हर व्हाय कुठल्या सुक्काळीच्याजवळ हेवी लायसन हाय. माजं आपलं सादं टोरिग लायसन हाय. हेवी लायसन मिळूपतोर किन्नरकीच कराय पायजे बाबूमा."

"बरं, सांचं ये तर... मालकाशी गाठ घालून देतो. खरं एक लक्षात ठेव. मागनं मी शेटजीच्यात जाऊन चौकशी करणार हं-का त्येनं नोकरी सोडला म्हणून. काही लफडं असलं तर आत्ताच सांग."

"तसं कायबी लफडं न्हाई घे गा!"

"ते न्हाई म्हणत मी, आधी ईचारल्यालं बरं आसतंय. मागनं काय हुतंय म्हाईत हाय, गाठ घालून दिल्याला माणूस बरा निघाला तर बरं, न्हाईतर उद्या मालक बोंबडी मारत आलाच.. काय हो मेस्त्री, कसला क्लीन्नर गाठ घालून दिला तुम्ही! अहो, त्यानं असं... असं केलं. आनि आपली बोंबबाज्या बाराखडी त्यो सांगत बसणार! त्यापेक्षा आताच सगळं पस्ट झाल्यालं बरं. व्हय का न्हवं?"

"व्हय, तुजंबी बरोबर हाय."

"मग चौकशी करू न्हवं शेटजीच्यात?"

"बेशक कर, कर न्हाई त्येला डर कसली?"

एवढ्यात कोणीसा ड्रायव्हर बाबूचा शोध घेत हॉटेलात आला. म्हणाला,

"काय मेस्त्री, हितं येऊन बसला व्हय गप्पा हाणीत. आनि तितं काम कोण करायची? सांजला मालकाचा तंबाखू भरायचा हाय. न्हाय तर परमीट कानसल हुतंय. त्येची मुदत सांजपतोर हाय! चला, चला!"

आणि मग बाबूचं व नारायणचं बोलणं तेवढ्यावरच कटलं होतं.

निरोप घेताना बाबूनं आवर्जून सांगत येण्याबद्दल पुन्हा एकदा सांगितलं होतं, नि त्यावर नारायणनंही मान डोलावली होती.

१०

यलाप्पाण्णा चौगुलेच्या ट्रकवरची ही नवी नोकरी. क्लीनरची. बाबूमा लव्हारच्या ओळखीनं, वशिल्यानं लागलेली. चाळीस रुपये पगार, रोज अडीच रुपये भत्ता. महिन्याला एकशे पंधराची लेव्हल. वरचं पंधरा च्या-विडीकाडीला गेलं, तर निदान शंभर तरी उरायला हरकत नाही. त्यातलं आणि दहा-वीस चिल्लर खर्चाला उडालं, तरी ऐंशीला तरी मरण नाही असा नारायणचा हिशेब.

मुंबईच्या एका कंपनीत यल्लाप्पाण्णाच्या तिन्हीही ट्रक्स लावलेल्या होत्या. तिन्हीही चायना डॉज होत्या. बॉडीला, केबिनला लाल रंग नि पुढील शोला-मडगार्ड्स बॉनेटला हिरवा रंग. कंपनीतर्फे ट्रक्स भरल्या जात. बॉंबे-बंगलोर माल ने-आण करीत. बॉंबे-बंगलोरचं हे टर्न महिन्यातून चार, क्वचित पाचही होत. वाटेत ब्रेक डाऊन झाली नाही, तर येथून सुटलेली गाडी तीन दिवसांत बॉंबेला नि चार दिवसांत बंगलोरला जाऊन येई. मग एखाद्या ट्रिपला गाडीचं काही काम निघालं, की एखादा दिवस इथे थांबावंही लागे. केव्हा हेल्पर पाटा तुटे, केव्हा मेन पाटा तुटे, केव्हा ऑइल बदली, फिल्टर साफ करण्याचं असे, तर केव्हा सायलन्सर, फाळके, केबिन रिपेअरी, अशी कामं निघत. बाबूमा लव्हारच्या गॅरेजपुढे मग गाडी न्यावी लागे. मग तो दिवस नि रात्र कामातच जाई. एवढ्यानंही काम आवरलं नाही, तर दुसरा अर्धा दिवसही ह्यातच खर्च होई. मग परत पुढे प्रवास चालू. इकडून आलं असल्यास तिकडं, तिकडून आलं असल्यास हिकडं. निघताना नारायण पारूमावशीच्यातून दोन-एक दिवसांचं जेवण बांधून घेई. त्यामुळे तेवढाच भत्ता शिल्लक राही.

बरोबर काझी नावाचा ड्रायव्हर होता, तोही असंच करी. आपल्या घरूनच जेवण बांधून घेई. त्याला नव्वद रुपये पगार नि रोज तीन रुपये भत्ता होता. एकशे ऐंशीची परतड पडे त्याला. शिवाय निरनिराळ्या ठिकाणची 'इंट्री' भागवाय म्हणून ट्रिपला तीस रुपये मालकांकडून मिळत. काही ठिकाणला इंट्री दे, तर काही ठिकाणची चुकव असं करीत गेलं, की त्या तीसमधूनही बरेच पैसे उरत. शिवाय रस्त्यात 'सीटा' बसवत जायचं. त्या 'सीटा'पासूनही बरी प्राप्ती होई.

रस्त्यात एखादी पाण्याची जागा वा हॉटेलचं खोपाट पाहून ट्रक थांबे. शिदोऱ्या सुटत. एकमेकांना दिवू-घिवून खात. त्या हॉटेलात दारू मिळण्याची सोय असे. बॉंबे-बंगलोर लाइनवरच्या बऱ्याच हॉटेलांत तशी ती असतेच. 'हॉटेल' फक्त नावाला. खरा धंदा दारू व वेश्या पुरविणं हाच. लाइनवरचे ट्रकवाले ही रोख पैशांची गिऱ्हाइकं. त्यामुळे काझीसारख्यांची अशा ठिकाणी चांगली सोय होई. एक शिसा घशाखाली उतरल्यावर काझी डोळे ताठरून जो स्टअरिंगवर बसे, तो बॉंबे

वा बंगलोर येईपर्यंत उतरत नसे.

एखादे वेळी काझी नारायणला म्हणे, "देख नारायण, तुला मी पाठच्या भावासारखं वागवतो, मानतो. तुला सोडून मी कधीच्या दिकून न्हाई पीत, का पितो?"

"नाही."

"हो तर! तसंच तुला कधी जेवाय-खावाय हयगय केलीय का? न्हाई! तुज्या भत्यातले पैसेबी जास्त खर्चू देत न्हाई, देतो का? न्हाई! हो तर, माझ्याबरोबर सरळ वागणाऱ्याला मी सरळ, चांगलं वागवितो! जर का चालबाजी केली, तर माझ्यागत वाईट माणूस कुणी न्हाई. तुज्या आधीचा ज्यो किन्नर हुता, तो साला चमचेगिरी करायचा. मालकाला चाड्या सांगत जायचा. एक दिवस दिलं वादाडात दोन ठेवून नि हाकलून दिला त्येला. त्येला हे समजलं न्हाई, की मालक किन्नरपेक्षा ड्रायवराच्या बोलण्यावर जास्त ईश्वास ठेवतोय. तर सांगायचा मतलब म्हंजे, तू चमचेगिरी करायची न्हाई. मालक असो नायतर आनि कुणी बाजीराव असो, कुणाचा चमचा होणं वाईटच! तर मी काय करीन, कसं वागीन ते नुस्तं बघत ऱ्हायचं. मालकापतोर ते जाता उपेगाचं न्हाई, काय म्हंतो?"

"बरं... मी काय तसा चमचेगिरी करणारा माणूस व्हय गा?"

"न्हाई. खरं तुला आधी सांगून ठेवलं, अपुनाला ह्या दुनियेत चार दिवस सुखानं काढायचं तर आपल्या जिभेवर लगाम घातला पायजे. कुठं काय बोलावं हे समजण्यापक्षी कुठं गप्प बसावं, हे आधी समजाय पायजे. काय म्हंतो? एकदा तुझ्यावर माजी मर्जी बसली, की बघ कसं तुला ट्रेंड करून सोडतो ते! तुला ड्रायव्हिंग शिकवितो. आनि दुसऱ्या बऱ्याच गोष्टी हैत ह्या धंद्यातल्या त्याबी शिकवितो. ह्यो ट्रकधंदा नि हे ट्रकड्रायव्हिंग म्हंजे कायच न्हाई! वाटतंय तेवढं अवघडबी न्हाई! हळूहळू समजंलच तुला."

आणि अशा गोष्टी होतच येता-जाता चौदाशे मैलांचा तो टर्न कटे.

केव्हा जाग्रणामुळे, केव्हा कामामुळे, प्रवासातील त्रासामुळे, नारायणचे डोळे मिटू लागत अन् तो आपल्या जागेवर झोपी जाई!

आणि ड्रायव्हिंग करणाऱ्या काझीच्या हे लक्षात येताच त्याचा डावा हात लांब होई अन् मग पटदिशी नारायणच्या डोकीत एक टप्पल बसे. नारायण जागा होई.

मग काझी म्हणे, "साल्या, झोपू ने रे असं सारखं सारखं! किन्नरनं कसं सावध ऱ्हावं. कुठं मागनं गाडी येतीय का, कुठं इंजनच्या आवाजात बिघाड होऊन फरक पडलाय का, कुठं डिफरन्सलला कधी काही आवाज येतोय का, हिकडं सगळं ध्यान-कान पायजे. आनि तसं काई दिसताच ड्रायव्हरला लागलीच सांगिटलं पायजे. रिकाम्या वेळी मग ड्रायव्हरबरोबर गप्पा मारीत ऱ्हावं. तेवढंच दिल

बहलतंय, वाट वसरतीय. न्हायतर सदा झोपणारा नि घुम्मेन किन्नर असला तर ड्रायव्हरला इतका कंटाळा येतोय म्हंतोस! मागं, म्हंजे गेल्या साली माज्याकडं एक किन्नर हुता त्यो काय करायचा...''

आणि मग गप्पांना सुरवात व्हायची. कधी 'तुलाच सांगतो' अशा खाजगी आवाजात काझी म्हणे,

''ह्यो आपला यल्लाप्पाण्णा लै पक्क्या बेन्याचा माणूस हाय. धंद्याला लै हुशार. पैलं ह्येचं काय हुतं म्हंतोस? बापास्नं चालत आल्यालं एक किराणी दुकान हुतं. तेबी कसंतरी रिकीटिकी चालायचं. बाळा पवारच्या वाटणीत ह्येनं एक ट्रक घेतलीती तवा, हुतं पंचेचाळीस मॉडेलचं शोव्हरलेटचं डबडं. सर्व्हिस गाडीपासून ह्या धंद्यात मुरल्याला माणूस बाळा पवार. त्येच्या संगतीनं ह्येनं ह्या धंद्यातली म्हायती काढून घेतली. वाटणी मोडली. मग हप्त्यानं चेस ईकत घेतली. तवा आतासारखं ज्यो उठंल त्यो ट्रक घेत नव्हता. ट्रका कमी म्हणून भाडं दाबून मिळायचं. शिवाय ह्यो बिल्याकचा माल भरायचा गा. तसा धंद्याला धाडसीबी लै ह्यो. मग काय? एका वर्सात ट्रकचं हाप्तं फिटलं. या ट्रकवर असा त्येनं खोऱ्यानं पैसा मिळविला. जर त्येनं त्यो साठवून ठेवला असता तर त्या नोटानंच ट्रक भरला असता. मग काय? लगेच दोन-तीन वर्सात ह्येनं दुसरी चेसबी आणून उभी केलीच. अशा दोन गाड्या झाल्या. मग काय रिप्पीच लागली. तवा नुकतीच बंगलोर बॉंड्री निपाणीला खुली झाली हुती. मुंबई राज्याच्या येळंला हरीहरपतोरच गाड्या जात. हरीहर बॉंड्रीवर माल क्रॉसिंग द्यावा लागायचा. तर महाराष्ट्र नि म्हैसूर राज्य झाल्यावर ही हरीहरची बॉंड्री निपाणीला आली. दोन्ही राज्यांची रोड परमिटं मिळू लागली. डायरेक्ट माल मुंबईस्नं बंगलोरला. तर त्यावेळंला अण्णानं असा डबल टॅक्स कधील भरला नाही. एका गाडीचा महाराष्ट्रात दुसरीचा म्हैसुरात टॅक्स भरे हे खरं, अशा एकाच टॅक्सवर दोन्ही गाड्या डायरेक्ट बॉंबे-बंगलोर माल भरून जात. निपाणीला, बॉंड्रीवर आलं की गाड्यांच्या नंबर प्लेटी नि ड्रायव्हर-किन्नरबी बदली होत. म्हंजे हिचं तिला, तिचं हिला नि बंगलोरास्न आल्याली गाडी डायरेक्ट बॉंबेला, बॉंबेस्नं आल्याली बंगलोरला जाई.

''असाबी अण्णानं लै पैसा मिळविला. आनि तिसरी चेस आणली. मग मतोर अण्णानं ह्यो चोरटा खेळ बंद केला नि तिन्ही ट्रकांची दोन्ही राज्यांची रोड परमिटं काढली. आता अण्णानं चौथ्या चेसला ऑर्डर दिलीया. तीन-चार म्हैन्यांत तीबी चेस बॉडीबिडी बांधून यीलच. तर असा पैसा मिळवायचा असतोय नारायण. पैशानं पैसा मिळतोय. तुझ्यामाज्यागत राबून कुठं पैसा शिल्लक ऱ्हातोय! राबणारा माणूस राबतच ऱ्हायचा. मरायचा. सरकारला म्हण, माणसाला म्हण, टोपी घालत ऱ्हाय पायजे, तरच चार पैसे गाठीला ऱ्हात्यात. न्हायतर साली आपली ही जिंदगी! काय

दम हाय ह्यात!"

केव्हा असं बोलणं होई. केव्हा गपागप डोळे मिटू लागत, व्हील हातातच असे. गाडी पुढं पळतच असे अन् काझीचे डोळं मिटलेले. अशा वेळी मग नारायण त्याला गदागदा हलवून जागा करी. मग रस्त्याकडंचं एखादं निवांत छायेचं झाड पाहून काझी गाडी उभा करी. व्हीलवरच डोकं ठेवून घोरू लागे. पंधरा-वीस मिनिटं अशी डुलकी घेतली, की काझी परत ताजातवाना होई. नव्या दमानं गाडी चालवाय बसे. कधी अंगात आळस असला, म्हणजे आपण किन्नरसाईडला बसे आणि नारायणच्या हातात स्टेअरिंग देई.

प्रथम तर नारायणला भीतीच वाटली. इतकी मोठी ट्रक चालवायची कशी? आणि ॲक्सिडेंट झाला तर? असले प्रश्न डोक्यात घुमू लागत. पण काझीच्या बेडर स्वभावामुळे आणि तशाच बोलण्यामुळे नारायणची भीती हळूहळू मुडपत, मोडत गेली होती.

काझी म्हणे, "हाण गाडी, आयला, भ्याचं काय त्यात? आक्सिडेंट झाला तर झाला.. आसं भ्यायला लागलं तर किती गोष्टीला भ्याचं..? ह्या मोटारलायनीत घट्ट काळजाचं माणूस पायजे. हलक्या काळजाच्या माणसांची ही लाईन न्हवं. हाण.. हाण.. पळीव गाडी."

काझीच्या ह्या बेडर स्वभावामुळे नारायणचं काळीज माठमुट करू लागे. तरी पण त्याच्याच ह्या डुसकावणीनं नारायणचा ट्रकवर हात बसला. डबल क्लच दाबून गेअर कसा घालावा, व्हील कसं सांभाळावं, साईडच्या आरशात वेळोवेळी पाहत मागून येणाऱ्या कार्सना, ट्रक्सना साईड कशी द्यावी, अशी साईड देताना किंवा समोरून येणाऱ्या गाडीला क्रॉसिंग करून जाताना, डांबरी रस्त्यावरून गाडी कशी खाली उतरवावी, रस्त्याच्या कांठाळ्याची कशी खबरदारी घ्यावी, विशेषत: उभा लोड असेल तर अशा वेळी गाडी झोलं मारते अन् एका बाजूला कलंडण्याची फार मोठी शक्यता असते, तर उभा लोड असतानाही कशी गाडी चालवावी, क्रॉसिंग करावी, अशी एकएक गोष्ट नारायणला समजत गेली. धिम्या गतीनं, पण ठामपणे... तसेच पोलिसांची, ट्रफिक इन्स्पेक्टरची, आरटीओ वगैरे अधिकाऱ्यांची इंट्री चुकविण्यासाठी काय काय युक्त्या योजाव्या लागतात, ह्याचंही ज्ञान होत गेलं. ट्रकमध्ये बैठा लोड असेल तर जास्तीत जास्त सीटा बसवून पैशांची परतड कशी पाडावी, समजत गेलं.

असा नारायण ड्रायव्हिंग करू लागल्यापासून काझीलाही बराच ईस्वाटा, विश्रांती मिळत गेली. झोप आली, की क्लीरसाईडला जाऊन काझी गडदेबाज झोपून टाकी आणि एकाकी नारायण ट्रक चालवीत राही. दिवस असेल तर सीटा असत. त्यांच्याशी बोलत कसातरी वेळ पशार होई. पण रात्रीच्या वेळी गाडीत सीटा

नसताना मात्र असं एकाकी ड्रायव्हिंग करणं फार भयाण, भयानक वाटे. मनात काय काय विचार येऊ लागत. वरचेवर बिडी फुंकूनसुद्धा मनातील हे थैमान कमी होत नसे.

बाँड्री लाइन आली. पोलिस गेट आलं. एखादं मोठं शहर आलं, की तेवढ्यापुरता काझी चालवायला बसे. कारण विदाऊट लायसन्स ट्रक चालविल्याबद्दल, नाही ती आफत यायची अन् पकडणाऱ्या अधिकाऱ्याला चाळीस-पन्नास रुपये देऊन केस भागविण्याचा भुर्दंड खिशाला पडायचा. म्हणून काझी ही दक्षता घेत असे.

अशी नोकरी चालूच होती. ट्रकवरची. दिसायला क्लीनरची, पण वास्तवात ड्रायव्हरची.

नारायणला वाटे, हे आपलं क्लीनरच्या पगारात ड्रायव्हरची नोकरी करायचं चाललंय. तवा हे काय खरं न्हवं. आता आपण हेवी लायसन काढून ड्रायव्हरच व्हायला पायजे. काय लागंल त्यो खर्च करू या. खरं एकदा हेवी लायसन काढून ट्रकड्रायव्हर होऊ या. दोन-अडीचशे पगाराला मरण न्हाई. शिवाय खावडी करता येतंय. आता ह्योच काझी काय काय उलाढाली करतोय! बैठा लोड असला, की अधलामधला माल दाबून भरतोय. कधी मुंबैस्नं पुण्यापर्यंत, मधी कोल्हापुरापर्यंत आणि तिकडून येताना कधी बंगलोर ते टुमकुर, कधी शिरशी, कधी हवेरी किंवा हुबळी-धारवाड-बेळगावपर्यंतही! ह्या मालाचे पैसे काझीच्या खिशात. शिवाय इंट्रीमधील उरल्यालं पैसे हैतच.

ह्यो काझी निदान तीनशे-साडेतीनशेची तरी परतड पाडत असला पाहिजे.

काझीसारखं सर्व सुख, पैशाचं, थोडं बिनताबेदारीचं, थोडं बेडरपणाचं अन् असं बरंच सुख पाहिजे असल्यास ड्रायव्हर व्हायला पायजे ट्रकवर.

ट्रकवर ड्रायव्हिंग करायचं असल्यास 'हेवी लायसन' मिळविलं पाहिजे अगोदर. त्यासाठी पैसा हवा!

आणि नारायण पैसा साठविण्याच्या नादाला लागला.

११

मध्यंतरी तारीच्या लग्नाचंही जमून फिक्स झालं होतं. हा मुहूर्त, तो मुहूर्त करीत येत्या रविवारचा गोरज मुहूर्त ठरला होता. मुंबईहून आल्यावर नारायण पारूमावशीच्या इथे गेला. जाताना भाकरी बांधून नेलेला फडक्याचा धडपा त्यानं मावशीच्या स्वाधीन केला. न्हाणीत जाऊन घसासा हातपाय धुतलं, खसासा चूळ भरली आणि पाटावर येऊन बसला.

पारूमावशी त्याला वाढत होती. भुगुण्यातला भात त्याच्या ताटात उपसता

उपसता ती म्हणाली,

"तारीच्या लग्नाचं येत्या आईतवारला नक्की झालं. म्होतर सांजचा हाय... साचा. लगीन यमग्यालाच आटपायचं ठरलंय, तवा व्हराड येरवाळीच जाय पायजे."

"व्हय येरवाळीच जाय पायजे." काय तरी बोललं पाहिजे म्हणून नारायण बोलला.

"उद्या 'जत्ता' काढाय जायाचं हाय." आणि मावशी म्हणाली, "तू बी यायला पाहिजेस."

"येतो की."

"आदीच कानावर घाटलं. म्हंजे, उद्या तू आधी बंगलूरला जायाच्या तयारीला लागशील."

"छे बा! अशा वख्ताला मी जाईन व्हय मावशी? जेवतो नि मालकाला जाऊन भेटतो. चार-पाच दिवसांची रजा काढतो. लगीन हुस्तोवर ऱ्हातो हितंच. सगळं आटपल्यावर मग जाईन म्हणं नोकरीवर."

आणि जेवून बाहेर पडल्यावर नारायण मालकाला भेटायला चालला. मालकाला भेटू या... म्हणू या, 'मला पाच एक दिवसांची रजा पायजे. ह्या ट्रिपपुरतं काझी एखादा टेंपरवारी किन्नर बघू दे. न्हाय मिळाला तर तसाच जाऊन यिऊ दे बंगलोरला. तिकडनं त्यो आल्यावर मी परत ट्रकवर चढीन म्हणं.' आणि मग त्यावर मालक 'नाही' म्हणणार नाही. 'राहा' म्हणेल. मग आपण मालकांकडं शंभर रुपयांची उचल मागू या. मालकाला शंभर रुपये म्हंजे किस झाडकी पत्ती! लगेच त्यो दिऊन टाकील. कारण त्येच्याच ट्रकवर राबायचं हाय, हे दिल्यालं पैसे मग पगारात वळती करून घिल म्हणं त्यो. आजपतोर तीन महिने तरी होत आलं असतील, आपुन अण्णाच्या ट्रकवर हाय. पगार पुरा कधीच घ्याय नाही. आपुन गरज पडंल तशी उचल केलीया, तवा आता आपुन हिशेब बघायला सांगू नि आपला शिलकी पगारबी मागून घिऊ. जास्त कमी पैसे असावं जवळ. लग्नाचं कार्य हाय. कवा आवचित खर्चाचं निघंल सांगता यायचं न्हाई.

अशा विचारात अण्णाचं घर आलं. अण्णाच्या खुद्द राहत्या घराची व देहाचीही इमारत अशी होती, की हे घर व ह्या घराचा मालक तीन ट्रक बाळगून आहे नि चौथीला ऑर्डर दिलीय- हे कुणा अपरिचितास सांगूनही खरं वाटायचं नाही. अण्णाचा रंग काळारोम होता. वाई झाल्याल्या माणसागत तो चिळपाटला, शिडशिडीत दिसायचा. तो नेहमी खादीचे कपडे वापरायचा अन् ह्या पोषाखात हे ध्यान बेकार न् कंडम झालेल्या कार्यकर्त्यागत दिसायचं. ह्या तुरकाठीगत दिसणाऱ्या माणसाला देवानं असा दणदणीत, खणखणीत आवाज दिला होता, की फत्तराचं काळीज

बाळगणारे पहाडागत धिप्पाड ड्रायव्हर-क्लिन्नर गवताची पाती होत आणि त्या आवाजाच्या झंझावातात थरथरा कापू लागत. बाहेर ज्याच्या त्याच्यावर गुरगुरणारे हे लोक अण्णांचा तो परिचित आवाज कानावर पडताच मँव मांजर होत.

नारायण घरात शिरला, तेव्हा अण्णा बाहेरच्या सोप्यातल्या झोपाळ्यावर कलंडून वामकुक्षी घेत होता. नुकताच त्याला एक डुलका लागला होता. पापण्या जडावून अलगद मिटून गेल्या होत्या. एवढ्यात कानावर हाक पडली.

"अण्णा!"

अन् कोंबडीची झोप घेऊन अण्णा त्या एकाच हाकेनं पटकन जागा झाला आणि नारायणला पाहताच त्यानं विचारलं,

"काय रे? ह्या दुपारचंच एवढं कसलं अर्जंट काम निघालं तुझं? आँ?"

अण्णाच्या आवाजानं दुपारच्या शांततेला तटकन् तडा गेल्यागत झाला आणि आळसावून स्तब्ध पडलेली हवाही ढवळली गेली.

सांगावं का सांगू नये अशा विचारानं कुचमत शेवटी नारायण म्हणालाच,

"अण्णा, मला चार-पाच दिवसांची रजा पायजे हुती. ह्या ट्रिपपुरतं..."

"आता तर ऐन सीझन सुरू झाला नि तुझं रजा मागायचं निघालं होय. रजाबिजा काय मिळायची नाही आताच, सीझन संपल्यावर बघू या."

"खरं अण्णा, लगीनकार्य हुतं... म्हणून तर..."

"कुणाचं लगीन?"

"मी ज्या घरात जेवत असतोय त्या घरातल्या बाईच्या पोरीचं."

"फुकटावारी तर जेवत नाहीस ना! मग झालं तर... यवढी कामाधंद्याची खोटी करून अगत्यानं जायला तुझं कोण लागत्यात ते लोक?"

कोण लागत्यात? कोण लागत नसतील. तरीबी बरंच कोण तरी हैत. अगदी जवळच्या, अगदी रक्ताच्या नात्यापलीकडचं कोण तरी... माझ्या पडल्या नडल्या वेळंला त्यांनी सांभाळलंय, सावरून घेतलंय मला. अगदी जवळचीसुद्धा अशी वागत न्हाईत. आपली भन तरी किती, कशी वागली? आईबा असतं तर कसं वागलं असतं, आनि? आणि ही माणसं... ह्यांनी... ह्यांनी आपलं म्हनलं आपुनला. एक घरची माणसं काय वागीवतील असं आपुनला वागीवलं. आनि हे पाप्याचं पित्तर ईचारतंय, तुझं कोण लागत्यात ते लोक! तीन ट्रकांच्या मालकीनं नि पैशानं तुज्या डोळ्यांवर कोक्या वाढल्या असतील, माझ्या न्हाई! बेवारशागत, दरवेशागत, आगा ना पिछा अशा पोराला आपलं म्हणून वागविणाऱ्यांची सुपागत काळजं समजाय जिंदगीच्या कडवडनं उपलानी बेन्यागत फिरायला लागतंय. टॅक्शीतल्या धूळभरल्या गाद्यांवर झोपत नि फेकलेल्या रुपाया-दीड रुपायावर दिवस काढत राहावं लागतंय. झोपाळ्यावर झुलत डुलत लोळत चौथ्या, चौथ्यानंतर पाचव्या

ट्रकाची सपनं बघत असलेल्या माणसाच्या ध्येनात यायची न्हाई ते! म्हणं 'तुझं कोण लागत्यात ते लोक?' हूं:!

''का रे? गप्पसा? तोंड शिवलं का तुझं?''

''बरं, रजंचं व्हावू दे. अंगावर शंभर रुपयाची उचल तरी द्या-मगसन पगारात वळती करून घ्या म्हणं थोडी थोडी दर आठवड्याला.''

''उचल दिली तर एका जाग्याला टिकून ऱ्हाता रे! उचल दिली नि पुसदिशी उद्या निघून गेलास तर...? तुम्हांसारख्या लोकांचा ना आगा ना पिछा, कुणाला विचारायचं, कुठं हुडकायचं तुम्हाला? अशा बाबतीत यापूर्वी एक-दोन वेळा चांगली कानटोपी बसलीया मला. तेव्हापासून कानाला खडा लावलाय. तेव्हा उचलबिचल काय मागू नकोस बाबा! तुमच्या पगारात, भत्त्यात मी काय वांदं काढलं तर कान पकडून विचारीत चला मला. पण असलं काही काढून त्रास देऊ नका.''

आयला ह्यो अण्णा दिसतोय लै सरळ खरं, अंगात ह्येच्या नाना कळा हैत की! रांडंचा, दनकदार बेन्याचं कुठला- मालक झालाय! अशा ऐन येळंला माझ्यासारख्या नोकरलोकांच्या उपेगाचं न्हाईत तर काय करायचं असलं मालक घिऊन! आनि असली नोकरी तरी घिऊन! उडत गेली असली नोकरी नि असला मालक!

नारायणच्या मनात तुफान माजलं. त्याला कसाबसा आवर घालत तो म्हणाला,

''बरं, उचलीचं व्हावू दे. निदान माझा हिशेब तरी बघा. आनि काय शिल्लक असलं, तर द्या ते तरी, म्हंजे त्या माणसास्नी तेवढं तरी द्याला येतील. लग्नाला जायचं ऱ्हायलं तरी निदान एवढं तरी करतो.''

''हांम् बघ! आता कसं बोल्लास! आसं रस्त्यावर ये. उगच खाचाखळग्यात जावू नकोस.''

अण्णानं कपाटातून वही काढली. नारायणचा हिशेब पाहिला. वाचला. नारायणलाही समजावून दिला. काहीसा तो त्याला पटला आणि बराच पटलाही नाही. काही खर्च, काही आकडे खोटे वाटू लागले. ह्याबद्दल ओझरतं बोलताच अण्णा खवळला.

''तुम्हा लोकांची दर वेळी अशीच बोंब असते. तुम्हाला एक हिशेब कळत नाही, दरवेळची उचल ध्यानात राहत नाही आणि माझ्यावर विश्वासही नाही, तर ठेवता तरी कशाला माझ्याजवळ पैसे? वाराला घेऊन जात जा.''

आणखी असंच. बरंच काही.

शेवटी अण्णाच्या हिशेबानं नारायणचे पंचावन्न रुपये शिल्लक राहिले. नव्हे अण्णानं तसं करवून घेतलं अन् मगच त्याच्या हातावर नोटा ठेवल्या, तसा नारायण बाहेर पडला...

सांचं काझी खुद्दच हुडकायला आला. नारायण स्टँडवरच्या वेल्डरच्या दुकानात बसला होता. तिथं जाऊन काझी म्हणाला,

"आयला, आता हितं बसलाईस व्हय आरामात! किती वेळ वाट बघायची, किती हुडकायचं तुला? बंगलोरला जायचं न्हाई व्हय आज? कालच सांगिटलंतं तुला जरा लौकर ये म्हणून नि आज..."

हातातल्या बिडीचा एक जोराचा दम मारून धुराचा एक लोट बाहेर सोडीत नारायण म्हणाला,

"मी ईत न्हाई."

यावर काझी चाट! हा नारायण. आपुन ह्येला इतकं शिकविलं, सांगितलं आणि ह्यो असा ऐन वेळी सोंगा पाडून बसतोय म्हंजे काय? साली दुनियादारी काय ऱ्हायली न्हाई जगात. सालं कुणाला आपलं म्हणायचीही सोय ऱ्हायली न्हाई! तरीही संतापाला आवर घालीत तो म्हणाला,

"का बे? ईत न्हाईस म्हंजे काय? काय आरथ ह्येचा?"

"ह्येचा आरथ त्योच, आनि दुसरा कसला?"

"ही हुमानाची भाषा माज्यापुढं नको. काय झालं काय?"

"व्हायचं काय आनि? आयला मी ह्येच्या, चार दिवसांची कधी न्हाई ते रजा मागिटली तर दिना न्हवं! बरं, रजा ऱ्हावू दे, शंभर रुपय अंगावर दे, म्हनलं तरीबी मानीना! मग ह्या कडुबेन्याची नोकरी तर कशाला पायजे?"

"ते ऱ्हावू दे, एवढं सांग- तुला रजा तर कशाला पायजे हुती? नि शंभर रुपयाचीच एवढी काय जरूरी पडली आजच?"

"मी जेवतोय ती पारूमावशी म्हाईत हायच तुला. तिच्या पोरीचं आईतवारी हाय लगीन. आनि अशा टायमाला मी हजर ऱ्हायचं न्हाईतर ऱ्हायचं कवा? नि अशा वेळला जवळ चार पैसे असावंत अडीनडीला, व्हय का न्हाई? काय माझं चूक हाय? काय चूक असली तर व्हाव् तर चार पायताणं मार. खरं हे लगीन झाल्याशिवाय मला काय येणं जमत न्हाई."

"आयला, असं हाय व्हय सगळं कंत्राट! मग मी तरी काय बोलत न्हाई गड्या. तू हाय, मालक हाय- बघून घ्या म्हणं. बरं मी आता काय सांगू मालकाला?"

"शाप ईत न्हाई म्हटला म्हणून सांग जा. काय त्येचं लगनाच्या बोलीनं पैसे काढाय न्हाई मी, त्येच्या एवढं आरी जायला?"

"ते मला घिऊन काय करायचं हाय नारबा? उगंच तुझ्या-माझ्यात वाकडापणा का? मी फकस्त एवढं सांगतो बघ, त्यो लगीन झाल्याशिवाय येत न्हाई म्हंटलाय म्हणून!" आणि काझी म्हणाला, "सांगू न्हवं?"

"सांग जा, बेशक! नोकरी गेली तर झ्याटमारी! आनि हितं कुनाला जरूरी हाय

असल्या टिनपाट नोकरीची.'' आणि त्वेषानं नारायणनं हातातल्या बिडीचं थोटूक दूर भिरकावलं.

काझी पाठमोरा झाला आणि भरभर चालू लागला.

दूरदूर जाणाऱ्या त्याच्या आकृतीकडे नारायण बराच वेळ पाहत राहिला. आपली काहीच चुकी नसतानाही अपराधाची जाणीव त्याला उगीच स्पर्श करून गेली. मालक खत्रुड असेना, खरं या काझीनं तरी आपुनला चांगलं वागिवलं. कशाची तोशीस पडू दिली नाही. आता दुसरा किन्नर मिळाला तर बरं. न्हायतर बंगलोरपतोर बिनकिन्नरचंच काझीला जावं लागणार. तसा थोडाबहुत त्रासबी हुणार त्येला. पण आपुन तरी काय करणार? हे लगीन तरी चुकवाय ईत न्हाई. काझीपेक्षा हे महत्त्वाचं. काझीची गैरमर्जी परत बदलता ईल. नोकरी गेली तर दुसरी हुडकाय यिल, खरं हे लगीन चुकलं, की मावशीला आपुनला तोंडबी दावाय येणार न्हाई. तवा हे चुकवून उपयोगाचं न्हाई आणि असं बरंच... बरंच मनात येत राहिलं नारायणच्या...

तारीचं लग्न एकदाचं आटोपलं. विशेष काही भांडणतंटा न होता आटोपलं. नाही म्हणायला तसा एकदा खटका उडाला, पण तो वाढला नाही. लगेच मिटलाही. तारीच्या सासऱ्याचं यमग्याच्या तळ्याकडल्या आंगाला शेत होतं. आठएक एकराचा डाग होता. उन्हाळ-पावसुळ दोन्ही वेळा पिकं निघायची. थेट खाल आंगाला मुरगुड रस्त्यापतोर गेलेला पाट उन्हाळसारी खळाळून वाहायचा. तळ्यातलं साठपाचं पाणी त्यात सोडलं जायचं. त्यावर उन्हाळची पिकं तरारायची. तिचा दाल्ला शेतातच राबायचा. बा ठकल्यामुळं कर्तेपणाचं ओझं खांद्यावर आल्यानं तो पुष्कळच समजूतदार झाला होता. शाळेला जात्यालं दोघं भाऊबी होतं. निम्मं वय झालेली सासूबी होती. असा सारा आटाला होता.

लग्नात नारायणचं सत्तर-ऐंशी रुपयं उडालं. पन्नास रुपयं मावशीनं उसनं म्हणून घेतलं मागून आणि बाकीचं आयाराफियाराला खर्च झालं.

सोमवारचं तो परत आला, तेव्हा किती रिकामं रिकामं वाटलं त्याला आणि मोकळंही.

ह्यामध्ये कर्जही थोडं झालं होतं. म्हैब्याकडून चाळीस रुपये हातउसने घ्यावे लागले होते. ते फेडता येतील कवाबी. आयला, आता नोकरी तर लागू दे पयली. अशा विचारात तो खोलीवर हांथरुणावर लोळत पडला होता. आणि डोळ्याला डोळा केव्हा लागला ते त्याला समजलंही नाही.

चांगली उन्हं कलल्यावर तो जागा झाला. लग्नातल्या घाईगर्दीचा, कामाचा शिणवटा आला होता. तो निघून गेला. तरीही अजूनही थोडी सुस्ती वाटत होतीच.

जांभई देत त्यानं खिशातला बिडी बंडल तपासला, बाहेर काढला. एक बिडी होती. ती शिलगावली. पण ती अर्धवट कशीतरी भाजलेली होती, पेटली नाही. पुन्हा पेटवावी म्हणून त्यानं काड्यापेटीत बोट घातलं-पेटी रिकामी! आयला त्येच्या असं पुटपुटत त्यानं पेटी व बिडी दोन्ही बाहेर भिरकावून दिली. मग आपण अजूनही तोंड धुतलं नसल्याचं त्याला आठवलं, तसा तो उठला कोपऱ्यातल्या बिंदगीतलं पाणी घेतलं, चूळ भरली, तोंड धुतलं, रुमालानं ते पुसत खोलीला कुलूप ठोकलं आणि बाहेर पडला. कुठं जावं...?

झोपून उठल्यावर माणसाला येते तशी त्याला चहाची तल्लफ आली होती. जवळचं हॉटेल कुठलं? तर 'श्रीराम टी हौस' आणि तिकडंच त्याची पावलं वळली.

नेहमीगत यावेळी राचापण्णा भजी तळत होता. हॉटेलमध्ये शिरताच त्यांचा खमंग वास नाकपुड्यांना गुदगुल्या करू लागला, जिभेला पाझर सुटले अन् भजी खावीत अशी वासना झाली. शिरमव्वा गल्ल्याजवळ उभी होतीच. तिला तो म्हणाला,

''शिरमव्वा, एक मिरची दे-फुटल्याली बघून!''

पोटात आकबंद आसक्या आसक्या मिरच्या घालून केलेली भजी. त्या भज्यांचं प्वाट फुटलेलं असलं म्हणजे भजी चांगली भाजलेली असतात अन् प्वाट न फुटलेल्या भज्यातनी आत नुसतं वल्लं लादा पिठच असतंय. असा नारायणचा अनुभव. म्हणून अशी ऑर्डर!

पोरानं मिरची-भज्यांची प्लेट आणून पुढं ठेवली. शिरमव्वाकडं चवीनं बघत चवीनंच त्यानं मिरची खाल्ली. वर चहाही पिला. मग गल्ल्यावर दोन रुपये टाकून बाहेर पडला.

आता कुठं जावं? आणि अचानक त्याला यास्मिनची याद आली. मघापासून शिरमव्वाच्या देहयष्टीनं नजर चाळविल्यामुळे असेल, पण आता वाटू लागलं, यास्मिनला भेटून फार दिवस झाले, नाही? जावं तिच्याकडं, गाठ घ्यावी तिची आणि...

आणि त्याच्या पावलांनी समोरचा पुना-बंगलोर रोड कातरला नि ती पुढील मैदानात पडू लागली. या मैदानाच्या डाव्या कोपऱ्यातून एक बोळकुंडी गेलेली. ती पार केल्यावर यास्मिनच्या घराकडे जाणाऱ्या रस्त्याला मिळता येत असे.

तो खाली मान घालून जात होता. मनात एक भीती होतीच.. बाजूलाच बाबू लवहाराचं गॅरेज. तो एखादेवेळी हाक मारायचा! आणि झालंही तसंच. कामात असलेल्या बाबूची नजर नेमकी त्याच वेळी बाहेर गेली. नारायण दिसताच त्यानं हाळी घातली,

"नारबा ये नारबा!"

"काय गा?"

"मर्दा ये हिकडं."

"जातो, जरा काम हाय गा!"

"तुजं काम म्हाईत हाय मला! नोकरी तर गेली बोंबलत!"

"जाणारच की! आनि काय हुणार? तुनं मालकच तसा दनकदार बेन्याचा गाठ घालून दिला हुतास नि काय!"

"मालक दनकदार हाय, का तूच कानफाट्या हैस कुनाला दक्कल!"

यावर मग नारायणला सारी हकीगत सांगणं क्रमप्राप्त झालंच.

मालकावर, जगावर नि स्वत:वरही चिडत त्यानं सर्व सांगितलं. यामध्ये सहा बिड्या जळल्या, दोनदा चहा झाला. मग उठता-उठता नारायण म्हणाला,

"जातो गा बाबूमा."

"जा. खरं आमचं म्हन्नं काय तर नोकरी मतोर एका जाग्याला कर, टिकून ऱ्हा, हितं म्हैना, तिथं आठ दिवस ऱ्हा-हे काय गड्या खरं न्हवं. अशानं आपलीच नापत! लायकी तर जातीच! शिवाय ह्यो माणूस एका ठिकाणला टिकून राहत न्हाई असा एकदा शिक्का बसला, म्हंजे तुला फुडं अवघड होऊन जाईल, दुसरी नोकरी हुडकाय."

"बाबूमा, सालं आपलं नशीबच दळींदर! त्येच्या आयला, एक तरी नोकरी चांगली गावूने हुती? आमच्या वाट्याला येत्यात त्या सगळ्या होपलेस, बेकार नोकऱ्या! चांगल्या नोकऱ्यांवरती एकदा माणसं चिकटली की सहसा ती सोडीत न्हाईत, म्हणून चांगल्या नोकऱ्या मिळत नाहीत गा तशा... आनि एखादी तशी असलीच तर लगेच दुसरा कोणबी गब्रू लगेच चिकटतोय! आसं सगळं त्यंगाड! काय करायचं मग?"

"ते सगळं खरं, पन त्यातनंबी काय तरी वाट काढायची. आसं सगळ्याच गोष्टीस्नी नाव ठेवून, कावून कदरून चालत न्हाई नारायण. आपल्या मनासारखंच सगळं व्हावं, मिळावं म्हटल्यावर कुठलं आलंय? जरा आपल्या मनाला मुरड घालाय पायजे, जरा जगाबरोबर मिळतं घ्याय पायजे, काय म्हंतो?"

"खिशात पैसा असला, प्वाट भरल्यालं असलं, की अशा गोष्टी भाहीर पडत्यात बाबूमा. पन बिननोकरीचं, उपाशी पोटाचं, 'उद्याला काय, कसं'चा सवाल पडल्यालं माणूस मिळंल ती नोकरी करत ऱ्हातंय. मी चांगलीच नोकरी करणार म्हटल्यावर कसं भागणार? आनि बेकारीत रखडायची पाळी. वा ईल ती नोकरी करायची, आला दिवस ढकलायचा, ती सुटली दुसरी हुडकायची, करायची-हेच खरं बाबूमा."

“माजी गोष्ट पटणार न्हाई तुला आता. पैलंचा नारायण ऱ्हायला न्हाईस तू, आता तुला पक्क फुटल्यात. काय करशील!”

“तसं म्हन व्हावं तर. खरी गोष्ट सांगू? ह्या गॅरेजमंदी बसून गुलूगुलू तुज चालतंय, जरा भाहीर पडून जग तिरपाटून बघ-पैलंच्या परिस्थितीला नि आताच्या काळाला लै फेर पडलाय, अगदी आकाश-पाताळाचा--सांगून खरं वाटायचं न्हाई, त्येला नोकरीच कराय पायजे, जातो मी.. आता जास्त वाडाचार लावत न्हाई.” आणि नारायण बाहेर पडला.

मागून बाबूमा म्हणत होता, “अरे ऐक तर... ऐक तर... हिकडं ये, हे बघ...”

पण तो मागं फिरलाच नाही. तसाच पुढं निघाला. थोडं लांब गेल्यावर मग मागं वळून म्हणाला,

“मनात तसं काय वावगं आणू नकोस गा बाबूमा, येतो असाच कवा तरी फिरत. आता मतोर जातो, खरंच काम हाय. लै उशीरका बसलो हितंच, काय करायचं!” नि तो सटक्यानं निघालाच. झापझाप पाय उचलू लागला. मैदान पार करून समोरच्या मोगळात शिरला. ती बोळकुंडी पार करू लागला. पाच-सहा पावलं चालून गेला नाही, तोवर समोर म्हैब्या येत असलेला. त्या जागी एकमेकांना पाहून दोघे आश्चर्यचकित... विशेषत: पाच-सहा घरं वेश्यांची... समोरच्या मैदानात रिपेअरीसाठी येणाऱ्या गाड्यांच्या ड्रायव्हर-क्लीनरांच्या जिवावर चाललेली... त्यांच्याच उदार व उधारही आश्रयावर जगलेली, वाढलेली, फोफावत असलेली.

“हिकडं कुठं वाट चुकलास?” हसत म्हैब्यानं विचारलं, “का तुलाही नाद लागलाय ह्यो?”

“न्हाई बा...” आणि नारायणनं खरं ते सांगितलं, “जरा गमंना, म्हनलं यास्मिनला तरी भेटून यावं!”

“लै श्याना हैस. चल फिर हितनंच मागं!”

“का? तुझा का आडामोडा?”

“तू दुसऱ्याची लग्नं करत फीर. आपली काय शिस्त बघू नकोस. मग यास्मिननं तरी काय करायचं? केलं झालं तिनंबी लगीन.”

एक घाव बसावा तसं नारायणला झालं. असं केव्हा तरी होणार होतं, झालंही! पन... पन... असं काय म्हणून? तिनं आपुनला एका शब्दानं तरी सांगू ने? बरं, भेट झाली न्हाई तरी कुणाकडनं तरी कळवायचं? असं का वागावं तिनं? आपुनला एक शब्द तरी ईचारून बघायचं हुतं तिनं? आपुन लगीन करून घेतलं नसतं का तिच्याशी? मुसलमान असली म्हणून काय झालं? हिंदू-मुसलमानाची लग्नं काय आता अप्रुवाई ऱ्हायलिया? दोन्हीबी मान्संच न्हवं, मग काय हरकत हुती?

का यास्मिन आपणाशी फक्त खेळत हुती... उंदीर-मांजराचा खेळ...? का

केवळ आपलं मन रमायला, गमायला तिनं आपुनला जवळ केलं?

का...?

का...?

एका क्षणात नारायणचा नूर बदलला. आता कसा होता, आता कसा आहे-असा झाला.

म्हैब्याच्या तीक्ष्ण नजरेतून हे अर्थातच सुटलं नाही.

त्यानं त्याच्या खांद्यावर एक हात टाकला, किंचित थोपटल्यागत केलं आणि खोलीकडं चालविलं.

यानंतरचे चार-पाच दिवस असेच गेले. नारायण खोलीतच लोळत पडलेला, ना कपड्यांची काळजी, ना खाण्याची, ना पिण्याची.

म्हैब्यासारखा जिगरजान दोस्त होता. सकाळचं नाष्टा, दुपारचं जेवण आणून आग्रहानं खायला लावीत होता. केव्हा म्हणत होता,

"आयला, बाईचं काळीज घिऊन जन्माला आलाईस साल्या तू! इत्कं कसलं जिवाला लावून घ्यावं ते! हिलाच काय इतकी टिकली लावली नव्हती, दुसऱ्या माप रांडा असत्यात. बापय् गड्याच्या अंगात हिंमत नि मनगटात बळ असलं म्हंजे असल्या कैकजणी खेळविता येत्यात! असं एखादीवरच हाव घालून बसणं शोभत न्हाई बापय् गड्याला!"

नारायण तरी काय बोलणार? फक्त तो हसल्यागत करी, हातातलं संपत आलेलं बिडीचं थोटूक भिर्कावून देई अन् पुन्हा नवीन बिडी शिलगावी.

सहाव्या दिवशी म्हैब्यानं कुणालासं बरोबर आणलं. तो एक उंचापुरा, तगडा माणूस होता-डबल हाडापेराचा. गोऱ्या रंगाचा. घारव्या डोळ्यांचा. किंचित तांबूस केसांचा. धुळीची पुढं चढलेली खाकी पँट नि त्यावर गुडघ्यापर्यंत डगळ असलेला खाकीच शर्ट घातलेला.

दोघे आत आले. नारायण सावरून बसला. म्हैब्या त्या माणसाला म्हणाला,

"येच वो आदमी देखो खानसाब!"

खानसाबनं त्याला आपादमस्तक न्याहाळत म्हटलं,

"ये भाऊ तो बिमार आढळतो."

"ये दुसरी कुछ बिमारी नही खानसाब, सिर्फ ये दिलका बिमार है!"

"थो तेरी, इतनाच! तो चलो, हम रे पास इसकी जालीम दवा है. देखो पूछके उसको कबूल है क्या?"

आयला, ह्या म्हैब्यानं ह्यो बैदू आणला जनू... नारायणच्या मनात विचार आला नि तो म्हणाला,

"हे बघ म्हैब्या, मी औशदबिवशद काय घेणार नाही हं!"

तसे ते दोघे खो: खो: हसले. हसू लागले. मग म्हैब्या म्हणाला,

"साल्या, ह्येनला आस्त्रफखान म्हंत्यात, नाडीपरीक्षावाले वैद्य न्हवं... ह्येंची एक ट्रक हाय-मर्चिडीस. ह्येनला किन्नरची जरूरी हाय, जाणार काय तू?"

"ह्येंचा किन्नर न्हाई व्हय?"

"आसू दे न्हायतर नसू दे. ती तुला कशाला पंच्यात? तुजं काय ते बोल." इति म्हैब्या.

"सच्ची बात ये हाय दोस्त-हमरा किलेंडर था ना वो स्साला कामही नही करता! इधर आया-हमने इंजन आईल देख्या तो ऑईल गेज डेंजरकी लेवल दिखाने लगा! हमने लगाये दो तमाचे मादरचोदको! ऑईल बिना गर कनेक्टन मेनबेअरिंग बोंबड्या मारते तो कितनेका फँदा पडता? नही तुमही बोलो- ऑईल पानी देखना किलेंडरका काम है क्या नही? अगर काम करने का है तो ठीक तरहसे करना चाहिये, नही तो किलेंडर कायेको रखनेका? मै खुल्ला बोलता हूँ- हमने उसे दो तमाचे लगाये और हकाल दिया सालेको. मेरे पाससे आजतक कितने किलेंडर काम करके गये है, ड्राईव्हर बने है, जो हमारे पास अच्छी तरहसे काम करेगा, उसे हम दोस्तकी तरह मानेगा, रख्खेगा! हम पठाण है, जबान बदलते नही, अगर एक बार किसीपर हमारी मर्जी बैठी गयी, तो उसके लिये हम जान भी देंगे, क्यो मेहबूब?"

"मग काय नारायण,ऱ्हाणार न्हवं?" म्हैब्यानं विचारलं.

"ऱ्हातो की.. खरं पगाराचं कसं काय?" नारायण म्हणाला.

तसा आस्त्रफखान म्हणाला, "देखो, हम चालीस रुपया पगार और तीन रुपये भत्ता देंगा, मंजूर?"

"मंजूर है..."

"तो चलो, तैयार हो जाव."

तसं तैयार होण्यासारखं काही नव्हतंच. अंगावरच्या कपड्यानिशी जायचं. फेराला घालायला पँट नि मॅनिला घ्यायचा, सोबत नेहमीची चादर... बस्स, खल्लास!

मग तिघे बाहेर पडले. चालू लागले.

एक वेळ नारायणच्या मनात आलं, जाताना पारूमावशीला भेटावं, सांगावं, बंबैवाल्याच्या ट्रकवर नवी नोकरी लागलीय, जातो... आणि मग नेहमीगत जेवान बांधून घ्यावं.

मग वाटलं, कशाला जायाचं भेटायला! आपण चार-पाच दिवस जेवायला गेलो नाही; केली तिनं आपली चौकशी? निदान एका शब्दानं तरी...?

आयला, आपली येळ फिरली की जगबी फिरतंय-ह्येच खरं!

मग राचाप्अण्णाचं 'श्रीराम टी हौस' आलं. पुढल्या मैदानात खानसाबची ट्रक उभी होती. 'चलो, पहले चाय पियेंगे!' म्हणून त्यानं दोघांना हॉटेलमध्ये नेलं. भज्यांची ऑर्डर दिली. ती चांगली लागताच परत दुसऱ्यांदा दिली. मग स्पेशल चहाही झाला. तिघे ट्रकपाशी आले. ट्रक चालू झाली. खान म्हणाला,

"अच्छा, मेहबूब, चलते है, भौत भौत शुक्रिया!"

"अच्छा..." म्हैब्या मग नारायणला म्हणाला, "भेटत जा रे वरचेवर, न्हाय तर ईसरशील अमास्नी!" मग हासून म्हणाला, "तू काय आता बंबैवाल्याच्या ट्रकवर ऱ्हायलास. हितं कवा ट्रक थांबणार, कवा न्हाई, तरीबी गरिबाला ईसरू नको."

नारायणला गलबलून आलं... नाही, आपुन म्हणतो तेवडी बुरी दुनिया नाही. म्हैब्यासारखे सच्चे दिलाचे दोस्तबी असत्यात दुनियेत. त्यानं म्हैब्याचा हात हातात घेऊन किंचित दाबला. त्या दाबानं निरोपाचं दुःख व्यक्त करीत मग तो म्हणाला,

"न्हाई रे म्हैब्या तसं कधी हुईल काय? तुला ईसरीन तर श्यान खाईन."

तोवर इकडे खानसाहेबानं गेअर घातला. गाडी पळू लागली.

"बरं हाय म्हैब्या. येतो रे."

"बरं हाय!" म्हैब्यानं हात हलविला.

नारायणनंही हात हलवून निरोप घेतला. मग तोच हात डोळ्यांशी गेला. कोपऱ्याशी आलेले अश्रू निपटले अन् तो समोर पाहू लागला.

रस्त्याचं वळण मागं पडत होतं आणि गाडी नव्या दिशेनं धावू लागली होती.

आस्त्रफखानच्या हातात ती मर्चीडीस चांगलीच बसली होती. एखादं लहान मूल आपल्या हातातील खेळणं ज्या सहजतेनं हाताळील, तसं त्याचं ड्रायव्हींग होतं. आयुष्याची अनेक वर्ष त्यानं ड्रायव्हर म्हणून रखडपट्टी केलेली. भाषावार प्रांतरचना होऊन ज्यावेळी हरीहर बॉंड्री खुली झाली, नि मुंबईच्या ट्रक्स थेट बंगलोरपर्यंत जाऊ लागल्या, त्यावेळी पहिल्या पहिल्या ट्रक्समध्ये ड्रायव्हिंग करणारा आस्त्रफखानही होता. दाक्षिणात्य ट्रक मालक व ड्रायव्हर, राइटबंडीवाले त्यावेळी मुंबईच्या ट्रक्सना माल मिळू देत नसत. दादागिरी करीत. तर त्यावेळी बऱ्याच वेळा दमदाटी, काही वेळा मारामारीही करून, त्यांची ही दादागिरी मोडून काढण्यासाठी ज्या ड्रायव्हर लोकांनी प्रामुख्यानं प्रयत्न केले, त्यांत आस्त्रफखाननं क्रियाशील भाग घेऊन आपल्या ताकदीचं पाणी अनेक राइटबंडीवाल्यांना पाजविलं होतं. प्रथमची ही अंतस्थ धामधुमी जिरली अन् अशी बॉंबे-बंगलोर लाइन महाराष्ट्रीय ट्रक्सना खुली झाली होती आणि त्या वेळेपासून आस्त्रफखान या लाईनीवर फिरत होता.

ही मर्चीडीस गेल्या वर्षीच्या सीझनअखेर त्यानं हैद्राबादहून आणली होती- हप्त्यानं. आजपर्यंत काही हप्ते फिटले होते अन् बरेच फिटायचे होते. हप्ते वेळेवर फिटत नव्हते. हप्त्यांची ठरलेली तारीख उलटून गेली, की ट्रक मालकाची पत्रांवर पत्रं येत. अशी पाच-सहा पत्रं आली म्हणजे आस्त्रफखान हप्ता भागवीत असे, असं चाललं होतं. अशा वेळी खान वैतागे. म्हणे, 'साला, पैसा कहाँसे आता है, किधर गुम हो जाता है, अपने खोपडीमे कुछ आता नही. अपनी खोपडी भैसका तबेला है, कुछ मालुमही नही पडता.' अन् हे खरंही होतं. धो धो पाऊस बरसल्यागत पैसा मिळे, अन् तो डोंगरउतारावरील पाण्यासारखा लगेच नाहीसाही होई! असा पैसा जमवावा तो केव्हा ट्रकचा टॅक्स भरण्याची तारीख येई, केव्हा अकस्मात टायर बर्स्ट होई, केव्हा झिजून प्लेन होऊनही निकामी होई, मग नवीन टायराच्या मढ्यावर जमविलेला पैसा जाई, केव्हा अचानक गाडीचं काम निघे- केव्हा हौसिंगचं, केव्हा गेअरचं, केव्हा इंजनचं वा बॉडीचं, अन् पैसा खलास होई! केव्हा मध्येच अचानक कशामुळे तरी केस होई अन् ती निस्तरता निस्तरता बराच पैसा ओतावा लागे आणि खुद्द आस्त्रफखानचाही खर्च बराच असे. सहज चहाच्या हॉटेलात, दारूच्या ठिकाणला वा खानावळीत गेला, तरी पन्नास-शंभर रुपये बिलाशिवाय उठत नसे. सोबत दोस्तानीतले काही ड्रायव्हर असले म्हणजे हा खर्च त्यांच्या संख्येच्या प्रमाणात वाढत असे.

बॉंबे-बंगलोरच्या दोन-तीन ट्रिपांतच, असा नि असला बराच आस्त्रफखान नारायणला समजू लागला.

गाव ओलांडून इकडे-निकडे जाता येता नारायणला बरंच काही आठवे. म्हैब्या... पारूमावशी... यास्मिन... हिरी... आपले स्टँडवरले दिवस... इथे केलेली कामं... नोकऱ्या... भाबी आणि असं बरंच काही... वाटायचं, खानसाबला एकदा सांगावं, ट्रक इथे उभी कर. आपण दोस्ताला भेटून येतो. आणि तसं एका ट्रिपमध्ये त्यानं सांगितलंही. यावर आस्त्रफखान हसला अन् गाडीचा वेग कमी न करता म्हणाला, "ये दोखो नारायण, दिल इतना कमजोर करनेका नै! आदमीने फत्थर दिल होना चाहिये! तेरे दोस्तसे मिलोगे, मगर क्या फायदा उससे? बेकार घंटा दो घंटा खर्च होगा और इतने वख्तमे हम कोलापूर पार करके जाते है, है क्या नही?" आणि मग तो म्हणे, "अगले ट्रिप देखेंगे."

पण ती अगली ट्रिप लवकर आली नाही. पण एकदा कागल ओलांडून आल्यावर ट्रकचा पाटा तुटला म्हणून तो बसवून घेण्यासाठी ह्या गावी गाडी थांबवावी लागली. लोडच्या ट्रकचा पाटा काढून नवीन बसविण्यास तीन-चार तास सहज लागणार होते. तो आस्त्रफखानची परवानगी घेऊन बाहेर पडावं, म्हैब्याला भेटावं अशा विचारात होता, तोवर खानसाबच म्हणाला,

"अच्छा नारायण, अब तुझे छुट्टी. जा सबको मिलके आ झटसे. घंटे दो घंटेमे. मै उस वख्त पाटेका काम कराके लेतू."

आणि मग नारायण बाहेर पडला. स्टँडच्या दिशेनं चालू लागला. नोकरीसाठी असणारा माणूस सुट्टीत गावी यावा नि प्रत्येक गोष्टीत, प्रत्येक वस्तूत त्याला जशी आपुलकी वाटू लागली, तशी नारायणला वाटू लागली. हा रस्ता, ही दुकानं, ही होटेलं, ही माणसं, या मोटारी आणि बरंच...

नारायण स्टँडवर आला. त्याला पाहणारे ओळखीचे टॅक्सी ड्रायव्हर विचारीत होते, "कवा आलास रे? कुटं असतोस रे? कुणाच्या ट्रकवर?" आणि असंच. अन् त्यांना योग्य अशी उत्तरं नारायण देत होता आणि मग शेवटी विचारत होता, "म्हैब्या कुटं हाय? त्येला कुणी बघितला हाय?" पण कुणाकडूनही सरळ उत्तर मिळत नव्हतं. कुणी आठवडाभर त्याला पाहिलंही नव्हतं. कुणी तो कुठल्याशा गावी गेल्याचं ठामपणे सांगत होतं, अन् कुणी काय, कुणी काय... पण अधिकृत असं कुणाचं बोलणं नव्हतं. काय करावं, कुठं पाहावं? ह्यो साला गेला तरी कुठं? नारायणला प्रश्न पडले होते आणि काही सुचत नव्हतं.

तो 'जॉली'त शिरला. गल्यावरच्या मालकानं आपुलकीनं त्याची चौकशी केली. त्याची उत्तरं देत तो जवळच्या टेबलाजवळ बसला. भज्यांची ऑर्डर दिली. मग चहा घेतला अन् गल्ल्यावर दोन रुपये टाकून 'जातो मालक' असा निरोप घेऊन बाहेर पडला. 'कुठं हुडकावं ह्या म्हैब्याला?- असा परत तिडा पडला. मग वाटलं- एकदा खोलीकडे तरी बघून यावं. बेटा एखाद्या वेळी तिथं आढळायचाही! खरं, असा दिवसाच्या वेळी तो खोलीत कधी नसायचा. ते खरं, पन काय नेम त्येचा? काल रातसारी कुठंतरी कुणातरी रांडंकडं धुंबडा घातला असंल साल्यानं, आनि दिली असंल ताणून -वर तिवडा करून!

खोली आली. दार लोटलेलं. म्हंजे आत हाय जणू! नारायणनं दार उघडलं. आत शिरला. आणि... आणि एक धक्काच बसल्यागत झाला.

म्हैब्या अंथरूणावर खिळलेला. ह्येचा निरोप घेऊन एक महिना गेला असंल. त्यावेळी ह्यो कसा हुता नि आता कसा झालाय! म्हैन्याभरात माणसाची रया इतकी पालटती? असा माणूस चिपाड हुतोय? डोळं खोल डोह झाल्यालं, गालफडं बसल्याली, अंथरूणात आसून नसल्यागत बावडी झाल्याली. माणूस इतका ठकून जातोय, वाळून खारीक झाल्यागत?

म्हैब्याची ही रया बघून का कुणास ठाऊक, नारायणच्या डोळ्यांना पाझर फुटले. आपल्या ह्या जिगरजान दोस्ताची ही अशी हालत व्हावी? भरल्या आवाजात त्यानं हाक घातली,

"म्हैब्या, म्हैब्या..."

म्हैब्याला डुलका लागला होता जणू. हाक कानांवर येताच त्यानं डोळे किलकिले केले आणि क्षीण आवाजात म्हटलं,

"कोण त्ये?"

"मी हाय.. नाऱ्या! नारायण!"

"नारायण!" आणि म्हैब्याची नजर नारायणवर खिळली. जाणिवानेणिवा एकवटल्या. ओळख पटली. फिक्कट, रोगी चेहऱ्यावर आनंदाचं पाणी खळाळू लागलं. मग त्यानं विचारणा केली, "कवा आलास रे?"

तो अंथरूणावर उठून बसण्याचा प्रयत्न करू लागला.

"उठू नको! झोप झोप! तरास हूत असला तर उगंच कशाला उठायचं?"

म्हैब्यानं मग उशीवर डोकं टेकलं. मग नारायणनं विचारलं,

"कधीपास्नं ही बिमारी?"

"तीन आठवडं हून गेलं त्यॅच्याआयला!"

"बिमारी कसली हाय एवढी-अंथरूणाला खिळून ऱ्हाण्यासारखी?"

"आनि कसली असणार? आपली सदाचीच! खरं ह्या डावाला जरा जास्तच झालं!"

"साल्या, किती सांगायचं तुला जरा रांडबाजी कमी कर म्हणून... बरं औषीदपाणी कुठल्या डाक्टराचं?"

"आयला हितं कुणा रांडच्याकडं पैसा हाय डाक्टर करायला? पयल्याझुट त्या देसायाकडं गेलोतो. तर त्यो म्हणाला, 'वीस इंजक्शनांचा कोर्स घ्याय लागंल, आनि रुपयं साठ खर्च ईल.' इत्का पैसा कुठनं आणायचा?.. मग ऱ्हायलो झालं झोपून."

"बेन्या बाळू, मग काय असाच कुजून मरणार-बिनऔषीदपाण्याचं?"

"आपलं नशीबच गांडू हाय यार, तवा झालं तर तसंच कायतरी हुणार!"

"मॅड बेन्याचा हैस! आता टॅक्सी घेऊन येतो, हॉस्पिटलला चलायचं. तू असा कुजून मराय ह्यो नाऱ्या अजून मेला न्हाई. चांगला जिता हाय." आणि नारायण म्हणाला, "आनि सुक्काळीच्या, तुला काय उताऱ्याला टाकाय न्हाई कुणी- असं बेवारशाचं मराण मागून घ्यायला! आता लगुलग जातो ते टॅक्सी घिऊन येतो."

आणि नारायण बाहेर पडला. भरारा स्टँडवर आला. अल्याड आंगालाच शिवापअण्णाची टॅक्सी उभी होती. वाऱ्यासाठी मागलं दार उघडं सोडून पुढल्या गादीवर पाय टाकून अण्णा खुशाल झोपला होता. कुठलंतरी लांबचं भाडं मारून आला असेल. शिणला असेल. उठवावं? उठेल? का अंगावर वसकन् खॅस मारून उठेल!-असं क्षणभर वाटून गेलं. मग वाटलं काय व्हायचं हाय ते हुंदे, बघावं झालं

एकदा ट्राय करून. तशी नारायणनं हाक मारली,
"अण्णा...अहो अण्णा..."
नेहमी सावध चित्तानं झोपणाऱ्या अण्णानं पटकन् डोळं उघडलं. नारायणला पाहताच त्याच्या मिशा हलल्या.
"कोण, नारायण! कवा आलास रे?"
"मघाशी." आणि अडखळत नारायण म्हणाला,
"अण्णा, जरा गाडी पायजे हुती."
ह्येच्याबरोबर आपण शर्त खेळून ह्येचा पानउतारा केलाता. त्यो डौक धरून अण्णा आता वागंल का?
पण 'असं व्हय!' म्हणून चटकन उठून अण्णा बाहेर आला नि म्हणाला,
"चल, बस. जाऊ या."
नारायण मागे बसला. अण्णानं गाडी स्टार्ट केली व फस्ट गेअर घालून ती उठवित म्हटलं,
"कोंच्या गावाला जायाचं?"
"कुठं परगावाला न्हाई, हितं गावातच जायाचं. म्हैब्याच्या खोलीकडं-बिडी कारखान्याकडं गाडी घ्या." आणि मग नारायणनं खुलासा केला, "म्हैब्या शिक हाय, तवा हास्पिटलला न्याचं हाय त्येला."
"बरं!" म्हणत अण्णानं बिडी कारखान्याकडल्या बाजूला गाडी वळवली.
म्हैब्याच्या खोलीपुढं गाडी थांबली. दार उघडून नारायण बाहेर आला. खोलीत शिरला. अंथरूणावर उठायला येत नव्हतं अशी म्हैब्याची हालत. मुंडक्याखाली व पायाच्या घोट्याखाली हात घालून नारायणनं त्याचं मुटकुळं उचललं, "मदत करू काय?" अण्णानं विचारलं.
"कशाला? नको." नारायण म्हणाला, "फकस्त दार उघडून तेवढं धरा."
अण्णानं गाडीचं मागचं दार उघडलं. धरलं. म्हैब्याचं मुळकुळं घेऊन नारायण गाडीत शिरला नि गादीवर ते अल्लाद ठेवून दिलं. मग विचारलं, "उशाखाली उसुसी देऊ का रे?"
"कशाला, नको घे!"
तसा मग नारायण खाली उतरला. खोलीत आला. कुलपाचा शोध केला. कोनाड्यातल्या दिवळीत होतं ते घेतलं. बाहेर आला. दार बंद करून कुलूप घातलं. गाडीत म्हैब्याजवळ येऊन बसला. मग अण्णाला म्हणाला,
"चला अण्णा, जाऊ या."
तशी अण्णानं स्विच् दिली नि स्टार्टर बटनवर बोट ठेवीत विचारलं,
"कुठल्या दवाखान्यात?"

"मिशन हॉस्पिटलला!"

तशी गाडी धावू लागली...

बाबू लोहाराचं गॅरेज येताच नारायण म्हणाला, "अण्णा, जरा एक मिंटं गाडी थांबवा. आमच्या शेटला भेटून येतो."

अण्णानं गाडी हॉल्ट केली. नारायण खाली उतरला. लोहाराच्या कारखान्यात गेला. शोव्हरलेटच्या क्लच प्रेशरला तीन व्हॉल वेल्डिंग करून बनविलेल्या खुर्चीवर खानसाब बसला होता. त्याच्याजवळ जाऊन नारायण म्हणाला,

"शेठ, जरा बाहर आव, थोडा काम है."

नारायणची उतरलेली मुद्रा पाहून काहीतरी तसंच खाजगी, महत्त्वाचं काम असेल, हे खानसाबच्या अनुभवी नजरेनं ताडलं. गुडघ्यावर हाताचा रेटा देत तो उठला. बाहेर आला. नारायणच्या खांद्यावर हात ठेवून त्याला दूर आणून म्हणाला,

"क्या है?"

"मुझे थोडा रुपिया चाहिये!"

"क्यों? काहेको?"

"मेरा दोस्त बिमार है, शेठ."

"कौनसा दोस्त?"

"वो, उस वख्त तुम्हे मेरे पास लाया था वो, मेहबूब."

"किधर है वो?"

"उधर, उस गाडीमे."

तसा ताडताड पावलं टाकत खानसाब गाडीजवळ गेला. आत डोकावून म्हैब्याला म्हणाला, "अरे मेहबूब मियाँ, ये क्या हालत बनायी रख्खी है, अं! क्या इष्कने मेहबूबको निकम्मा कर दिया क्या?"

तसा ओशाळं हासून म्हैब्या म्हणाला, "जी, वैसाच हुवा खानसाब!"

"अच्छा, जो हुआ सो हुआ. चलो, हम भी आतै!" आणि दार उघडून खानसाब आत बसला.

नारायण आत बसताच गाडी परत धावू लागली. मिशन हॉस्पिटलच्या पोर्चमध्ये ती येऊन उभी राहताच नारायण खाली उतरला. हॉस्पिटलमध्ये जाऊन डॉक्टर आपल्या खोलीत आहेत का पाहिलं. डॉक्टर डिसूझा आपल्या खोलीत होते आणि बाहेर रोग्यांची थप्पी लागलेली... आत जाऊन नारायणनं डॉक्टरांना विचारलं,

"डॉक्टर, एक सिरीअस पेशंट हाय, घिऊन येऊ?"

तसं डॉक्टरांनी नारायणकडं पाहिलं नि नेहमीच्या जलदगतीच्या आवाजात म्हटलं,

"जा पळ, घेऊन ये. असा मूर्खासारखा विचारायला काय म्हणून आला

आहेस! पळ, प्रथम आण जा त्याला आत.''

तसा नारायण खोलीबाहेर धावलाच. म्हैब्याचं मुटकुळं डॉक्टरांच्या खोलीत आणलं. डॉक्टरांच्या पुढल्या, पेशंट बसायच्या बिनहाताच्या खुर्चीवर ठेवलं.

अमेरिकेत दोन वर्षं राहून कुठलासा कोर्स देऊन आलेले डॉक्टर डिसूझा. त्यांनी म्हैब्याचा चेहरा पाहूनच ताडलं, ह्याला कुठला रोग झालाय ते. त्याला न तपासताच त्यांनी विचारलं,

''केव्हापासून आजारी आहेस?''

''तीन आठवडं होऊन गेलं.''

''आणि अजूनपर्यंत अंगावरच काढतो आहेस? मूर्ख कुठला. इथं इतके दवाखाने, इतकी सोय असून असं वागायचं! आणखी दोन-तीन दिवस उलटते, तर तू हाती देखील लागला नसतास!'' आणि डॉक्टर नारायणकडे पाहत म्हणाले, ''ह्याला इथं ॲडमिट करावं लागेल.''

''करा की! त्यासाठनंच तर आणलंय डॉक्टरसाब. घरात येवस्था कराय दुसरं कोनबी माणूस न्हाई ह्येला. हितं ठेवलं तर काय तरी शिस्त हुईल.''

तशी डॉक्टरांनी पिछाडीच्या भिंतीवरील कॉलबेल दाबली. काही क्षणातच एक नर्स व दोन वॉर्ड बॉय आले. बॉयना स्टेचर आणण्याचा हुकूम देऊन डॉक्टर नर्सला म्हणाले,

''ह्याचा फॉर्म तयार करा!''

नर्सनं फॉर्मचं पॅड हातात धरलं. मग म्हैब्याला विचारून त्याचं नाव, वय, धंदा, पत्ता पगैरे तपशील त्यात भरून तो डॉक्टरांच्या पुढं ठेवला.

मग त्यावर चिमणीच्या पायावानी अक्षर काढीत डॉक्टर भराभर प्रिस्क्रिप्शन खरडू लागले. खानसाब आणि अण्णा मघा आत आले होते. डॉक्टर लिहीत असलेलं पाहून खानसाब म्हणाला,

''इसे अच्छा से अच्छा दवा देना हां डॉक्टरसाब, पैसेकी कुछ फिक्र मत करना.''

''व्हय डॉक्टरसाहेब, ह्यो आमचा माणूस हाय, जरा लक्ष असू द्या.'' अण्णाही म्हणाला.

''तशी काय काळजी करू नका.'' आणि डॉक्टरांनी प्रिस्क्रिप्शन नर्सच्या हाती दिलं.

ते हाती घेऊन नर्स वॉर्ड बॉयना म्हणाली, ''चला घेऊन याला ऑपरेशन रूममध्ये.''

ह्या वेळेपर्यंत बॉयनी म्हैब्याला स्ट्रेचरवर झोपवलं होतं. ऑपरेशन रूमकडे स्ट्रेचर ढकललं जाऊ लागलं. मागोमाग नारायण... त्याच्या खांद्यावर हात ठेवून

खानसाब म्हणाला,

"अच्छा नारबा, हम चलते है अभी. ट्रकका काम करके लेता है, तुम इधरका सब देखके, ठीक तरहसे मेहबूबका इंतजाम करके बादमे आना!"

त्यानं आपल्या जाडजूड पाकिटातून पाच नोटा काढून नारायणच्या हाती ठेवल्या आणि म्हटलं, "ये रख लेना, कुछ दवा लगी तो चटकसे ला देना, अच्छा, मै चलूं?"

"चलो, मै आता हूँ घंटाभरके अंदर..."

खानसाब पाठमोरा होऊन चालू लागला. अण्णाही त्याच्यापाठोपाठ जाऊ लागला. तसा नारायण म्हणाला,

"अण्णा, तुमचं भाडं?"

तसा अण्णा गर्रकन वळला. नारायणकडं भेदक नजरेनं पाहत म्हणाला,

"साल्या, मला वळीकला न्हाईस आजून तू! पैसा काय रंडीबी मिळविती नाऱ्या, खरं ह्यो अण्णा पैशापेक्षा माणसाला जास्त किंमत देतोय समजलं! जा, श्याना हैस! खुळ्या, येळ कसली, ईचारतोय काय? म्हैब्या कोण मला परका न्हाई. कितीतरी वेळा माझ्या गाडीची कामं केलाय त्यो-स्टेपनीची, शॅईलची, ध्वॉय-पुसायची."

यावर नारायण काय बोलणार? तो मागे फिरला. स्ट्रेचर गाठण्यासाठी भरभर चालू लागला.

ऑपरेशन रूममध्ये म्हैब्याच्या अंगात किती सुया खुपसल्या नि आणखी काय काय केलं ते काही नारायणला कळून आलं नाही. कारण त्याला आत येऊ दिलं नव्हतं. पण जनरल वॉर्डातील खाटेवर म्हैब्याला आणून झोपिवलं, तेव्हा नारायण त्याच्या जवळ गेला. कॉटच्या कडेवर बूड टेकीत म्हणाला,

"आता बरं वाटुस्तोवर हिथंच ऱ्हायचं, काय सांगतो? न्हायतर जरा बरं वाटाय लागल्यावर पळाय लागशील."

"न्हायबा! तसं कराय माझं मला कळंना का?"

"कळलं असतं तर त्येच्यामारी इतकी दिवस अंगावर काढत ऱ्हायला असतास? जवाच्या तवा दाखविलं असतं तर ही हालत कशाला आली असती? बरं, ह्या झाल्याल्या गोष्टी आता उकरून काढून काय उपेग! ह्यापुढं तरी तब्बेत सांभाळून सगळं धंदं करत जा. आपुन आपली काळजी बघाय हवी, दुसरं बघणारं कोण हाय आपलं?"

"हे सगळं कळतंय खरं, वळत न्हाई-काय करायचं?"

"काय करायचं न्हाई, बरं व्हायला बघायचं... बरं, मी चलतो आता.. बंगलोरला चाल्लोय, चार दिवसानं परत यीन. आल्यावर भेटीनच. कसली कसली

काळजी करायची न्हाई, डॉक्टर औषीदपाणी करीलच. बरं, चलू आता?''

"थांब जरासा!''

उठलेला नारायण बसला. प्रश्नार्थक मुद्रेनं म्हैब्याकडे पाहू लागला. तसा म्हैब्या म्हणाला,

"जरा बोलायचं हाय तुझ्याबरोबर.'' आणि किंचित काळ थांबून तो म्हणाला, "पारूमावशीकडं जायाचं बंद केलंस?''

म्हैब्या असलं काही विचारील हे ध्यानीमनीही नव्हतं. त्यामुळे नारायण बराच चमकला. मग विचार करीत म्हणाला,

"आता ही नोकरी कसली, म्हाईतच हाय तुला. गावची एक ट्रक असती तर दर खेपंला थांबता, भेटता आलं असतं, पन आता ते जमत न्हाई.''

"उगंच उडवाउडवी करू नकोस बेट्या! मी तुला आज-काल बघत न्हाई.''

"खरं सांगायचं तर भेटावं असं वाटतंच न्हाई आता.''

"का? कशासाठी बाबा?''

"पैलंगत आपुलकी ऱ्हायली न्हाई.''

"कुणाला, तुला का त्येनला?''

"पैलं त्येनला. मग त्यांनी तसं, तर मीबी असं!''

"चुकतोस तू, माणसाची पारख करायची ही चांगली पद्धत हाय तुजी.''

"पारख आनि कसली करायची? आयला, त्या वेळंला पास्सा दिवस खोलीतच पडून हुतो. निदान एका शब्दानं तरी पारूमावशीनं चौकशी करायची हुती-जिता हाय का मेलाय, जेवाय यायचं का ऱ्हायला? कुठलं घे त्येच्या आयला, असली आपुलकी केवळ पैशापुरतीच असती.''

"चुकतोस तू नाऱ्या, पारूमावशी त्यातली न्हवं! इत्की वरसं त्येंच्या हितं जेवूनखावून आजून वळीकला न्हाईस तिला तू?''

"कैक वरसं जवळ असणारी, वावरणारी मान्संबी कोडंच हून बसत्यात एक! पारूमावशीबी त्यातलीच.''

"तू वळखाय चुकला असशील! पारूमावशी तशी न्हाई. आत-भाहीर सारखी हाय, खुल्या, निर्मळ मनाची. उगच न्हाई त्या मान्सावर अशी अदावत घेऊ ने, चांगलं न्हवं ते!''

यावर काय बोलावं ते नारायणलाही सुचलं नाही. तसा म्हैब्याच परत म्हणाला,

"मला भेटलीती एक दिवस. बिचारीनं डोळ्यांत पाणी भरलंतं. तुझ्याबद्दल चौकशी करीत हंती. येणं-जेवणं का टाकलंय, काय चुकी तरी आपल्या हातानं झालीया-विचारीत हुती.''

"खरं त्यावेळंला...''

"आनि तुझा पैला ठेका सुरू झाला. साल्या, तिला काय सपान पडलं न्हवतं, तू बोंबलत खोलीतच पडून ऱ्हायलाईस म्हणून! तिला कसं म्हाईत हुनार बेन्या-बाळू तूच सांग! आता उगंच काय तरी गैरसमज करून घिऊ नकोस."

"बरं काय म्हन्नं तरी हाय तुजं?"

"म्हन्नं काय असायचं आनि! जायाच्या आधी एक डाव तिला भेटून जा. हारण काळजाची बाई ती, उगंच जिवाला लावून घेतलंय तिनं. तू भेटलास म्हंजे तेवढंच बरं वाटंल तिला."

"बरं, भेटतो घे."

"नुस्तं असं मोघम आश्वासन नको, वचन दे!"

"दिलं!" आणि त्यानं पुढं केलेला हात दाबून नारायण म्हणाला,

"बरं, निघू आता?"

"आनि एका गोष्टीबद्दल सांगायचं हाय तुला."

"कसल्या?"

"यास्मिनबद्दल!"

यास्मिनचं नाव कानांवर पडताच नारायणचा चेहरा खर्रकन उतरला. आयला, ही नको असणारी जिवाला जाळणारी याद काय म्हणून ह्येनं उकरून काढली असंल? दुसऱ्याच क्षणी नारायणला वैताग आला आणि तोच वैताग स्वरात भिनून बाहेर पडला,

"फुलात फूल कुठलं चांगलं म्हणून ईचारलं, तर तू धोत्र्याच्या फुलाचं नाव घेणार! कशाला मर्दा या सालीचं नाव घेतोस? जगात कुणाचं कुणापासून आडणार हाय? ना तिचं, ना माझं... उडत गेली छिनाल साली! च्यामारी धरून, नस्ता त्रास डोक्स्याला! सांगायचं तर दुसरं काय तरी सांग, ह्यो विषय इथंच कटाप!"

"असा विषय कटाप होत नाही नारबा. ती तर अजून तुझ्यावरच जीव लावून हाय."

"नि म्हणूनच लगीन करून घेतलं वाटतं तिनं कुणा अलबत्या गलबत्याबरोबर!"

"हे बघ, घरात सांगतील तेला मान तुकवावी लागती पोरीच्या जातीला. मन चाहेल तसं वागायला त्या काय शिकल्याल्या पोरी न्हवंत!"

"खरं तिनं एक शब्दानं तरी मला ईच्यारायच हुतं, कानावर घालायचं हुतं- 'हे अश्यानं असं' म्हणून?"

"तुज्या कानावर घालायला तुजा ठिकाणा तर असायला पायजे जाग्यावर, तुजी मर्दा ही असल्या तऱ्हेची नोकरी, काय करायचं त्या बिचारीनं मग?"

"ती तुला येऊन भेटल्यागत तुजं हमीचं बोलणं चाललंय. ह्येला दुसरीबी बाजू असते म्हैब्या. तिचंच मन फिरलं नसंल कशावरनं?"

"मग फिरलं असतं तर मला भेटून तुजी चौकशी केली नसती तिनं! शादी झाल्यावर मग तिनं तुजं नावबी काढलं नसतं."

"म्हंजे, ती तुला येऊन भेटलीती म्हणंनास."

"भेटलीती म्हणूनच तर असं बोलतोयू, न पक्षी तुज्यावानी मीबी शिव्या हासडल्या असत्या.'

"कवा भेटलीती?"

"मदी ऊरसाला आलीती, तवा भेटली."

"काय म्हणत हुती?"

"म्हणणार काय आनि? ह्येच की आपलं-हे अशानं असं झालं. शादीचं फिक्स झाल्यावर तुला भेटून सगळं कानावर घालावं, म्हणून तीन-चार वेळा खोलीकडं येऊन गेली म्हणं ती. तुजी गाठभेट झाली नाही. बरं, त्या बिचारीला तुझ्याबद्दल चौकशी करायचीबी चोरी. मग काय करावं तिनं? तुज्या म्हंन्यासारखं हुदे-तूच सांग आता, तिच्या जागी तू असतास तर आनि काय केला असतास?"

डोकं सुन्न झालं. मेंदूला मुंग्या आल्यागत. काही सुचंना-सवरंना. नारायण तसाच बसून राहिला. काहीतरी चाळा म्हणून बिडी पेटविली. एक झुरका मारला. साऱ्या वॉर्डभर उगीच नजर भिरभिरली. वॉर्डलाच एक रोगट कळा आलेली. अन् आतली हवा औषधाच्या उग्र भपकाऱ्यानं चोंदलेली. क्षणभर वाटलं, आपल्या आयुष्यालाही रोगट कळा आलीया. औषधाच्या वासाखाली असंच घणू लागलंय आपलं आयुष्य.

"लै ठकलीया ती. शेतात बडद्याडायला लागतंय म्हणाली. दिसभर उनानं आगनीत जळाल्यावानी काळीकिट्ट पडलीया ती. आजूनबी तुझ्यावर जीव लावून हाय बघ ती. जातानं डोळ्यांत पाणी भरलंतं तिनं. तू एक डाव भेटावा म्हणत हुती."

"आनि काय?"

"आनि काय न्हाई. एवढंच."

"आता हाय ती?"

"न्हाई. जायाच्या आदल्याच दिवशी मला भेटलीती. उद्या जाणार म्हणत हुती लाटंला."

नारायण मुकाट बसून राहिला. डोक्यात एक वादळ घोंगावू लागलं. वाटलं उठावं, जावावं, लाटंला जावावं, लाट अशी किती लांब हाय? आरूनफिरून धा मैल! जावं, भेटावं यास्मिनला, वाटल्यास... वाटल्यास संगट घिऊन यावं. नि निघून जावं. कुठंतरी लांब... जिथं पळवून नेलं म्हणून शोधणाऱ्याचं हात पोचणार नाहीत, कायदाही पाठी लागणार नाही.

पण आस्त्रफखानचा विचार मनात येताच हे वादळ ओहोटीच्या वेगानं ओसरलं. आस्त्रफखान आपल्याबरोबर लै चांगला वागलाय. आता काही थोडं रीणबी झालं त्येचं आपल्या डोस्क्यावर. अशा मानसाला असं ऐनवेळी फसवून, तोंडघशी पाडून जायचं?

आनि तेही एका पोरीसाठी?

छे: छे:!

आस्त्रफखानाशी अशी दगाबाजी करणं बरं न्हवं! यास्मिनला काय आज न्हाई तर उद्या, उद्या न्हाई तर परवा असं कवातरी भेटता येईल. पन तिला भेटायची ही टाईम न्हवं. ही वेळ न्हवं. ती हितं असती तर गोष्ट अल्लग. पन... पन... आता टैमाचं वांदं हाय. थोडी कढ काढूया... कळ सोसूया.

यास्मिनपुरता असा निर्णय झाला. पण पारूमावशी? पारूमावशीला भेटता यील आता-हितनं भाहीर पडल्यावर. ते काय तितकं अवघड न्हाई खरं.

असा नारायण गप्प बसला. म्हैब्याही. काही क्षण असेच अधांतरी राहिले. मग नारायणच म्हणाला,

''कधी काळी ती तुला भेटली तर सांग-तू दु:चित होऊ नको. एका दिवशी त्यो तुला भेटणार हाय, घेऊन जाणार हाय. प्रत्यक्ष सांगून गेलाय, आठवणीनं सांगून गेलाय, म्हणून सांग! सांगशील?''

''सांगीन... जरूर सांगीन... त्याबद्दल तू काय काळजी करू नको.''

''बरं, चलू आता? लै टाईम झाला.'' आणि नारायणनं खिशातून पन्नास रुपये काढून म्हैब्याकडे देत म्हटलं, ''हं, हे घे, ऱ्हावू दे जवळ. काय लागलंसवरलं आण, हयगय करू नको.''

''हा हे एक बरं झालं बघ!'' ते पैसे हातात घेत म्हैब्या म्हणाला, ''साला, आपुन तर हे असं कडकाराम हाय. तवा मीच तुझ्याकडं मागावं आता असं यवजलंतं; खरं, बोलण्याच्या भरात भानच ऱ्हायलं न्हाय बघ.''

''बरं, मी चलतो आता. चार दिवसानं परत यीन तवा भेटून जाईनच तुला...'' आणि त्यानं चादरीखालील म्हैब्याचं रट्टं दाबून त्याला दिलासा दिल्यागत केलं.

''अच्छा ये तर मग!''

अन् नारायण बाहेर पडला. झरझर चालू लागला. टाईम थोडा होता. हॉस्पिटलमध्येच दोन-अडीच तास खर्चलं होतं. आता घंटा-अर्धा घंट्यात सारं आवरायला हवं होतं. पारूमावशीची भेट, तिथं बोलणं, एवढा वेळ सहजच लागणार होता. हॉस्पिटलसमोरचं पोर्च ओलांडून तो समोरच्या रस्त्यावर आला आणि मग पावलं पारूमावशीच्या घराकडे वळविली.

मावशी घरातच होती. सांजच्या जेवणाला तांदूळ नीट करीत होती. समोर लालभडक रंगाचा पाट, त्यावर पांढरेशुभ्र तांदूळ, अल्याड मावशी, पल्याड हिरी... दोघी तांदूळ निवडीत असलेल्या, पाटाखाली सूप. निवडलेले तांदूळ सुपात सारले जायचे.

दारात सावट पडताच दोघींच्याही माना वर झाल्या. अन् नारायण दिसताच दोघींच्या चेहऱ्यावर दोन भाव उमटले. मावशीच्या चेहऱ्यावर आश्चर्याचा, नि हिरीच्या लाजेचा.

"ये नारायण..." मावशीच्या स्वरात आनंद प्रकट झाला. मग ती हिरीला म्हणाली, "पाणी दे ग तांब्याभर-पाय ध्वायला!"

न ढळलेला पदर उगीचच सावरत हिरी उठली. आत जाऊन पाण्याचं तप्यालं भरून आणलं. नारायणपुढं ठेवलं. मग त्याच फुलपाखरांच्या सहजसुंदर गतीनं ती आडदाणीजवळ गेली. तीवर टाकलेलं घोंगडं ओढलं, छानशी घडी करून जवळच टाकलं. तोवर आईकडून आज्ञा झाली.

"च्याचं आधाण ठेव जा चुलीवर!" ऐकताच ती आत गेली. चूल पेटवायच्या उसाभरीला लागली.

तोवर नारायण हातपाय धुवून आत आला. घोंगड्यावर येऊन बसला. इकडं येताना बेकरीतून लहानग्या बाळाईसाठी म्हणून आणलेला बटराचा पुडा मावशीच्या पुढे सारला. तो घेऊन बाजूला ठेवीत मावशी म्हणाली,

"इतकींदी कुटं गप्प झालतास नारायणा! अगदी समिंदरात पडलेल्या तिळागत झालास की रं बाबा! अशी अवस्थी इतकी कशी माया पातळ केलीस? काय? काय घडलं तरी काय असं आमच्या हातनं? पार येणंजाणंच टाकलंस की रं लेकरा?"

"मावशी, तू बघतीसच न्हवं, भकीस्तावानी आमची ही नोकरी! कुठं लागंल तिकडं जायचं. मिळंल ते जेवायचं, गावंल त्या जागेवर झोपायचं. अठरापगड जाती हैत, खरं आम्हा ड्रायव्हर-कीन्नर लोकांची एकोणिसावी जात असती-ही अशा तऱ्हंची! आताची ही बंबैवाल्याच्या ट्रकावरची नोकरी. जर ट्रिपला हितनंच जातोय-येतोय खरं थांबून भेटायलाबी मिळत न्हाई. का? तर तेवढी सवडबी नसती. शिवाय नोकरी म्हंजे दुसऱ्याची ताबेदारी, सोताच्या मनापरमानं वागाय कुठं गावतंय तिथं मग? तसा आमचा शेठ लै चांगला हाय, नि तसाच खवीसबी हाय. लायनीवर मी असा ज्येलात्येला भेटत वेळकाढूपणा कराय लागलो, तर माझं हे लाड त्यो कसं चालू दील? एक दिवस 'मादरचोतका बच्चा' म्हणून शिवी हासडत ढुंगणावर एखादी लाथ लगावील का न्हाई? तवा हे सगळं पुढचं भविष्य वळकून आपल्या पोलमीनं ऱ्हायल्यालं बरं असतंय मावशी. आनि असं वागलं तर चार दिवस निघत्यात, व्हय का न्हाई मावशी?"

"व्हय बाबा, दिवसच हे असलं आल्यात, त्येला तू तर काय करणार!"

''आनि आज हे असं भेटायला मिळालं, म्हंजे गाडीचा पाटा तुटला म्हणून. गाडी, पाटा बसवाय सोडली लव्हारच्या गॅरेजमधी नि आलो तुला भेटायला. काय करणार मग? तू आनि माझ्याबद्दल काय न्हाई त्यो इचार करत बसशील म्हणून म्हटलं, जावावं भेटून.'' आणि मग नारायणनं चौकशी केली, ''किस्नाबाई कुटं दिसंना, बाळाबाई कुठं दिसंना?''

''किस्नीला शाळंत घाटलंय, ती शाळंला गेलीया आनि बाळाबाई झोपलीया मघाशीच.''

''आनि ताराबाई काय सासुरवाडीलाच हाय वाटतं?''

''व्हय. उरसाला आणलेली दोन रोजासाठी म्हणून. वाटलंतं आठ-पंध्रादी ठेवून घ्यावं, खरं त्या मान्सांनी लगेच मुराळी पाठवून दिला. मग पाठवणी केली झालं! आपली सत्ता काय चालती तिथं? पोर्गी दिली, तवाच ती दुसऱ्याची झाली.''

एवढ्यात हिरीनं चहा आणला. कपबशी घेताना सहज त्यानं वर पाहिलं, तर हिरीची नजर त्याच्याच चेहऱ्यावर खिळलेली. आणि ती नजर...?

हिरा अनिमिष नजरेनं नारायणकडे पाहत होती. नारायण आल्यापासून, का कोण जाणे, तिला फार आनंद झाला होता. मघापासून चहा करतानाही तिचं सारं चित्त बाहेरच होतं. नारायणची तिरकस बसलेली आकृती चुलीजवळून नजरेच्या टप्प्यात येत होती. चुलीत जाळ सारत ती नारायणकडं आसासून पाहत होती. किती दिसानं भेटतोय ह्यो, जरा तरी माया दावावी मान्सानं! दोन-चार रोजाला न्हावू दे, खरं आठवड्यानं एक डाव तरी भेटून जावावं! पैलंपक्षी ह्यो लै ठकल्याला दिसतोय. पैलं बावडी कशी झन्नाटा दिसत हुती, नि आता जरासा चोपडल्याला दिसतोय. ट्रकावर काम लै कराय लागत आसंल. कवा उपाशी अनोशीबी ऱ्हायाय लागत आसंल. रातध्याड गाडी हाणाय लागत आसंल. कोण काळजी करणार हाय तरी ह्येचं. आई-बाबा न्हाईत. कोण पाव्हणं पैबी दिसत न्हाईत. आनि जी कुणी काळजी करणार माणसं हैतं त्येचा ह्येला दरकारबी न्हाई. चुलीवरल्या भांड्यात चहाला आधाण येत होतं आणि डोक्यातल्या विचारांनी अशी स्वैर-भैर हिरी झालेली.. विचारांना किती आवरावं नि कुठं आवरावं?

चहा घेऊन ती बाहेर आली, आणि लगाम लावला तरी नजर चळलीच!

आणि नारायणनंही त्याच वेळी नजर वर केली. क्षणभर नजरेत नजर गुंतली, तिडा पडल्यागत झाला.

नारायणनं बशी हाती घेताच हिरीची नजर खाली आली. नारायणचीही...

मावशी खाली पाहून तांदूळ निवडीत होती.

हिरी आत गेली. राहिलेला चहा पितळी पेल्यात 'सोदून' घेऊन बाहेर आली. आईच्या हाती पेला दिला.

म्हंजे कपबशी एकच हाय तर घरात. न्हाय तर पेल्यातनं मावशीला चहा का दिला गेला असता? फुडल्या डावला जवा आपुन हिकडं भेटायला येऊ त्यावेळला कपबशीची एक जोडी आणावी झालं, चांगलीशी बघून! नारायण विचार करीत होता नि विचार करीतच चहा पीत होता.

चहा घेऊन होताच कपबशी खाली ठेवली. खिशातून बिडी बंडल काढला. बंडलातून एक बिडी नेहमीच्या सफाईनं सर्रकन ओढली, ओठात ठेवली, शिलगावली अन् मग तोंडातून धुराचं नळकांडं सोडीत तो म्हणाला,

"बरं, निघू आता मावशी?"

"जाणार?"

"व्हय."

"आता आनि कवा येणार?"

"येवून जाईन एक दिवस असाच."

"अगदीच हुंबराचं फूल हू नकोस बाबा."

"छे: छे: मावशी, तसं न्हाई, तसं व्हायचं न्हाई, सवड न्हाई मिळाली तरी सवड काढून भेटून जातो, मग तर झालं?"

"बरं, अजून किती उशेर हैस तितं?"

"यदोळका कमान बसवून झाली असली तर निघणार लगेच, न्हाईपक्षी थांबावं लागंल तासभर."

"हिरीकडनं जेवान लावून देतो बघ."

"कशाला उगंच तरास आनि?"

"तरास कसला ह्यात?"

"मी आनि तंवरका गेलोच तर करून सवरून इनारथी व्हायचं, फुकट जायाचं सगळं!"

"फुकट कधी गेलंतं खुळ्या! जरी तू निघून गेलास तरी सांजला आम्हास्नी हुईलच की खायाय. मग इनारथी कसं हुतंय? तुझी टरक कुठल्या लवारच्यात सोडलीया?"

"बरं, तुझ्या मनात यील तसं कर. मी निघतो. आता लै वख्त झाला. ट्रक हाय बाबू लव्हारच्या गॅरेजपुढं."

"बरं, नीघ तर..." आणि मावशी उठली. दरवाजापर्यंत पोहचवायला आली.

काही पावलं चालून गेल्यावर नारायणनं मागं नजर वळविली अन् निरोपाचा हात हलविला.

दरवाजात मावशी उभी होती. म्हणाली, "बरं ये तर!"

आणि मावशीच्या पाठीमागे दोन डोळे पाण्याने डबडबलेले होते... हिरीचे...

अर्धा-पाऊण तासानं हिरी जेवणाचं गटरं घिऊन बाहेर पडली. बाबू लव्हारच्या गॅरेजपुढं ट्रक आसंल का अजूनपर्यंत, की गेली आसंल? रस्त्यानं ह्योच घोळ मनात चाललेला. शिदोरी देण्यापेक्षा बोलायला मिळावं, हीच इच्छा जास्त झालेली. एवढा तो आला, बसला. खरं त्याच्याशी दोन शब्द बोलायलाबी मिळालं नाही. आता असला तर मिळंल तरी... खरं असंल का त्यो? असायला पायजे. असायला हवा.

आणि अशा विचारातच बाबू लोहाराचं गॅरेज आलं. तिथं इतक्या मोटारी व ट्रक उभ्या होत्या. हिरीला वाटलं, ह्यातल्या कुठल्या ट्रकवर नारायण हाय- हे कसं वळखायचं बाई! आनि हितं कसलं कसलं लोक असत्यात. कुणाला म्हणून ईचारायचं?

अशा विचारांच्या गुतापत्यात ती सापडली असताना, कुठूनसा टपदिशी नारायण तिच्यासमोर आला. तिला येताना किंवा आलेली लांबूनच त्यानं पाहिली असावी. जवळ जवळ येताच तो हासत म्हणाला,

"आता भाकरीची इत्की काय जरूरी हुती? भत्ता असतोय, त्यातनं कुठं तरी जेवाण मिळतंय. तशी काय आबाळ होत न्हाई!"

तिच्याकडं पाहून त्यानं केलेलं ते गहिरं हास्य... मनमोकळं हास्य पाहून ती फुलारून गेली... गोऱ्यापान केतकी चेहऱ्यावर आणखीन तकाकी आल्यागत झाली... त्या गोऱ्या कातडीवरचं हिरवट गोंदवण... हनुवटीवरचं, गालावरचं, डोळ्यांच्या दोन्ही कोपऱ्यावरचं... उठावदार दिसू लागलं... पदर किंचित सावरून त्याच्याकडं ओझरता कटाक्ष टाकून ती म्हणाली,

"आबाळ होत न्हाई म्हणून तर बावडी इतकी तयार झाली वाटतं?"

"का, लै ठकलोय का?"

"आनि काय इचारनं झालं!"

"म्हंजे?"

"आपल्या आपुनला सगळ्या गोष्टी कळाय लागल्या असत्या, म्हंजे जगातनी निम्मी काळजी मिटली असती का न्हाई?"

"म्याड हैस झालं! बुकं शिकविणाऱ्या मास्तरणीवानी बोलाय लागलीस की!" आणि मग हात पुढे करीत नारायण म्हणाला, "आण हिकडं जेवान."

"तेच काम करायसाठनं तर आलोय." मग ती खोचून बोलल्यागत म्हणाली, "का लै गडबड लागल्याली दिसती?"

"निर्मळवानी बोलत बसाय हे काय घर न्हवं, रस्ता हाय! कैक लोकं याय-जायची, बघायची- नि ते काय बरं न्हवं."

"लोकास्नी इतकं भिवून वागाय कुणाचं काय करज काढलंय-लगनाच्या बोलीनं!"

“तसं काय नसलं तरी सगळ्यांची नजर काय सारखी नसती, हिरी! तू अजून द्याय-घ्यायची पोर, असं बोलणं-वागणं बरं न्हवं तुला, माझ्याबरोबर असं एक वागलीस- ही गोष्ट वायली, खरं भाहीर असं जर वागाय् लागल्यालं दिसलं मला, तर पेकाटात लाथ बसंल, सांगून ठेवतो.”

नारायणच्या ह्या बोलण्याचं हिरीला वाईट न वाटता उलट अंतर्यामी कुठंतरी सुखच वाटत होतं. या सुखाचं नाव काय-हे जरी तिला कळलं नाही, तरी असा हक्क त्यानं दाखविला, अधिकार चालविला हे काय कमी होतं? अन् या सुखाच्या लाटेवर स्वत:ला झोकून देत ती म्हणाली,

“तसा थिल्लरपणा करायला माझं काय डोस्कं फिरलंय? आपलं कोण, परकं कोण मला काय समजत न्हाई व्हय!”

“समजतंय, समजतंय! लै श्यानी हैस, घे...” आणि नारायणनं खिशातून रुपयाची नोट काढून पुढं करीत म्हटलं,“हं, हे घे.”

“कशाला? मला नको बा!”

“अग, ऱ्हावू दे, घे! तळ्यावर मराठी सिनिमा लागलाय म्हणं, त्यो बघ जा, घे!”

हिरीनं ती नोट हातात घेतली, तसा नारायण म्हणाला,

“बरं, जा तू आता. मलाबी काम हाय.”

तरीही तिचा पाय निघत नव्हता. तसं नारायणनं विचारलं,

“आता आनि काय?”

“ह्यावर आता परत कवा येणार?”

“नक्की काय सांगाय येत न्हाई. खरं येतो असाच एका दिवशी.”

“म्हंजे लहरी हैदरगत-लहर फिरली तर येणार, न्हायतर न्हाई.”

“तसं न्हवं हिरी, माझी ही नोकरी.”

“ते तर मघाशी सांगिटलाईस खरं.” आणि हिरी म्हणाली, “कधीतरी यीनास बापडा, खरं आम्हास्नी ईसरू नकोस म्हंजे झालं.”

आणि हिरी पाठ फिरवून चालू लागली अन् नारायण तिच्या बोलण्याचा विचार करीत राहिला... तिचं ते बोलणं घरच्या माणसास्नी धरून होतं का सोताबद्दल? मारी, ही हिरी म्हंजे एक हुमान हाय. सुटता सुटत न्हाई!

ट्रक तयार झाली कमान पाटा बसवून आणि प्रवास सुरू झाला-बंगलोरच्या दिशेनं...

एखाद्याला बेसावध गाठून महत्त्वाचा प्रश्न विचारून, गडबडवून सोडण्याची व समोरच्याची उडणारी त्रेधातिरपीट पाहत मनसोक्त हसण्याची, आस्त्रफखानची खोड... अशा फझूल चेष्टेमुळे देखील त्याला एक प्रकारचा विचित्र आनंद होत असे.

आताही त्यानं बेसावध असणाऱ्या नारायणला असंच गडबडवून सोडलं. अचानक विचारलं,

"कौन थी वो लडकी, नारायण? तेरे साथ जो बोल रही थी-गॅरेजके पास-वो?"

आस्त्रफखानला अपेक्षित असलेला परिणाम नारायणवर होताच तो खो खो करून हासू लागला. वेगानं पळणारी ट्रक आणि त्याच वेगानं फिरणाऱ्या इंजिनचा आवाज आणि ह्या साऱ्यांमध्येही त्याचं मुक्त, मोकळं हासणं... जोराचं... किती उठून दिसलं!

मघापासून हॉर्न वाजवीत कोकलणाऱ्या एका पोन्टॅक कारला साईड देत नारायण म्हणाला,

"उसकी बापकी पहले खानावळ थी. मै उधरच खाना खाया करता था. आज भौत दिनके बाद इधर ठैरा, सो मिलने गया था, उसकी माँ बोली, 'मैं खाना भेज देती हूँ,' और भेज दिया."

"मै एक बात बताऊ तुझे-बुरा न मानना हां!" आणि क्षणकाल थांबून आस्त्रफ म्हणाला,

"वो लडकी तुझपर मर मिटती है, जान देती है."

"आँ?"

"आँ, क्या बुद्दू! हमने पहचाना सब, हमरी ये आँखे धोका खाती नही, समझे?"

"कैसे पहचाना तुमने?"

"उसकी आँखोमें आँखे कभी डाली है तुमने? कभी उसकी मुंहकी तरफ देखकर बातचीत भी की है?"

"मै वैसे नजरोंसे कभी देख्याही नही!"

"थू: तेरे की! गर ऐसा है तो तुझे बतानेसे क्या फायदा?" आणि आस्त्रफ तोंड शिवल्यागत गप्प बसला.

बोलता-बोलता हा असा गप्प का बसला म्हणून ड्रायव्हिंग करता-करता बाजूला पाहिलं, तर तो चक्क झोपला होता. नारायणनं नजर उचलली, रस्त्यावर लावली. रस्ता पळत होता.. मागं, मागं नि ट्रक धावत होती.. पुढं पुढं!

फर्लांगमागून फर्लांग, मैलामागून मैल मागं पडत असलेले... आणि जिल्ह्याचं ते गाव येताच नारायणनं खानसाबला उठवलं.

"उठो शेठ, उठो!"

"क्यो, क्या बात है?"

"गये ट्रिपको तुमने कहा था, इधर हेवी लायसन निकालेंगे करके, तो आज निकालेंगे क्या?"

क्लीनर ट्रक चालवत असलेला एखाद्या आरटीओनं किंवा ट्रॅफिक इन्स्पेक्टरनं पकडलं की वांदं यायचं. गेल्या ट्रीपला रानीबेन्नुरजवळ नारायणला पकडलं होतं-विद्‌औट लायसन ड्रायव्हिंग केल्याबद्दल. त्यावेळी ते सगळं झंझ्याट भागवाय चांगला साठ-सत्तराचा भुर्दंड बसला होता आणि अशा नोटा खिशात घालूनच ट्रॅफिकवाल्यानं केस रद्द केली होती. तेव्हा खानसाबनं नारायणला सांगितलं होतं, 'अगले दफा तेरा लायसन निकालेंगे, फिर ऐसी नौबत नही आयेगी! लैनपर हर वख्त फिरना पडता है, फिर कभी ये मादरचोद साले सतायेंगे! लायसन निकालेंगे तो कौन साला पूछता है देखेंगे!'

"जरूर, जरूर निकालेंगे!" आणि खानसाब म्हणाला, "गाडी ठैरा करो."

उजव्या साईडला बर्मा शेलचा पंप. त्या पंपावर गाडी घेऊन नारायणनं उभी केली. रात्रीचा नऊ-साडेनऊचा सुमार झालेला. बाहेरील रात्र प्रथमच आता चांगलं डोळे उघडून पाहत खानसाब म्हणाला,

"मगर अब तो रात हो चुकी है, कलतक तो ठैरना पडेगा इधरही और कलका अख्खा दिन इधरही चला जायेगा, खूब देरी होगी, एक दिन लेट डिलिव्हरी देनी पडेगी." आणि मग थोडा वेळ विचार करून खान म्हणाला, "अच्छा, अब ऐसा करेंगे-आते वख्त निकालेंगे तेरा लायसन! क्यों?"

"हां वैसा करेंगे!" मग नारायण म्हणाला, "तो शेठ, इधरही खाना खा लेंगे क्या?"

"हां हां, खा लेंगे तो-उसमे क्या हर्ज है!" अन् हसत खानसाब म्हणाला, "निकाल तेरा खाना, देखे तो तेरी जोरूने क्या क्या दियेला है-खानेको!"

"जोरू कायेकी शेठ?"

"अरे, आज नही तो कल होगी, मगर होगी जरूर! हम कहते है-गलत नही निकलेंगा, लिखके रख! एक दिन वोच, वोही लडकी तेरी जोरू बनेगी, समझे?"

आज आपला हा शेठ असं का बोलतो आहे समजेना नारायणला! मग वाटलं, थट्टा करत असेल नेहमीसारखी, तशी सवयच आहे त्याला. नाही तर! त्यामुळे त्यानं हे बोलणं तितकं काय मनावर घेतलं नाही, तसा काही त्यावर विचारही केला नाही. ते तसंच कानाआड केलं.

मग दोघे खाली उतरले. पंपावरच्या केबिनजवळ पाण्याचा नळ होता. नळाची चावी सोडून दोघांनी हातपाय खळबळले. चुळा भरल्या. मग खांद्यावरील टॉवेलनं तोंड निपटत खानसाब म्हणाला,

"तू ठेर हां, मैं अभी आता हूँ थोडा डिझेल डालके टाकीमे."

आणि खानसाब निघाला. पंपापिछाडीच्या खोपटातील हॉटेलात... तिथं खानसाबच्या 'टाकीत' घालायचं 'डिझेल' मिळत होतं. ते 'डिझेल' घेऊन खानसाब परत आला तेव्हा त्याच्या तोंडून दारूचा तीव्र भपकारा मारत होता. दोघे केबिनमध्ये शिरले. नारायणनं केबिनमधील लाइटचं बटन ओढलं. क्षणात केबिन उजळून निघाली. मग डोईवरच्या कप्प्यातलं गाठोडं त्यानं बाहेर ओढलं अन् दोघांच्यामध्ये सोडलं.

आत पाच-सहा भाकरी होत्या. तितकीच उकडलेली अंडी आणि घट्ट झुणका, अंडी आत चिरून मसाला भरलेला व झुणक्यात आसक्या आसक्या कांद्याच्या फोकी चांगल्या भाजलेल्या, तेलात!

खानसाब म्हणाला, "दोनोको ये तो भौत हुआ. ले खा ले."

अन् दोन भाकरी, तितकीच अंडी व बचाकभर झुणका घेऊन नारायणच्या पूर्वी तोच खाऊ लागला.

दोघांचं जेवण झालं. चावीवर जाऊन दोघे पाणीही पिऊन आले. मग व्हीलवर बसून खानसाब म्हणाला, "अच्छा, अब तू थोडा आराम ले, मै ड्रायव्हिंग करता हूँ!" आणि त्यानं स्टार्टर बटन दाबलं. इंजन सुरू झालं. फस्ट गेअर घालून त्यानं ट्रक जाग्यावरून उठवली अन् सफाईदार टर्न घेऊन रोडवर लावली. गाडीच्या हेडलाईटचा उजेड रस्त्यावर पडू लागला. त्या प्रकाशात पुढील रनिंग सुरू झालं.

क्लीनरसाईडला नारायण बसलेला. हातातील बिडी त्यानं बाहेर भिरकावून दिली. काही क्षण मग असेच सुस्त गेले. डोळे पेंगळू लागले. एक दीर्घ जांभई बाहेर पडली अन् मग थोड्याच वेळात नारायणला झोप लागली. बसल्या बसल्या.

१२

नारायण जागा झाला. डोळे तणावून त्यानं बाहेर पाहिलं. गाडीचा वायफर चालू असलेला. सपासप काचेवरचं पाणी मारीत असलेला... बाहेर झिमझिम पाऊस पडत असलेला... रात्रीचा काळोख संपून पहाट उमलू लागलेली... हेडलाईटच्या प्रकाशात पावसाच्या तिरप्या सरी स्पष्टपणे दिसत असलेल्या... दूरवर लाइटचा समुद्र पसरलेला. बंगलोर..? खुणा पटत गेल्या... होय... बंगलोरच जणू... बंगलोरच... एवढ्या लवकरच आलं...? की... की... आपुनच झोपून हुतो इतक्या उशीर? च्या मारी!

हात तणावून त्यानं दीर्घ जांभई दिली आणि तो उठल्याचं आस्रफखानाला कळलं. नेहमीच्या लकबीनुसार प्रत्येक शब्द गोल गोल उच्चारत त्यानं विचारलं,

"क्यों जाग गये क्या?"

"हां जी!"

"अच्छा! तो ट्रक ऑफिसके पास लगातै, खाली कर लेना और दुसरा माल चढाना, क्या? उस वक्त तक हम जरा गावमे जाकर आते."

आणि शहरात शिरल्यावर खानसाबनं कंपनीच्या ऑफिससमोर ट्रक लावली. खुद्द कंपनीच्या साठ ट्रक्स होत्या. त्याही अपुऱ्या पडत असल्यानं, बाहेरच्या ट्रक मालकांच्या वीस ट्रक्स कंपनीला लावल्या होत्या. बॉबे-बंगलोरमध्ये कंपनीची मोठी ऑफिसं होती. पुणा व हुबळीमध्ये अलीकडं दोन ऑफिसं काढली होती.

ऑफिससमोर त्यांच्याआधी आलेल्या पाच-सहा ट्रक्स उभ्या होत्या. ऑफिस नऊला उघडणार होतं. तसा अजूनही खूप अवधी होता. त्या त्या ट्रक्सचे क्लीनर तेवढे ट्रक्सची रखवाली करीत थांबले होते आणि ठरविल्यागत एकजात सारे ड्रायव्हर कुठे गुम झाले होते. तसं नेहमीचेच उद्योग होते- रंडीबाजी... दारू पिणं आणि असेच... विशेषत: दुसरा उद्योग मुंबईत चोरून करावा लागे, पण इथं सारं खुल्लंच होतं. गावठी तर मिळेच, शिवाय इंग्लिशही. कुणाला कशी हवी तशी व हवी तेवढी...

ऑफिससमोर ट्रक लावल्यावर खानसाब बाहेर उतरला. खिशातून चार रुपये काढून नारायणकडे देत म्हणाला,

"सामनेका होटल है उधर बादमे नाष्टा करना... दोपहरको खाना खा लेना... मैं शामतक वापस आता हूँ." आणि स्मरणपूर्वक जाणीव देत तो म्हणाला, "और देख नाष्टा करके बादमे गाडीको शॅईल करना, हर एक निपलको ओर ऑइलपानी देखना. इंजनभी क्लीन करना. क्या?"

"अच्छा!"

"तो मै चलू?"

"चलो!"

आणि मग आस्त्रफखान लांब लांब ढेंगा टाकीत निघून गेला.

इथं आपला शेठ इतका उशीर जातो तरी कुठं याबद्दल सुरुवातीला नारायणला फार कुतूहल वाटे. मग इतर ड्रायव्हर लोकांकडून समजलं, खानसाबनं हितं एक बाई ठेवलीय नि तो तिच्याकडेच जात असतो. अर्थात, या सगळ्या उडत उडत आलेल्या वार्ता होत्या. ती बाई गोरी आहे का काळी आहे, हे देखील कुणी पाहिलं नव्हतं. तसंच तिचं घर कुठं आहे नि खानसाब त्या घरी जातो केव्हा व कधी हे देखील कुणाला कळलं नव्हतं. बऱ्याच जणांचे ह्या बाबतीत प्रयत्न असफल झाले होते. कदाचित खानसाबची हुशारी सर्वांना पुरून उरली असेल. पण हे मात्र खरं, की खानसाबनं आपलं खासगी जीवन असं झाकल्या मुठीगत बंद करून ठेवलं होतं. त्याचं प्रदर्शन तर राहू द्या, पण दर्शन देखील कुणाला होऊ दिलं नव्हतं.

खानसाब निघून गेल्यावर नारायणनं केबिनची दारं बंद करून काळजीपूर्वक

लॉक केली आणि प्रथम नाष्टा करून आला. तोवर सूर्योदय झाला होता. आभाळात काळे ढग जमले होते अन् पूर्वेकडे राहिलेल्या फटीतून सूर्याची कोवळी किरणं जगाकडे कुतूहलाच्या नजरेनं पाहत होती.

ड्रायव्हरसाइडचं लॉक काढून नारायण केबनमध्ये शिरला. बैठकीखालच्या पेटीतून शॅईलपंप काढला. मग बाहेर आला. केबिनच्या पिछाडीस बॉडीखाली टूलबॉक्स होती. जवळच्या चावीनं तिचं कुलूप काढून आतील शॅईल ग्रीसचा डबा त्यानं बाहेर काढला व गाडीखाली शिरला. शॅईल पंपात शॅईल ग्रीस भरलं आणि निपल्सना शॅईल करू लागला.

असेच दीडदोन तास उलटले, नऊ वाजले. ऑफिस उघडलं गेलं. कारकून, हमाल, मॅनेजर इत्यादी कर्मचारी लोक आले, कामाला लागले.

नारायणच्या ट्रकचा नंबर लागुस्तोवर मध्यान झाली. मग माल उतराय दोन-अडीच तास खर्चले. माल उतरल्यावर माल भरायच्या गोडाऊनमध्ये रिव्हर्सनं गाडी लावून, पूर्ववत् केबिनला लॉक करून नारायण जेवणासाठी बाहेर पडला.

जेवून परत आला तेव्हा निम्मी-अधिक ट्रक भरून झाली होती.

पुन्हा आभाळ भरून आलं होतं. पाऊस केव्हा कोसळेल याचा काही नेम नव्हता. हमालांना सूचना देत, गडबड लावीत नारायण तिथेच उभा राहिला. पाऊस कोसळायच्या आत माल भरून व्हायला हवा होता. ताडपत्री झाकून दोऱ्या आवळून घ्यायला हव्या होत्या. पण माल भरून व्हायला नि पाऊस यायला एकच गाठ पडली. तशी गडबडीने ताडपत्री मालावर झाकली. पावसात भिजत दोऱ्या आवळल्या. हमालांना मदत करता-करता नारायणही भिजून चिप्प झाला.

मग नारायणनं गाडी चालू केली आणि गोडाऊनसमोरून काढून साईडला लावली. आणि मग खानसाबची वाट पाहणं इतकंच फक्त काम उरलं.

बाहेर कोसळणारा पाऊस, हवेत गारठा, केबिनमध्ये बसलेला नारायण... हातात पेटलेली बिडी... चाळा म्हणून तिचे मारले जाणारे झुरके... आणि डोक्यात विचाराचं थैमान... यास्मिनबद्दल...

तशी तिची याद अनेक वेळा जाळायची... तो कामात असला म्हणजे तेवढं त्यावर विस्मृतीची राख जमायची... पण असा रिकामा वेळ मिळाला, की ती राख कुठल्या कुठं उडून जायची अन् स्मृतीची धग बेचैन करायची. त्या काटेरी स्मृतीनं त्याचं मन ओरबाडून रक्तबंबाळ केलं जायचं.

यास्मिनच्या सहवासात स्त्री-सुखाची जी चटक लागली होती, तिची तर सारखी आठवण यायची... तिनं दिलेलं हे सुखच जास्त आठवत राहायचं... खुपत, टोचत राहायचं... यास्मिनच्या वियोगामुळे तशा प्रकारचं सुख त्याला मिळालं नव्हतं. मिळविण्याचा त्यानं प्रयत्नही केला नव्हता. पैसे फेकले, की कुठंही

हे सुख मिळू शकलं असतं, पण तशा प्रकारची त्याची वृत्ती नव्हती. ज्या बिछान्यात, ज्या स्त्रीबरोबर अनेकजण लोळतात, लोळले, त्या बिछान्यात आपणही लोळणं म्हणजे उकिरड्यावर लोळल्यासारखं... उष्ट्या, खरकट्या ताटात जेवणं चांगलं नव्हं, असं त्याला वाटत राहायचं.

एखाद्या वेळेस यासंबंधीच्या विचाराचं वादळ वेग घेऊ लागलं, म्हणजे तो इतर लोकांत मिसळण्याचा प्रयत्न करीत असे. बरोबरीचे ड्रायव्हर-क्लीनर, पण तिथंही बऱ्याच वेळा बायांचेच विषय चघळले जात... अन् मग नारायणचं मस्तक ठणकू लागे... ह्या लायनीत काही नवीन दोस्त झाले होते. ते त्याला बऱ्याच वेळा रंडीबाजी करण्यासाठी ओढून नेऊ पाहत, पण नारायण त्यांना बधत नसे. प्रथम त्यांना हे लटकं नाटक वाटे. पण नंतर हा काही 'ह्या'तला नव्हे- ही सगळ्यांची खात्री होताच त्यांनी त्याचा नाद सोडून दिला होता, ह्याबाबत! तरी पण त्याला डिवचायला, पेटवायला, चिडवायला तो जवळपास असला म्हणजे रंडीचे विषय काढत. ह्याबाबत म्हैब्याही आजपर्यंत त्याच्याजवळ इतक्या, एवढ्या ग्राम्य भाषेत बोलला नसेल असं बोलू लागत. जणू अशा वेळी व्हल्गर बोलण्याची खालची पातळी गाठण्याची एक स्पर्धाच लागे त्यांच्यात! मग अशा वेळी बॉल, फुट्टं, मांड्या अन् असेच स्त्री-देहाचे स्पेअर पार्ट्स होणं हे तर स्वाभाविक व नित्याचंही होऊन जात असे...

हे अतीच झालं म्हणजे नारायण उठून बाजूस जात असे. पण अशा वेळी नेमकं उलटं होत असे. जे विसरू पाहण्याचा तो प्रयत्न करीत असे तेच उसळून पुन्हा वर येत असे, पूर्वीपेक्षा दुप्पट वेगानं...

ह्या विचित्र ससेमिऱ्यातून सुटण्यासाठी एकच मार्ग त्याला अंधुकपणे दिसू लागला. दिवस लोटतील तसा तो मार्ग स्पष्ट होत गेला. एक अजाण, अनामिक प्रेरणा त्याला त्या मार्गावर लोटू लागली. वाटचाल करण्यास प्रवृत्त करू लागली.

पण आजपर्यंत मनाला लगाम लागले होते. करकचून आवळून टाकलं होतं.

आणि आज अतीच झालं. तटातट लगाम तुटले. तो खाली उतरला. केबिन लॉक केली आणि जवळच असलेल्या गुत्त्याकडे तो निघाला... सकाळी खानसाबनं दिलेल्या चारपैकी आता खिशात रुपयाचा खुर्दा होता. तेवढ्याची मिळंल तेवढी मारू या. बघूया ही तरी ट्रायल एकदा...

कडवट... घसा जाळीत गेल्यागत वाटणारं ते रसायन. कडक... तीव्रशा वासाचं... ते घशाखाली उतरत असताना चेहऱ्याच्या रेषा बदलत होत्या.

नारायण केबिनमध्ये आला. त्यावेळी डोक्यातले ते परिचित वादळ विरत-विरत चाललं होतं, अन् गुंगी अंगभर भिनून डोळ्यांवर झापड येत होती.

मग खालच्या सीटवर आपण लवंडलो केव्हा अन् आपणाला डोळा लागला

केव्हा हे त्याचं त्यालाही समजून आलं नाही.

बाहेर कुणीतरी दरवाजा ठोठावत होतं आणि त्यानं नारायणला जाग आणली.

जाग आली तेव्हा सारं कसं सर्व्हिसिंग केलेल्या गाडीसारखं क्लीन वाटत होतं! मन, शरीर, गात्रं... सारं!

नारायण उठून बसला. दाराची कडी काढून दार उघडलं. पाहिलं, तर आस्त्रफखान.

"क्यों सो गया था क्या?"

"हां... बैठे बैठे यूंही निंद लगी!"

"अच्छा!" आणि खानसाबनं विचारलं, "चायबाय पीके आनेवाला है क्या?"

"नहीं."

"तो चलेंगे?"

"हां..." आणि तो म्हणाला, "जरा मूँह धोता हूँ." व मग पायातला पाण्याचा कॅन घेऊन तो खाली उतरला. खसासा चूळ भरू लागला.

तो गाडीत येऊन बसला तेव्हा खानसाब व्हीलवर बसला होता. नारायण आत शिरताच खानसाबनं स्टार्टर दाबला, गाडी चालू केली.

सहा वाजून गेलेले. कातरवेळेला धूसर प्रकाश... शहर सोडून बाहेर पडल्यावर पुन्हा पाऊस झोडपू लागला.

आता खानसाब गाडी चालवाय बसलाय म्हटल्यावर हरिहरपर्यंत आपल्याला सुट्टी. कारण हरिहर ओलांडल्यावर निपाणी बॉन्ड्रीपर्यंत विद्‌औट लायसन ड्रायव्हिंगबद्दल तसा काही त्रास नव्हता.

हरिहर पार केल्यावर खानसाब आपणहून क्लीनर साइडला बसला आणि व्हील नारायणाच्या हाती दिलं.

आणि नारायण ड्रायव्हिंगला बसला. सावधगिरीनं ड्रायव्हिंग करू लागला. बंगलोरसारखाच इकडेही पाऊस पडलेला. रस्ता निसरडा झालेला. बेसावध अजागळपणे ड्रायव्हिंग केलं, की गाडी स्लिप होऊन बाजूच्या गटारीत पलटी होण्याची भीती. हे सालं सरकार तर असं भिकणीशी, की वन-वे ट्रफिक होण्याइतका हा पुना-बंगलोर रोड रुंदही करीत नाही. जगात कुठं घेत नसतील असा दामदुप्पट टॅक्स मात्र घेतं. शेकडा सत्तर टक्के ॲक्सिडेंट ह्या अरुंद रस्त्यामुळे होतात. हे लोकांना दिसत नाही. ती बोंबड्या मात्र ट्रकवाल्यांच्या नावानं मारत असतात-सतत! अस्त्रफखान म्हणतोय तेच खरं आहे-'ट्रक चलाते वख्त रास्तेमे सामने आदमी आवे या जनावर, एकदम ब्रेक मारके मैं तो मेरी ट्रकका ॲक्सिडेंट होने नही दूंगा, सीधा उसपरसे गाडी चलावूँगा, उसमे वो मर गया तो पर्वा नही. ॲक्सिडेंट कभी नही करूंगा, एकदम ब्रेक मारे तो ट्रकका ॲक्सिडेंट होता है, कभी कभी बडा ॲक्सिडेंट होता है, इसमे अपनी जानको खतरा और ट्रकका भी नुकसान! तीन-चार हजारकी थप्पड

बैठती है और अगर आदमी या जानवर घायल हो या मर जावे, तो पांच-छे-सौ में सब केस कंप्लीट जो जाती है, निकाल हो जाती है... तो, सच्चा ड्रायव्हर. जो इमानदार ड्राइवर है वो अपनी ट्रकको कभी नुकसान नही पोहचने देगा और ट्रकको बचाने के लिए एक क्या दस आदमी मारे तो वह गुनाह माफ है- इस धंदेमें!' आणि हे आस्त्रफखानचे विचार अर्थातच नारायणला पटतही होते. ह्या अरुंद रस्त्यामुळे कितीतरी अपघात झालेले त्यानं पाहिले होते. कारचे व ट्रकचेही. ह्या अरुंद रस्त्याच्या अडचणी जाणवायला, खुपायला खुद्द ट्रक ड्रायव्हरच व्हायला पाहिजे.

एकदा ह्या सरकारी अधिकाऱ्यांनी लोडनं भरलेली ट्रक बॉंबेहून बंगलोरपर्यंत सुरळीतपणे चालवून दाखवायला पाहिजे- आपण तर गुलाम होऊन राहू जन्मभर त्यांचे, तसं काही घडलं तर! पण नारायणला खात्री होती- कुणालाही तशी ट्रक चालवता येणार नाही. अर्ध्या वाटेवरूनच त्या ट्रकचे व अधिकाऱ्यांचेही सांगाडे परत आणावे लागतील!

जिल्ह्याचं ते गाव आलं, तेव्हा उत्तररात्रीचा तीनचा सुमार झालेला. इथला आरटीओ खानसाबच्या जानपहचानीतला. येतावेळी इथं लायसन काढू, असं खानसाबनं सांगितलेलं, आयला, आता तर असा ह्यो आव्वख्त झाल्याला, तर खानसाबला उठवून, विचारून बघावं का? की पुन्हा अगल्या ट्रीपला बघू म्हणून खानसाब टोलवील आपल्याला, अशी भवती न् भवती क्षणभर मनामध्ये चालली; मग मनाचा हिय्या करून त्यानं खानसाबला उठविलंच.

"क्यों, क्या बात है?" जागा होत खानसाबनं विचारलं, "अभी तो रात है, खालीपिली क्यों जगाया मुझे?"

खानसाबच्या स्वरात थोडा त्रासिकपणा डोकावला. त्यामुळे नारायणनं जरा कचवचतच विचारलं,

"गये ट्रीपको तुमने बोल्या था, इधन लायसन निकालेंगे करके, तो इधर ठेरेंगे क्या?"

"हां हां जरूर... जरूर! उधर एसो पंपपर गाडी लगा, और तू भी सो जा. मैभी सोता हूं. सबेरे देखेंगे क्या होता है!"

तसं मग नारायणनं पंपावर गाडी घेतली. हवेच्या मशीनजवळ ऐसपैस जागा होती तिथं लावली. इंजन बंद केलं. वर टांगलेलं पार्टिशन दोघांमध्ये पाडून केबिनचे दोन भाग केले. अन् अंगावर चादर लपेटून स्वत:ही ताणून दिली. खानसाबनं तर केव्हाच दिली होती!

इतक्या दूरवर केलेलं ड्रायव्हिंग... साऱ्या गात्रांवर ताण पडलेला... डोळा केव्हाच लागला... एखादा मुर्दा पडावा तसा नारायण लोळागोळा होऊन पडला... अन् क्षणात घोरू लागला.

१३

सकाळचा नऊचा सुमार... नारायणला जाग आली. कुठलासा कारवाला केबिनच्या दाराजवळ येऊन बोंबड्या मारीत होता. कोकलत होता. त्याला स्टेपनीमध्ये हवा हवी होती. हवेच्या मशीनजवळून गाडी बाजूला घेण्याबद्दल तो सांगत होता. मशीनची पाईप लांब नव्हती, त्यामुळे दूर गाडी उभी करून हवा घेता येत नव्हती.

नारायणनं ट्रक स्टार्ट केली अन् थोडी दूर अशी लावली. इंजनच्या त्या आवाजानं खानसाबला जाग आली. प्रश्नार्थक मुद्रेनं त्यानं नारायणकडं पाहिलं. नारायणनं खुलासा करताच अंगावरील चादर झटकीत तो उठला. डॅशबोर्डच्या बॉक्समध्ये त्यानं बाभळीच्या काड्यांचा एक जुडगा ठेवला होता. त्यातली एक काडी घेऊन तो दात घासू लागला. इकडे नारायणही तंबाखूची मिश्री हातावर मळू लागला.

असं सकाळचं सारं आटोपलं. पंपापुढल्या हॉटेलमध्ये शिरून दोघं नाष्टाही चापून आले. मग खानसाब म्हणाला,

''तू ठैरना उधरच. मै जरा गावमे जाके देखकर आता हूं- क्या होता है.''

आणि मग तो निघून गेला.

बारा-एकच्या सुमारास तो परत आला. मग ट्रकची केबिन त्यांनी लॉक केली. पंपावर स्टेपनी करणारा पोऱ्या होता, त्याच्याकडे आठ आणे भिरकावले. ट्रककडे 'जरा खयाल रखना' म्हणून बजावलं आणि दोघे आरटीओ ऑफिसकडे निघाले.

ऑफिसपुढे पासिंग करण्यासाठी म्हणून आलेली एक ट्रक होती, तीवर नारायणनं आर्‌टीओला ट्रायल दाखविली. मग त्यानं काही प्रश्न विचारले. सिग्नलविषयक, आणि त्यांची जमेल तशी नारायणनं उत्तरं दिली.

अर्थात, हे सर्व जुजबी स्वरूपाचं होतं. दिखावटी होतं. आतून खानसाबनं अशा वेळी फिरवायच्या असतात त्या सर्व गुंड्या फिरविल्या होत्या. कळा दाबल्या होत्या.

शेवटी आर्‌टीओनं सांगितलं, मुंबईहून परत येतावेळी भेटून जा, तोवर लायसन्स कंप्लीट तयार करून ठेवतो... आणि त्याचे पैसे भागवून, त्याला सलाम करून दोघे बाहेर पडले. ट्रककडे चालू लागले.

पंपावर आल्यावर खानसाबनं शोधक नजरेनं ट्रक न्याहाळली. कुठं काही हलवाहलवी नव्हती. सारं सुरक्षित होतं. तसं त्यानं खिशात हात घालून आणखी एक पावली त्या स्टेपनीवाल्या पोऱ्याच्या हातावर टिकवून म्हटलं,

''हम खाना खाके आतै हां, जरा देखना गाडीके तरफ.''

पावली घेऊन सलाम करीत ते पोर म्हणालं, ''जी, तुम फिक्र मत करना. ये

हमारी येरीआ है, कोईभी तुम्हारी गाडीको हात भी नही लगा सकता इधर!''

आणि मग जवळच्या, कुठल्याशा इब्राहिम मुजावरनं चालविलेल्या 'धी शिवाजी मराठा खानावळी'त जाऊन दोघं मटणाचं फुल्ल ताट, अंड्याची व माशाची प्लेट चापून आले. खानसाबबरोबर जेवायला गेलं, की जेवणाच्या बाबतीत अशी हयगय नसे. हवं तसलं, हवं तेवढं चापून खावं... खाण्याजेवण्याच्या बाबतीत रुपया-पैशाचा हिशेब खानसाब ठेवीत नसे.

जेवून आल्यावर परत पुढला प्रवास चालू झाला. दोन-अडीच तास सुसाट वेगानं ट्रक धावत होती. मग घाटाची चढण चढून गेल्यावर गाव दिसू लागलं. उताराच्या पायथ्याशी आडवं पसरलेलं. पुना-बंगलोर रोडनं दोन भाग पाडलं गेलेलं. तशी म्हैब्याची आठवण आली आणि त्याला भेटण्याचीही...

गाव आलं... रोड सोडून गावात गाडी नेली, तरी इथं म्युनिसिपालिटीची तशी काही इतर शहरांप्रमाणे तक्रार नसे. म्हणून हॉस्पिटलसमोर ट्रक ठेवून दोघं म्हैब्याला भेटायला गेले. म्हैब्या बरं वाटतंय म्हणत होता... नारायणला तरी त्याच्या तब्बेतीत तसा काही फरक दिसून येत नव्हता... 'आणखी पैसे पाहिजेत काय?' तो 'नको' म्हणाला. निघण्यापूर्वी ते डॉक्टरांना भेटले. डॉक्टरांनी दिलासा देण्याच्या स्वरात सांगितलं, 'तसं काही आता घाबरण्याचं कारण नाही,' वगैरे.

म्हैब्याचा निरोप घेऊन दोघे बाहेर पडले. तास-दीड तास ह्या अशामध्ये उडाला. न थांबता एकसारखी रिप्पी लगावली असती, तर आतापर्यंत त्यांनी पेठनाका पार केला असता. नारायणला क्षणभर वाटलं, 'आणखी थोडा वेळ थांबू या का,' म्हणून खानसाबला विचारावं का? मग परत वाटू लागलं, असं विचारणं म्हणजे खानसाहेबाच्या सहनशक्तीचा, भलेपणाचा भलता फायदा घेतल्यागत होईल! पारूमावशीला काय आणि कवा तरी भेटता येईल म्हणं. पण खानसाबला आपल्या कामासाठी वरचेवर अशी तकलीफ देणं बरं न्हवं! पाठचा भाऊ तरी काय वागील असा तो आपल्याशी वागतोय. न्हायतर दुसरं ड्रायव्हरबी हैतच...! ते आपल्या कीन्नरला देकू सकत नाही. व्हाव ते बोलत्यात, नोकरीवरनं काढून टाकायचं असलं, तर खोटा चोरीचा आळ घालत्यात! आणि अगदीच अडीच कांड्यावर आलं, की रस्त्यातच सोडून जात्यात. मग शिवापूर काय नि चित्रदुर्ग काय, दोन्ही सारखंच... मर्जी येईल तिथं सोडायचं...

तर खानसाब असा नाही. आपल्याशी त्यो किती आपलेपणानं वागतोय! आता आणि एक घंटा अर्धा घंटा थांबू या म्हटलं, तर त्यो न्हाईबी म्हणणार नाही. खरं, कशाला उगंच! आधीच आपलं लायसन काढण्यामध्ये एका दिवसाची खोटी झालीया, म्हैब्याला भेटण्यात आणि बराच वेळ खलास झालाय, त्यात ही आणि भर नको! आपल्या पायात ही अशी खोटी झाली नसती, तर एव्हाना आपली ट्रक

बंबई गाठली असती.

ट्रक चालू होऊन पुढचा प्रवास चालू झाला. गावातून ट्रक जाताना रोडकडेला पारूमावशीचं घर लागलं. नाही म्हटलं तरी नजर तिकडं वळलीच. कुणी बाहेर दिसलं नाही. तेवढंच बरं वाटलं. ह्या एका विचारावर तात्पुरता तरी पडदा पडला.

परत फर्लांगामागून फर्लांग, मैलांमागून मैल, गावामागून गावं, शहरांमागून शहरं मागं पडत असलेली... आणि रोडवरची ती नेहमीची दृश्यं... कुठं एखादा ट्रक पलटी झालेला... कुठं झाडावर चढलेला... कुठं नाल्यात गोलंट्या मारलेला. कुठं एखाद्या कारची-ट्रकची टक्कर झालेली... आणि माणसांचे मुडदे पडलेले... कधी ड्रायव्हर, कधी क्लीन्नर, कधी दोघंही, कधी बसलेल्या सीटा, कधी रस्त्यावरचा वाटसरू... जणू मरण स्वस्त झालंय... आणि बघून बघून दृष्टीही आंबलीय. मरणाचं काही वाटत नाही. भीती तर नाहीच नाही. आपलीही तीच गत होणार आहे... कधीतरी... अशीच ... कुठंतरी... बेवारश्यागत...

मुंबई आली. ऑफिससमोर ट्रक लावली आणि हैद्राबादचा ट्रकचा मालक दत्त म्हणून हजर... जणू तो ट्रक यावयाची वाटच पाहत बसला होता... त्याचे गेले तीन हप्ते तटलेले... तगादा लावूनसुद्धा न भागविता आलेले... त्याला पैसे आजच्या आज हवे होते. न पेक्षा तो ट्रक घेऊन जाणार होता.

आता...? आस्त्रफखान विचारात पडला. त्यानं संध्याकाळपर्यंत मुदत मागून घेतली. नारायणला ट्रकजवळ ठेवलं. आपण पायांना चक्र लावल्यागत मुंबईभर फिरला. पण सहा हजार रुपये ऐनवेळी कोण देणार नि कसं? आस्त्रफ चक्रावला. आणि त्यांनं निर्णय घेतला. गेला एका शेटीयाकडे नि येईल त्या किंमतीला ट्रक फुंकून टाकला. त्या हैद्राबादच्या मालकाचे सर्व हप्ते एकरकमी भागविले आणि या सर्व झंझाटातून मोकळे होऊन आंघोळ केली.

मग झोपडपट्टीतील भिकूदादाच्या अड्ड्यावर जाऊन दारूचा तिसरा प्याला खाली करीत आस्त्रफखाननं नारायणच्या पगाराचा हिशेब केला. काही पैसे नारायणवर फिरत होते. खान म्हणाला,

''जिंदगीमे कभी मुलाखत हुई, तो ये पैसा लौटा देना, हो सके तो! गर नही दिये तो भी पर्वा नही... तूने मेरे ट्रकपर काम कियेला है, रात और दिन. तूने वो नही दिये तो भी कुछ हर्ज नही, फिक्र नही.'' आणि मग खान चौथा प्याला भरत म्हणाला, ''अब तू गाव जानेवाला क्या इधरच नोकरी तलाश करनेवाला?''

''नही शेठ, गाव जाऊंगा और उधरच नोकरी तलास करूंगा.''

''अच्छा तो ये दस रुपये रख ले तेरे पास. और लायीनकी कौनसी भी ट्रक पकडके जाना. कोई सालेने नही लिया तो मेरा नाम बताना, क्या?''

''हां हां बताऊंगा. वैसे मेरे भी पहचानवाले कुछ है, देखता हूं क्या कैसे होता

है!'' मग क्षणभर थांबून विचार करीत नारायण म्हणाला, ''अच्छा अब तुम क्या करोगे?''

''ड्रायव्हरी करूंगा. वो तो कोई छिन नही लेंगा. पहले भी ड्रायव्हर था. अब भी. नही तो कोई ओर ट्रक लाऊंगा-हप्तेसे. कुछ ना कुछ करना पडेगाही.'' आणि मग आस्त्रफ म्हणाला, ''अच्छा, अब जा तू.''

''नही शेठ, तुम्हे घर पहुंचाके जाऊंगा.'' नारायण म्हणाला.

अशा अवस्थेत खानसाबला सोडून जाणं चांगलं नव्हं. हप्ते भागवून उरलेले पैसे खिशात असतील अजूनीही, आणि अशी नशा चढत चाललेली... कोणीतरी काढून घेतील... ही मुंबई... काय हवं ते होऊ शकेल... त्या पैशासाठी खानसाबचा मुर्दा पाडायलाही कुणी कमी करणार नाही.

''मुझे आस्त्रफखान कहते है नारायण, मुझे किसका भय नही. डर नही. तू चिंता मत कर.'' आणि भराभर त्यानं दोन प्याले रिचवले. आता अंमल जास्तच चढत चढत चालला होता. त्याला धड बोलताही येत नव्हतं.

''नही... नही शेठ, तुम्हे छोडके मै नही जाऊंगा...'' आणि नारायण त्याला जबरदस्तीनं उठवू लागला.

''मैं इधरच बैठूंगा, तू जा.''

''वैसा मैं नही जाता!'' असं दोघांचं काही वेळ चाललं. थोडी ओढाओढी... थोडी झोंबाझोंबी...

अर्थात, इकडे भिकूदादाचं लक्ष जाणं अपरिहार्य होतं. त्यानंही यात भाग घेऊन नारायणला कुमक पुरवली. तेव्हाच कुठं प्रचंड अशा आस्त्रफखानला जाग्यावरून उठविण्यात यश आलं. दोघांच्या खांद्यावर रेललेलं ते धूड बाहेर आणलं गेलं. टॅक्सी... पाच-दहा मिनिटांच्या इंतजारानं तीही मिळाली. खानसाबला आत घातलं गेलं. तशा अवस्थेतही दहाची एक नोट खानसाबनं काढली, भिकूदादाच्या हाती दिली. नारायण आत बसला. भिकूदादा सलाम ठोकून गायब झाला. टॅक्सी सुरू झाली. इकडे खानसाबी पूर्णत: समाधी लागण्याच्या आत त्यानं त्याच्या घरचा पत्ता विचारून घेतला. टॅक्सी चालविणाऱ्या सरदारजीला सांगितला. टॅक्सी धावतच होती. पत्ता कळताच ॲक्सिलेटरवरच्या पायाचा दाब सरदारजीनं आणखी जरा वाढविला.

इकडे खानसाबनं नारायणच्या गळ्यात गळा घातला आणि एकदम हां करून रडू लागला. एखाद्याची प्रिय पत्नी अकस्मात मरावी अन् तिच्या आठवणीनं त्यानं जसा गळा काढावा, तसा ट्रकच्या आठवणीनं खानसाबनं काढला. बायकोसारखीच किंबहुना तिच्यापेक्षा जास्त काळजीनं, नेकीनं खानसाबनं ट्रक सांभाळली, बाळगली होती. दिवसभर आपलं दु:ख मनातच दाबून त्यानं व्यवहार पुरा केला होता. पण

तेच आता उफाळून, उसळून आलं होतं. आवरेनासं झालं होतं. ही ट्रक फिरवून हप्ते फेडायचे. मग दुसरी घ्यायची अशीच हप्त्यानं, मग तिसरी... अशी कितीतरी स्वप्नं... सारीच एका दिवसात ढासळली होती. आणखी असे बरेच मनोरथ उभारलेले... त्यांचीही तीच गत झाली होती. खानसाबला भडभडून येत होतं. उमाळ्यावर उमाळे येत होते.

आणि खानसाबच्या ह्या अनपेक्षित वेगळ्या-आगळ्या दर्शनानं नारायण अस्वस्थ, चकितसा झाला. थोडा बावरूनही गेला.

खानसाब राहत असलेली जागा आली. पाहिलं तर पाच मजली चाळ. खानसाबचं बिऱ्हाड तिसऱ्या मजल्यावर, चाळीला लिफ्ट नव्हतीच, त्यामुळे जिने चढणं भाग होतं. टॅक्सीवाल्या सरदारजीच्या मदतीनं तेही शक्य झालं. आपल्याच मोटार लायनीतले हेही लोक म्हणून सरदारजीनं न त्रासता-चिडता नारायणला साहाय्य केलं. एकवीस नंबरची खोली. दारावर ठोठावताच आतून कुठलाशा बायकी आवाजानं पृच्छा केली.

"कौन है?"

त्या आवाजाला एक लय होती, एक गत होती. नाजूक व्यक्तीच्या नाजूक कंठातून असे आवाज बाहेर पडतात हे नारायणला तरी अपरिचित नव्हतं.

"मै नारायण-आपके ट्रकपरका कीलेंडर. मालिकको लाया हूं."

आणि मग दार उघडलं गेलं. आतलं वातावरण एखाद्या अरेबिअन पार्श्वभूमीवर आधारलेल्या चित्रपटासारखं, आणि दार उघडणारी ती व्यक्तीही तशीच.

बाहेर हे तिघं पाहताच ती बाई थोडी दाराआड झाली. मग खोलीतल्या पलंगावर दोघांनी खानसाबला निजवलं.

नारायणनं विसाची नोट सरदारजीकडे दिली टॅक्सी भाडं म्हणून. त्यातील दहा रुपये सरदारजीनं परत केले नि तो 'अच्छा, मै चलता हूं' म्हणून निघून गेला.

आजच्या दिवशी सारं काही झालेलं, घडलेलं त्या बाईला सांगणं क्रमप्राप्तच होतं आणि ते जमेल तसं व तितकं नारायणनं सांगितलं, उरलेली रक्कम खानसाहेबाच्या खिशातच असल्याचा खुलासाही केला.

बाईनं लगेच खानसाहेबाचे खिसे चाचपून तशी खात्रीही करून घेतली.

मग नारायण म्हणाला, "अच्छा मालकन, मै जाता हूँ." आणि बाहेर पडला.

झालं, संपलं! जिना उतरताना त्याचे डोळे पाण्यानं भरत होते... झरझर.

१४

गावी आल्यावर म्हैब्याच्या उसाभरीत आठ-दहा दिवस उडाले. जेवणाच्या

वेळंला पारूमावशीच्या इथे जेवण व परत येताना म्हैब्याला जेवण बांधून घेणं व मग हॉस्पिटलमध्येच त्याचं 'व्हय-न्हवं' पाहत राहणं- असाच रोजचा वेळ उडत होता.

ते घरचं जेवण म्हैब्याच्या तोंडालाही चव आणीत होतं. नाहीतर रोज हॉस्पिटलमधील नोकर खानावळीतला डबा आणून द्यायचा, त्याला ना चव ना चोथा. नारायण आल्यापासून हे मात्र पालटलं होतं.

जिल्ह्याचं गाव येथून सेहेचाळीस मैलांवर. एके दिवशी अण्णाकडं हात पसरून दहा रुपये उसने मिळविले आणि त्या गावी जाऊन आधी आपलं 'हेवी लायसन' नारायणनं हस्तगत केलं. अण्णाला तो म्हणाला होता, "अण्णा, नोकरी लागल्यावर हे पैसे परत करतो, चालंल न्हवं?"

"कर म्हणंस घे कवाबी. माझं काय तेवढ्यानं नडलंय! एकमेकावर वेळ प्रसंग येतोय-उपयोगी पडलं पाहिजे, आपुन आपल्या धंद्यातल्या लोकास्नी उपयोगी पडायचं नाही, तर कुणाला?"

लायसन आणलं तरी नारायणनं नोकरीसाठी विशेष अशी खटपट केली नव्हती. म्हैब्या एकदा बरा होऊ दे. मग बघता येईल अशा विचारानं अळंटळं केली होती. तशी कानांवर दोन-तीन ठिकाणची गुणगुण होती. पण तेथे जाऊन, भेटून त्याबद्दल चौकशी करण्याचंही नारायणला झालं नाही. पाहू नंतर-असेच दिवस गेले.

दहाव्या दिवशी म्हैब्याला डिस्चार्च मिळाला. तसं डॉक्टरांचंही थोडं बिल राहिलं. नंतर आम्ही भागवितो म्हटल्यावर डॉक्टर गप्प बसले होते, तरी लवकरच तेही चुकते करायला हवे होते.

म्हैब्याला खोलीत आणलं होतं. तो आता हिंडू-फिरू लागला होता. त्यामुळे नारायणला आता आपला मार्ग मोकळा झाला होता.

नोकरी लवकर मिळायला हवी. ह्या अवधीत डोक्यावर कर्जही बरंच झालं होतं. अण्णाचं तर होतंच. दहा रुपये. शिवाय 'जॉली'च्या वसंतरावाचं नि तसंच-काडीबिडीचं असं सारं कर्ज... नोकरी मिळवायला हवी, हे कर्ज फेडायला हवं-लवकर जलदीनं... नाहीतर रोजच्या उधारीची ही झिगझिग त्यांनाही परवडायची नाही व आपणालाही.

म्हैब्याच्या सोबतीला हॉस्पिटलमधील गार फरशीवर नारायण झोपत असे. खाली घोंगडं टाकूनही फरशीचा गारवा वर जाणवत असे अन् मग झोप केव्हाच दिक्पाल होत असे. अशा वेळी यास्मिनची याद हटकून जागी होत असे. तिला एकदा भेटलं पायजे. कुठं? कवा? काही ठरत नसे. पण तिला भेटायला हवं. भेटायला हवं.

त्यावेळी हे मनात घोळलेलं. पण आता नोकरीच्या विचारांच्या झंझाटात हे

मागं पडत गेलं आणि नोकरी... नोकरी... हेच फक्त सुरू झालेलं... डोक्यात पैशाशिवाय विचार नव्हता. पारूमावशीच्यात दोन वेळ जेवण मिळत होतं, हे आणि एक बरं होतं. नाहीतर, नाहीतर?

ट्रकवरची नोकरी ही काय तशी दुर्मिळ न्हवं. ज्यो कष्टानं राबणारा हाय त्येला ती कवाबी मिळती. खरं ती वेळ यायला पायजे, म्हंजे सगळं हुतंय.. दुसरं काय न्हाई!

या नोकरीच्या झिगझिगीत आपुन यास्मिनला अगदीच कसं विसरून गेलो? नारायणला स्वत:चं स्वत:लाच अजब वाटू लागलं. दिवस पालटतील तशी पुढं मग यास्मिनची आठवण तरी आपुनला राहील का न्हाई कुणास म्हाईत!

पुना-बंगलोर रोडला लागूनच एकमेकांशेजारी असे गावात तीन एक पेट्रोलपंप होते- एसो, बर्माशेल, कॅलटॅक्स असे.

जेवून आल्यावर नारायण त्या पंपावर बसू लागला. बॉंबे-बंगलोर लायनीवर फिरणाऱ्या, तसेच लोकलला फिरणाऱ्या गावातल्या ट्रक्स वस्तीसाठी पंपावर थांबत. कुठला ड्रायव्हर रिकामा हाय, कुठल्या ट्रकवर ड्रायव्हर हवा हाय आणि अशाच प्रकारच्या ह्या धंद्यातील उलाढालीच्या बातम्या ह्या पंपावरच समजत. ह्या तीन पंपांवर तीन मेस्त्री जगलेले. अशा ट्रक्सची कामं करीत. उडापी अशी. ऑइल बदली करणं, फिल्टर साफ करणं, हाब ग्रिसिंग करणं आणि अशीच... तर ह्या मेस्त्रींच्याकडूनही बातमी मिळायची. तसेच एसटी डेपोतील तीन-चार मेस्त्री होते, हे मेस्त्री डेपोतील वर्कशॉपमध्ये जाऊन फक्त मस्टरवर सही करीत व गावातील ट्रकांची कामं करीत फिरत. 'एसटी'तील पगारापेक्षा अशा उडापी कामांची प्रॉफिटच त्यांना जास्त होती. त्यामुळे त्या सरकारी नोकरीची त्यांना तितकीशी क्षितीही नव्हती!

तर ह्यातीलच एक अब्दुल मेस्त्री. तो एके दिवशी नारायणला म्हणाला,

"नारायण, शेटजीच्या गाडीवर नोकरी हाय, जाणार काय?"

"हे काय विचारणं झालं? मी तर नोकरीच्याच तलाशीत हाय."

"तू काय बॉंबे-बंगलोर लायनीत चरल्याला माणूस. तुला लोकलला फिरणाऱ्या ट्रकवर चालंल काय?"

"न चालाय काय झालं! खरं पगार किती?"

"पगार नव्वद आणि भत्ता तीन रुपयं, चालंल?"

"चालंल की! बेकार फाफलत हिंडण्यापेक्षा आल्याली भाकरी कशाला सोडायची?"

"मग विचारू?"

"विचार."

आणि नारायण शेटजीच्या ट्रकवर चढला. हा चंदूलाल शेटजी इतर शेटजीगत नव्हता. ज्यावेळी सर्व्हिस गाड्या चालू होत्या, नि कुणाचं विशेषसं ह्या ट्रक

धंद्याकडं लक्ष नव्हतं, त्यावेळी चंदू शेटजीची १९४५ मॉडेल पेट्रोल ट्रक होती. आता त्याच्या तीन ट्रक्स होत्या. एक मर्चिडीस, एक चायना डॉज, एक बेडफोर्ड, शेटजी लोडाला टेकून बसणाऱ्यांपैकी नव्हता. पूर्वीपासून ट्रकवर स्वत: ड्रायव्हिंग करीत होता, आणि आताही करायचा. हा शेटजी आहे, गुजर आहे हे सांगूनही कुणाला खरं वाटलं नसतं, इतका तो ह्या ट्रक लायनीत मिसळून गेला होता.

नारायणला चायना डॉज चालवायला मिळाली होती. ही गाडी गरम फार व्हायची नि तिच्यावरचा म्हातारा ड्रायव्हर यल्लाप्पा त्या उष्णतेमुळे आजारी पडला होता! त्या पिकल्या पानाला डॉजच्या इंजनाची ती उष्ण झळ सोसली नव्हती. त्यावर कुणीतरी तगडा ड्रायव्हर हवा होता नि तरच तो टिकला असता.

आणि नारायण असा होता.

शिवाय ती चायना डॉज गोंदिया, नागपूर, सिन्नर, नाशिक, मंगळूर अशा लांबलांबच्या लोकल करीत असे, तेव्हा लांबचं रनिंग झेपणाराच ड्रायव्हर तीवर हवा होता.

नि नारायणला हे सारं पेलणारं होतं. कारण तो लायनीवर फिरलेलाच होता.

अन् म्हणून शेटजीनं त्याला पसंत केलं.

तशा लांबलांबच्या तीन-चार लोकल्स त्यानं थापटून आणल्या. गाडीला कुठं कुच् होऊ दिलं नाही, की धक्का लागू दिला नाही.

नवीन ड्रायव्हर ठेवण्यास कचवचणाऱ्या शेटजीचीही मग खात्री झाली होती. नारायणच्या ड्रायव्हिंगबद्दल! नाहीतर त्याचं दीर्घ अनुभवावर आधारलेलं असं प्रामाणिक मत होतं, की हे नवीन ड्रायव्हिंग शिकलेले, वॉर क्वालिटी, ड्रायव्हर म्हणजे काय न्हवंच; ह्येनला गाडीतलं काय झ्याटबी समजत नाही. ह्येच्या ताब्यात गाड्या द्यायच्या म्हंजे गाडीचा आधी फुल्ल विमा उतरून ठेवला पायजे, तरच मालक वाचायचा, न्हायतर गळफास लावून घ्यायची पाळी!

पण नारायणच्या बाबतीत शेटजीला वेगळा अनुभव आला आणि तो एकदम त्यांच्या विश्वासास पात्र ठरला.

कुठं लांबच्या लोकलला जायचं असलं, म्हणजे नारायण पारूमावशीच्या घरातून भाकरीचं कडाप् बांधून घेत असे. क्लीनरचंही जेवण त्यातूनच बाहेर पडत असे. अर्थातच, क्लीनरचा भत्ता आकबंद शिल्लक राहत असे, त्यामुळे क्लीनर नारायणची मालकाकडे चमचेगिरी करीत नसे. जाताना येताना नारायण सीटा बसवीत जाई-येई. तर ह्या सीटांचंही पैसे खिशातच पडत. क्लीनरचा जेवणखाण्याचा सारा खर्च नारायणच पाहत असल्यानं, ह्या वरकड मिळकतीच्या पैशाविषयी त्याची काही तक्रार नसे. आपण सीटा बसवतो ह्यात काही गैर आहे, असं नारायणलाही वाटत नसे. कारण तसं सारेच ट्रकड्रायव्हर करतात. अर्थात, हे ट्रक मालकांनाही

माहीत असतं. जो ट्रकवर रात्रंदिवस राबत असतो तो असं थोडंफार खाणारच, असा विचार करून समजुतदारपणे ते गप्प बसत असतात. पण त्यांचं एक म्हणणं असतं, ते म्हणजे कुण्या ट्रॅफिक इन्स्पेक्टरनं वा आरटीओनं सीटाबद्दल पकडलं तर ट्रकवर केस व्हायला नाही पाहिजे. ती परस्पर ड्रायव्हरनं स्वखर्चानं मिटविली पहिजे. जर केस झालीच तर ड्रायव्हरला डिस्चार्ज मिळालाच, शिवाय त्याचा काही पगार शिल्लक असेल तर तोही बुडीत!

असाच एके दिवशी नारायण तंबाखू भरून विजापूरला गेला होता. ती डिलिव्हरी देऊन येताना जोंधळा भरून घेऊन येत होता आणि मुडलगीजवळ शेटजी सामोरा आला. टॅक्सी घेऊन खास आला होता, सोबत म्हैब्याही होता. नशीब, विजापूरहून निघताना सीटा मिळाल्या नव्हत्या. नाहीतर शेटजींच्या मनात आणखी काळंबेरं यायचं काहीतरी!

पण भानगड तरी काय? खास पेशल टॅक्सी काढून शेटजी आडवं का म्हणून आला असावा? काय समजंना नारायणला! ब्रेक मारत मारत त्यानं गाडी आवरली. तशी टॅक्सीपासून वावभर लांब जाऊन ती थांबली.

मग शेटजी ट्रकजवळ गेला. तोवर नारायण ट्रकमधून खाली उतरला होता. त्याच्या खांद्यावर हात टाकून शेटजीनं थोडं दूरवर नेलं. मग विचारलं,

“व्हय रे, तू त्या पोरीला काय म्हणून मारून टाकली असशील?” शेटजी अंगठाछाप होता अन् त्याच लोकांची भाषाही त्याच्या तोंडी बसली होती.

शेटजीचा प्रश्न ऐकून एक मोळा मारावा तसा नारायण जागेवर खिळला! हे काय किटाळ! ह्यो कसला आळ? कसली बैदा ही आनिक?

“कुठली पोरगी?”

“ती रे यास्मिन!” आणि शेटजींचे भेदक डोळे नारायणच्या चेहऱ्यावर खिळले.

ते नाव ऐकताच हातापायातून वारं गेलेल्या माणसागत नारायणची अवस्था झाली. तो कसातरी चाचपडत-अडखळत म्हणाला,

“काय म्हंता, यास्मिन...?”

“व्हय यास्मिन! मी काय थट्टा करायला इतक्या लांबवर गाडी घेऊन आलो न्हाई! यास्मिनच्या थोरल्या भनीनं नि तिच्या नवऱ्यानं तुझंच नाव घेतलंय. पोलिस तुझ्याच तपासात हैत. गावात गाडी येताच तुला अटक झाली असती, म्हणून हितंवर आलो. निदान मला तरी खरं काय ते सांग!”

“न्हाई हो शेटजी, माझ्या हातनं तसलं काई वावगं हुनार न्हाई. देवा शप्पथ! आनि मी काल तर गावातबी न्हवतो. हुतो का?”

“खून काल न्हवं, परवा दिशी रात्री झालाय. त्या दिवशी त्या रात्री तू गावात हुतास, पाटंच पाचला तू तितनं निघालाईस.”

"खरं, त्या रात्री मी तर म्हैब्याच्या खोलीतच हुतो झोपायला. ईचारा व्हाव तर म्हैब्याला?"

"ते ईचारलंय. खरं, तू त्या रात्री साडेबारा-एकच्या दरम्यान झोपायला आलास म्हणं, खरं?"

"व्हय."

"मग, तेवढ्या मध्यान रात्रीपर्यंत कुठं हुतास?"

"सिनिमाला गेलो हुतो, सिनिमा सुटल्यावर आलो."

"हे आम्हापुढं सांगणं झालं. कोर्टाला हे पटाय पायजे. पायजे का नको?" आणि शेटजी म्हणाला, "खून करू ने, असं मी म्हणत न्हाई, खून करावा की, खरं त्यो पचवायची ताकत अंगात पायजे. मीबी अशाच एका दांडगासुराला गाडीखाली घालून जिवानशी मारलं हुतं, खरं, नंतर ते खेकटं निस्तरलंबी हुतं. खरं तुजं...? तुज्या दातावर मासबी न्हाई धड, तर तू कशाला ह्या नस्त्या भानगडीत पडला हुतास? ही गेली उडत म्हणून दुसरीला चिकटायचं. दुनियेत बायकास्नी काय तोटा रे? खरं, हे जे केलास ते मात्र वाईट काम केलास."

अजूनीही शेटजीचा आपल्यावर विश्वास बसत नसल्याचं पाहून नारायण रंजीस आला. तशाच स्वरात म्हणाला,

"तुमच्या पायाशप्पथ हो! मी झूट कशाला बोलू? आनि तुम्हाफुडं बोलून मला तरी तसा काय फायदा? निदान, तुम्हांफुडं तरी खरं सांगायला कसली भीती मला? माज्या सपनातबी असलं काही आलं न्हाई."

"बरं, ते व्हावू दे - आता फुडं कसं?"

"मला तर कायच सुचंना, मन तर चित्तरभित्तर झालंय! सगळा काळोखच दिसाय लागलाय. वाटतंय, जावावं असंच गावात, पोलिसांनी पकडलं तर पकडलं, फुडं काय हुईल. देवाच्या दरबारात न्याय आसंल तर मी निर्दोषी सुटंनबी, नि खरा खुनी गावंल!"

"असं म्हणून चालत न्हाई नारायण, खरा खुनी बऱ्याच वेळा बाजूला ऱ्हातोय नि निर्दोषी माणूसच दाण्याला जातोय! आणि हल्लीचं पोलिस खातं तर म्हाईतच हाये तुला. तू त्येच्या तावडीत गावलास, की तुझ्यावर गुन्हा ठेवून ते स्वस्थ हुणार. जास्त हातपाय हालवायची तोशीसबी घेणार न्हाई! असा दाण्याला जाऊन, खरा खुनी पैस परभारी ऱ्हावा असा तुझा विचार हाय का?" आणि मग शेटजी म्हणाला, "आम्ही आपलेपणानं इतक्या लांबवर सावध करायला आलो, ती झक मारली म्हनायची न्हवं का? तू असा बोटचेप्या असशील असं वाटलं न्हवतं मला!"

म्हंजे आपण निर्दोषी हाय हे शेटजीस्नी आधीपास्नंच वाटत हुतं तर! मग मघापास्नंच खरं काय ते काढायला त्येनी हे सारं नाटकच लावलं हुतं तर! नारायण

विचार करीत होता. तो म्हणाला,

"शेटजी, तुमच्या मनातली काळोखी गेली. तुम्ही असं माझ्या पाठीशी उभा ऱ्हायलासा. माझ्या अंगात आता हत्तीचं बळ आलं. तुम्हीच तसा माझ्यावर 'शक' खाल्लात म्हणून आधीच माझं हातपाय लुल्लं पडलं हुतं. मला काय सुचंनासंच झालं हुतं! मी असा तसा त्या कुत्र्यांच्या हातांत गावायला खुळा भेरी हाय, शेटजी! आता बघतोच एकेकाचं! कुठल्या रांडच्यानं यास्मिनला मारलंय त्येच आता मला बघायचं हाय. ती जरी माझी बायकू नव्हती तरी लग्नाच्या बायकुगतच माझ्याबरोबर वागली हुती. तिनं मला कितीतरी सुख दिलं होतं शेटजी, कितीतरी सुख दिलं होतं. तिला मी भेटणार की हो हुतो. एक डाव भेटायबद्दल तिनंही कळवलं हुतं... नि हे असं झालं!" नारायणचे डोळे झरझर भरून येत होते. समोर उभी असलेली शेटजीची आकृती धूसर दिसत होती आणि जिव्हारी बाण लागल्यागत नारायण बोलत होता, "ऐन जवानीत, ऐन वयात तिला असं ताटावरनं उठविल्यागत कुणीतरी उठविलं, ह्येची चिरड मला का येत न्हाई म्हंता? न्हाई शेटजी, मी आता हितं ऱ्हात न्हाई, जातो आता! हितनंच परागंदा हंतो. ट्रक तुम्ही न्या. पोलिसांनी अडविलं, ईचारलं तर काय सुचंल त्या येळेला ते सांगा. मी मतोर जातो. बघतो कोण व्हैमलीचा त्यो."

"हां बघ! आसा माणसात ये. आण किल्ल्या गाडीच्या हिकडं. ही टॅक्सी उभी हाय. तुला कुठं जावंसं वाटंल तिकडं जा. भाड्याची काळजी करू नको, मी सांगिटलंय टॅक्सीवाल्याला त्याबद्दल..."

गाडीची कागदपत्रं, मालाचं टपाल वगैरे कागदपत्रं नारायणनं शेटजीच्या हवाली केली. "बरं हाय, निघतो."

शेटजी म्हणाला, "काळजीनं वाग, जराबी हातनं चूक झाली तर फासात मान अडकंल. लक्षात ठेव." मग शेटजीनं नारायणच्या खांद्यावर थोपटल्यागत करीत म्हटलं, "जगात न्याय नसतो नारायण, त्यो आपुन मिळवायचा असतो, मनगटाच्या जोरावर- लक्षात ठेव!" नि शेटजी किंचित काल थांबला अन् म्हणाला, "बरं हाय, निघतो मी आता. तुला काय पैशाची जरूरी हाय?"

"नको, नको. गरिबासाठी इतकं सारं केलं, त्यातच सारं आलं. न्हाईतर आपल्या ड्रायव्हरसाठी कोण इतकं करणार हाय? जावू दे, मरू दे तिकडं म्हणून, कातडी सांभाळीत कुणीबी घरातच बसला असता! मला वाचवायसाठी तुम्ही ही धडपड केलासा, ह्यो इतका म्हामुरी पैसा खर्च केलासा, मला त्यातच मिळालं सगळं!"

"पैसा काय मेल्यावर संगट न्ह्यायचा न्हाई नारायण, संगट असतंय ते माणसाचं नाव-चांगलं, वाईट; आणि तेच शेवटी ऱ्हातंय, उरतंय!" मग शेटजीनं खिशातून शंभराच्या दोन नोटा काढून नारायणपुढं करीत म्हटलं, "हे घे, ऱ्हावू देत जवळ,

वेळप्रसंग असतोय, पै-पैशासाठी माणूस नडतंय, तवा जास्त-कमी जवळ असावंत.''

नारायणनं ते पैसे हाती घेताच ''बरं निघतो!'' असं म्हणत शेटजी वळला, ट्रकमध्ये शिरला, क्षणात ट्रक स्टार्ट झाली अन् 'मोसम' घेत तिनं वेग घेतला.

लांब लांब जाणाऱ्या ट्रककडे काही वेळ नारायण पाहत राहिला.

टॅक्सीजवळ म्हैब्या उभा होता. अकबऱ्याही होता. आपणाला पहिल्या प्रथम गाडी चालवाय देणारा अकबऱ्या, ह्याची गाडी बऱ्याच वेळा आपण धुतलोय-पुसलोय. ह्याच्या गाडीत झोपलोय. काही दिवस क्लीन्नरकीही केलीय. हाच अकबऱ्या मघाशी गाडीमध्येच असेल, म्हणून आपणाला दिसला नाही.

अकबऱ्याला पाहून नारायणला एक बरंच वाटलं. म्हणजे कुणी अनोळखी टॅक्सीवाला नाही, तर आपला अकबऱ्याच आहे. दोघांजवळ जात त्यानं अकबऱ्याला विचारलं,

''तू सोडून दिला हुतास न्हवं टॅक्सीवरली नोकरी?''

''सोडून दिली, पुन्हा धरली. पुन्हा सोडली आणि आता परत धरली- असं सारखं सुरू हाय. आमच्या नशिबाला तरी सालं टॅक्सीस्टँड व टॅक्सीवरची नोकरी अजून तरी काय सुटायला न्हाई! आमच्या मागनं ह्या धंद्यात शिरून तू मतोर सुधालास हं! आम्ही मतोर हाय त्याच जाग्याला व लेवलला!''

''सुधारून सुख कुठं हाय जिवाला! आता हेच नस्तं पाठीशी लागलं कसं!''

आणि मग बोलत बोलत सारे टॅक्सीत बसले. ड्रायव्हिंगला अकबऱ्याच बसला. म्हैब्या व नारायण मागच्या सीटवर बसले. अकबऱ्यानं गाडी स्टार्ट करीत विचारलं,

''कोंच्या गावाला जायचं आता?''

''तवर चल चिक्कुडीपतोर असंच, मग काय-कसं ठरतंय बघूया.'' नारायण म्हणाला.

मग त्यानं खिशातून बिडीबंडल काढला. त्यातील एक म्हैब्याला, एक अकबऱ्याला दिली. आपणही शिलगावली. मग म्हटलं,

''हं, सांग म्हैब्या आता-सगळं साजिलवार सांग. शेटजींच्या बोलण्यावरून तशी काय कल्पना आली न्हाई, आता तू सांगशील तेच खरं!''

''का कुणाला दक्कल, खरं यास्मिन आपल्या भनीकडं अम्मीजानकडं आली हुती- ही गोष्ट खरीच हाय आणि परवा दिशी रात्रीपास्नं ती एकाएकी गायब झाली. दाल्याच्यातबी न्हाई, गावात दुसरीकडं कुठंबी न्हाई! आभाळानं खालं का जमिनीनं गिळली कुणाला दक्कल, खरं यास्मिन लापता झाली. अम्मीजान व तिचा मर्द म्हंम्मुलाल यांनी तर तुझंच नाव घेतलंय नारायण! तुझा तिचा संबंध हुता ते त्या दोघास्नीबी म्हाईत नव्हतं असं न्हाई! दुसऱ्याबरोबर यास्मिननं शादी करून घेतली

म्हणून तू खवळलास, नि दगाबाज यास्मिनला खल्लास करण्याचा बेत आखू लागलास. संधी मिळाली आनि तुनं डाव साधलास असंच म्हम्मुलालचं व अम्मीजानचं म्हणणं हाय! तुझ्याशिवाय दुसऱ्या कुणावरबी त्येंचा शक नाही. चोरून न्हाई, तर अगदी उघडउघड ते तुझंच नाव घेत्यात! आनि मग ऐकणाऱ्यालाबी ते खरं वाटू लागतंय. झालंबी आसंल असं... असली प्रकर्ण पैलंबी लय घडत्यात, सदाची घडत असत्यातबी. तवा असंबी का असू ने? नक्कीच, नक्कीच नारायणनंच खून केलाय. ह्या ड्रायव्हर लोकास्नी माणसाची जान म्हंजे कुत्र्या-मांजरागत वाटती-कवडीमोलाची. एखाद्या वेळी खल्लास केलीबी आसंल त्येनं. तसलं बेरडाच्या काळजाचं कैकजण असत्यातबी मोटार लायनीत. आनि असं बरंच!''

यावर ड्रायव्हिंग करणारा अकबऱ्या मागं पाहिल्यागत करून परत पुढे पाहत म्हणाला, ''आता झाल्यालं उगंच उगळत बसून काय फायदा हुणार हाय का? वाळ्ळा असा वेळ दवडण्यापेक्षा फुडं काय करायचं ते ठरवा. कसं? पटलं तर व्हय म्हणा, न्हायतर सोडून द्या! का बा म्हैब्या?''

''तुझं खोटं म्हनत न्हाई. खरं नारबाला सगळं डिटेलवार समजावं म्हणून मी ही रेकार्ड लावलीया. दुसरं काय न्हाई.'' म्हैब्या म्हणाला, ''आज दोपारी एक पोलिस आला शेटजीकडं-तुझ्याबद्दल चौकशी करीत. 'का?' म्हणून शेटजीनं ईचारल्यावर त्येनं हे 'अशानं असं' म्हणून सांगितलं, मग काय - शेटजी आलं झालं धावून हिकडं. मी यायचं कारण म्हंजे, माझ्या कानावर ही गुणगुण येताच मीबी शेटजीकडं धावलो हुतो. तुजी चौकशी कराय. तंवर टॅक्सी आली, शेटजीनंबी 'बस' म्हटलं. बसलो. आलो झालं!''

''साल्या तुझी रेकॉर्ड बंद कर आधी, न्हायतर फोडून टाकीन बघ.'' अकबऱ्या म्हणाला, ''फुडलं काय बोला आधी!''

मग अकबऱ्या थोडा वेळ थांबला. विचार करीत म्हणाला, ''मला तर तिच्या नवऱ्याचाच जास्त संशय येतोय. तेनंच म्हायाराला पाठवून तिथं मग जाऊन तिला खल्लास केलं असावं, मला तर असंच वाटतंय.''

''त्यो असं करायला कारण तरी काय?''

''लग्नाआधी ती नारायणला लागून हुती हे समजलं आसंल त्येला. तसंच भनीच्या घरात तिनं धंदा मांडला असावा, असंबी वाटलं आसंल त्येला. तिची भन तर चांगल्या चांगल्या पोरी आणून गावाखाली निजिवती नि म्हम्मुलाल कुटण्याचं, भडव्याचं काम करतोय हे तर जगालाच माहीत हाय. ह्यातनं यास्मिन कशी सुटली आसंल असं वाटलं आसंल त्येला. अर्थात, ती कशी हुती हे आता नारायणलाच जास्त माहिती असणार, का बा म्हैब्या?''

''ती तशी नव्हती.'' नारायण म्हणाला, ''तशी असती तर सगळ्या आधी

मीच तिला मारून टाकली असती! माझा विश्वास हुता तिच्यावर. तिच्या वागण्यावर. कुणी कितीबी सांगितलं तरी मी माननार न्हाई. तिच्या घरात धंदा चालत आसंल, तिची भन सोताबी अनेकाखाली पडत आसंल, खरं ती मतोर ह्यातली नव्हती. चिखलात उभी हुती, खरं कमळाच्या फुलागत पाक हुती, माझी खात्री हाय.''

''मग?''

''मग काय? तुम्ही म्हंता तसं करू या-जाऊ या तिच्या नवऱ्याकडं नि घिऊ या त्येला रावंडावर.''

''मग गाडी लाटंकडं घ्यायची तर...?''

''हां. घे की लाटंकडं.''

मैलामागून मैल मागे पडत असलेले. चिक्कोडी येऊन गेली. कोथळी कुटाळीची मागे पडली. साततोंडी लक्ष्मीचढ चढून देवळाजवळ गाडी गेली नि समोरून फुटलेल्या रस्त्यानं वळून उत्तरेकडे -लाटेकडे-धावू लागली. देवळापास्नं तीन एक मैलांवर लाट. त्या व्ही. एट्. फोर्डनं हां हां म्हणता लाट गाठली. एसटी थांब्याजवळच्या सिनेमा थिएटरजवळ गाडी थांबली. अकबऱ्या म्हणाला,

''नारायण, तू हितं थांब तंवरका... आम्ही तिच्या दाल्याला गाडीत घालून आणताव. तुला बघून त्यो आनि बावचळून जायला नको.''

नारायण खाली उतरला. गाडी पुढे गावात निघून गेली. रस्त्याकडंला खडीचं ब्रास टाकलं होतं, त्यावर बसला.

रात्रीचा आठचा सुमार झाला होता आता, तरी पण इतर खेड्यांसारखीच मध्यरात्रीगत शांतता पसरली होती. थिएटरही शांतच होतं. ते फक्त उन्हाळ्यातच चालू असायचं. पावसाळा सुरू झाला, की बंद व्हायचं.

आणि मध्यान रातीचं भूत बसल्यावानी नारायण एकटाच त्या ब्रासच्या ढिगावर बसून होता.

असा अर्धा-पाऊण तास गेला. आता तर नारायणला असं वाटू लागलं, की ह्या साल्यांनी तिथं जाऊन भांडणबिंडण काढलं की काय? आणि हे त्या माणसाला घेऊन तरी कसं येणार? कोंच्या निमित्तानं? जाऊन बघावं तरी का? खरं, त्येचं घर गावायचं कसं? कुणाला तरी ईचारायला ईल. हुडीकलं तर गावलबी. पन हिकडं यायला आपुन चुकी तर केली नाही?

अशी उलटसुलट आवर्त माजली होती. माजत होती. तोवर गावातून गाडी येत असलेला उजेड दिसला. त्या दोन शिल्डबिंबाच्या उजेडानं सारा रस्ता उजळून गेला. गाडी त्याच्याजवळ येताच एकदम कचदिशी ब्रेक लागला. रस्त्यावर टायरींचा आवाज होत गाडी थांबली आणि आतून म्हैब्या म्हणाला, ''चल रे!'' आणि नारायण गाडीत जाऊन बसला- पिछाडीच्या बाजूला.

पुढं अकबऱ्याजवळ एक माणूस बसला होता. अंधारामुळं त्याचा चेहरामोहरा दिसला नाही, पण तो बायकासारखा रडत असावा, कारण त्याचे हुंदके ऐकू येत होते. नारायण गाडीत बसताच अकबऱ्या म्हणाला,

"हं, हेच ते हवालदारसाहेब, आता सांग ह्येंच्या म्होरं! आम्हाफुडं बोंबलून काय उपयोग, आम्ही काय हुकमाचे ताबेदार. आमच्या हातात ना सत्ता, ना मत्ता... तुला काय सांगायचं तर सांग हितं."

ट्रक ड्रायव्हरांनी खाकी कपडे घालावेत, असा अलीकडे सरकारी नियम निघाला होता. त्यानुसार नारायणचे कपडेही खाकी होते, आणि याचा उपयोग अकबऱ्यानं व म्हैब्यानं केला असावा. आता ते सोंग सजवणं नारायणलाही भाग होतं. त्यामुळे लगेच तो आवाजात जरब आणून म्हणाला,

"थांबवा रे गाडी हितं, बघू या ह्याचं काय म्हणणं हाय ते!"

आणि गाडी थांबली. आता गाव मैलभर मागं राहिलं होतं अन् साततोंडी लक्ष्मी दोन मैल पुढं राहिली होती. अशी मधल्यामध्ये गाडी थांबताच पुढे बसलेल्या यास्मिनच्या नवऱ्याचा ढळ फुटला.

नारायण खाली उतरला आणि पूर्वीच्याच आवाजात म्हणाला, "वडा रे त्येला खाली."

तसं हुकमाची वाट पाहणाऱ्या तत्पर नोकरागत दोघांनी त्याला खाली ओढलं.

"द्या दोन वादाडात मांदरचोदच्या!"

आणि हुकुमाची तामिली होताच यास्मिनच्या नवऱ्यानं 'अम्मा गे' म्हणून सूर लावला! 'गप बस साल्या!' म्हणून अकबऱ्यानं आणखी एक रट्टा लगावताच त्यानं सरळ नारायणचे पाय धरले. "मी न्हाई हो तिचा खून करायला! मी तसला न्हाई हो! मी त्यातला न्हवं हो!"

"मग साल्या बोल, खून कुणी केलाय?"

"मला न्हाई हो माहीत. मी असं कधीतरी करीन का? व्हाव तर ईचारा लोकास्नी गावातल्या. मी तसा न्हाई हो हवालदारसाहेब! मला न्हीवू नका कचेरीला!"

"मग तुझा सौंशय कुणावर हाय?"

"मी तर कुणाच्या आध्यात-मध्यात न्हाई, मी... न्हाई तसला साहेब. मला सोडून द्या."

"बघ, आम्ही येऊ उद्या सकाळी. नीट जबाब दिला तर बरं, न्हाईतर उभा चिरून काढू." आणि मग नारायण म्हैब्या व अकबऱ्याकडं वळून म्हणाला, "जा रे, सोडून या जावा याला!"

"हितनं जाईल की साहेब, सोडून यायला का बाजीरावचा बेटा लागून गेलाय ह्यो!" आणि यास्मिनच्या नवऱ्याकडं पाहून म्हैब्या म्हणाला, "जा रे साल्या

हितनंच, एक मैलाचा टप्पा म्हंजे जास्त न्हवं, माप धट्टाकट्टा हैस, तंगड्या तुटाय न्हाईत तुज्या. जा! चल! का देऊ एक पेकाटात.''

''जातो साहेब! जातो!'' आणि पाठ वळवून भराभरा ढेंगा टाकीत अंधारात तो दिसेनासा झाला.

''हे असलं म्याड बेनं यास्मिनचा नवरा! असल्यानी बायका करून घेतल्या म्हंजे लक्क परपंच्या चालायचा!'' गाडीत येऊन बसत अकबऱ्या म्हणाला, ''घरात एक म्हातारी नि हे खेडमं हाय, शेती आठ-धा एकर हाय. खाऊन पिऊन बरं हाय. खरं, हे असलं हेंदरं ध्यान निपजल्यालं आणि म्हातारीला सुनंची हौस दांडगी. मग केलं लगीन झालं, खरं हे आसं हुईल म्हणून काय म्हाईत! लगनात तीन हजार उडालं, आर्ध शेत घाणवट पडलं. यास्मिन मेली, खरं म्हातारीला दुक वाटतंय ते हेचंच! त्योच्या आयला काय मान्सं असत्यात एकेक!'' आणि गाडी स्टार्ट करीत अकबऱ्या म्हणाला, ''आम्ही गेलाव तवा म्हातारीनं हेच रेकार्ड लावलं, आम्ही चौकशीला आलंव म्हटल्यावर भ्याली. लेकाला न्हेणार हाय म्हटल्यावर तर रडाय लागली. माझा ल्योक असं न्हाई, तसा न्हाई म्हणाय लागली. तुझ्या पोराच्या केसाला धक्का लावीत नाही म्हटल्यावर गप्प बसली. आनि ते प्वार तरी कसलं-चट्शिरी गाडीत येवून बसलं. काय चौकशी न्हाई, फिवकशी न्हाई, आनि मॅड तर असलं-साध्या ट्रक ड्रायव्हरला हवालदार समजून बसलं! असल्या मॅड लोकांचीच लै ते करून खोगीरभरती हिंदुस्थानात हाय म्हणूनच तर हिंदुस्थान मागं पडलाय.''

कुठल्याही गोष्टीचा असा हिंदुस्थानशी संबंध जोडून, एकदम वरच्या पातळीवर उडी मारायची खोडच अकबऱ्याला पडली होती. देशात महागाई का? तर लोक मॅड हैत, आनि लोक मॅड हैत म्हणून तर काँग्रेस अजूनपतोर टिकलीया. आनि हिंदुस्थान मागं पडलाय त्यो हेनंच! आणि असंच चालायचं!

आताही त्यानं हीच रेकॉर्ड लावली. अर्थात, अशा रेकॉर्ड्स म्हैब्याला तरी अपरिचित नव्हत्या, त्यामुळे तो म्हणाला,

''ये हिंदुस्थानवाल्या, जरा स्पीड वाढीव, लौकर गावात जायचं हाय. अजून बरंच हाय काम, ह्या मॅड बेन्याच्या मागं लागून वाळला टेम गेला.''

मग नारायणकडं वळून तो म्हणाला, ''काय नारायण, गावाकडं जौया न्हवं?''

''जाऊ या की.''

''जाऊन आज झोप काढू या झकास, मग सकाळला बघता यिल.''

''हे श्यानं बघा! गावात जौया, झोपू या म्हंजे, सकाळ उठून चांगल्या बेड्या पडत्यात नारायणच्या हातात! ते काही नाही, तू फरारी हो आता, गावात जाण्यात काय राम नाही.''

"न्हाई, गावातच जायाचं!"

"का? आपुनहोऊन पोलिसांच्या तावडीत गावणार?"

"नाही! तसं व्हायच्या आधी अम्मीजानची भेट घेणार अम्मीजानची!"

"काय?"

"व्हय. अम्मीजानला भेटायचं हाय मला अम्मीजानला! आता ह्यावेळी! ह्या रात्रीतच!"

"मग घिऊ गाडी गावाकडं?"

"घे."

आणि साततोंडी लक्ष्मीला उजवं घालून गाडी गावाच्या दिशेनं धावू लागली. नारायण बेत आखीत होता. विचार करीत होता.

मग नारायण म्हणाला, "थेट अम्मीजानच्या घराजवळच गाडी घे."

"बरं..."

"गाडी थांबताच झाट्‌दिशी खाली उतरून घरात घुसायचं तिघांनी, आडवं इल त्येला दणकायचं आनि अम्मीजानला हस्तगत करायचं आधी..."

"मग पुढं..."

"ह्यात म्हम्मुलाल गावला तर बराच, न्हाईतर अम्मीजानला फक्त पळवायचं..."

"आनि म्हम्मुलाल गावला तर?"

"त्येलाही पळवायचं."

"आनि दोघांचं काय लोणचं घालायचं का नेऊन?"

"लोणचं कशाला घालायला पायजे, चांगली कणीक तिंबू या की! बघू या काय धागा गावला तर गावला."

"आनि गावलाच न्हाई तर?"

"तर फुडचं फुडं बघाच ईल. आजच्या रात्रीला तरी ही ट्रायल करून बघू या, यश आलं तर आपलं नशीब... न पेक्षा आनि खटपट करायची."

"कुठंतरी सीआयडी खात्यातला माणूस असल्यागत बोलणं चाललंय तुझं! अशी खटपट करायला उघड कसं फिरायला ईल तुला? पोलिस तुझ्या वासावर असणार, मग कसं काय करणार तू?"

अकबऱ्याच्या ह्या प्रश्नानं क्षणभर नारायणही विचारात पडला. मग चिडून म्हणाला,

"वाळ्ळं माझं डोस्कं पिकवू नकोसा, आता गावात गेल्यावर पयल्यांदा आता मी सांगिटलं तसं करायचं, फुडल्याचा आताच विचार नको. आता ह्याबद्दल बोलणं हितंच कटाप्." आणि नारायण म्हणाला, "व्हावतर दुसरं कायबी बोला, खरं आता हे हितंच फुरं!"

दुसरं काही बोलण्याच्या मन:स्थितीत तसं कुणीच नव्हतं. त्यामुळे बोलणं तिथंच बंद पडलं. सारे मुकाट बसले.

गाडी धावत होती. इंजनचा आवाज व दारातून येणाऱ्या वाऱ्याची भरभर कानांवर आदळत होती तेवढीच. बाकी सुसाट वेगानं गाडी धावत होती आणि गाव जवळ येत होतं. क्षणाक्षणानं अंतर कटत होतं आणि नारायणच्या डोक्यातही अनेक बेत शिजत होते.

१५

गाव आलं. मधल्या रस्त्यानं अकबऱ्यानं गाडी गावात घुसविली. टेळणीवर पोलिस जीप जरी राहिली असती तरी तिला दाद दिलं नसतं, असं अकबऱ्याचं ड्रायव्हिंग आणि ती व्ही. एट्. फोर्डही होती. त्याबद्दल अकबऱ्याला रास्त अभिमानही होता.

अम्मीजानच्या दारात येताच गाडी थांबली. झट्दिशी तिघे खाली उतरले. घराचं दार पुढं लोटलेलं होतं, त्यावर नारायणची एक लाथ बसताच ते फाड्दिशी उघडलं.

दारू पिऊन झिंगलेली 'कुळं' अशीच येतात नि आज तरी कुणी बकरा गाडी घेऊन आलेला दिसतोय अशाच अपेक्षेनं "कौन है?" म्हणत अम्मीजान बाहेर आली होती. पण दैत्यागत अरबाट वाढलेला नारायण आलेला दिसताच भूत पाहिल्यागत ती दचकली आणि किंकाळी फोडणार एवढ्यात गाप्दिशी नारायणनं तिचं तोंड आपल्या बळकट पंजानं दाबलं. डावा हात तंगड्याखाली घालून तशीच तिला उचलली आणि गाडीत आणून आदळली.

ह्या अवस्थी प्रसंगानं अम्मीजान लटाटा कापू लागली. सुरुवातीला सुटण्यासाठी तिनं हातपाय झाडले. बुक्या मारल्या. यवदरलं, चिमटलं. पण ती नारायणची पक्कड होती, ढिल्ली पडली नाही.

अम्मीजानला असा आवरतोय तोवर आतून अकबऱ्यानं म्हम्मुलालचं गटरं करूनच आणलं, सोबतीला मदतनीस म्हणून म्हैब्याही होताच.

म्हम्मुलाल दारू पिऊन लास झाला होता. त्यामुळे त्याच्या अंगात तर काहीच त्राण राहिलं नव्हतं.

पण हे असं घडलेलं पाहताच त्याची नशा निम्म्यावर आली.

तोवर गाडीतील वायरीनं त्याचे हातपाय जाम जखडून, आवळून टाकले होते.

मागच्या सीटवरचे हे दोन कैदी. त्यांच्या दिमतीला नारायण व म्हैब्या आणि व्हीलवर अकबऱ्या... गाडी सुरू झाली अन् वेगानं धावू लागली.

गल्लीबोळांची वाकडीतिकडी वळणं आता संपली होती. अन् पुना-बंगलोर रोडला लागून गाडी दक्षिण बाजूस धावत होती. बाण गेल्यागत सरळ रेषेत...

मैलाच्या दगडाच्या उजव्या बाजूस विस्तीर्ण माळ पसरत गेलेला... नारायण म्हणाला,

"माळावर जाऊ दे गाडी."

आणि मैलाच्या दगडाच्या डाव्या बाजूकडून माळात घुसलेल्या बैलगाडीच्या पायंड्यावरून गाडी माळात घुसली. पार मध्यास येऊन उभी राहिली.

दोघास्नी खाली ओढलं... तो निर्मनुष्य विस्तीर्ण माळ... रात्रीचा काळोख.. काळ्या ढगांनी चांदण्याही झाकून टाकलेल्या... त्यामुळे काळोख आणखीन गडद वाटणारा... आणि समंधासारखी ही तीन माणसं...

अम्मीजानची तर बोबडीच वळली आणि म्हमुलालची निम्म्यावर आलेली नशा आता पार शून्यावर आली.

"अम्मीजान, तुम्हा दोघास्नी हिकडं का आणलंय माहीत हाय न्हवं तुला?" नारायणनं विचारलं, "ह्यो नारायण गरीब, एकटा, बेवारशी वाटला व्हय तुम्हास्नी म्हणून आळ घेतलासा?"

यावर अम्मीजान मुकाटच होती.

"बोल अम्मीजान, यास्मिनचा खून कुणी केला?"

"खून तुझ्याशिवाय आनि कोण करणार हाय? तूच मारून टाकलंय तिला, तूच!"

"म्हैब्या, लगाव रे दोन कानसुलाव, तिच्या आयला लै वटवट कराय लागलीया साली!"

म्हैब्यानंही हुकमाची तामिली पुष्कळच प्रामाणिकपणे केली. अशा दोन वादाडात लगावल्या, की अम्मीजानला आपल्या माँचंच दूध आठवलं. ती हुसमसत रडत तोंडाला येतील त्या शिव्या देऊ लागली. त्या एका मिनिटाच्या अवधीत तिनं त्या तिघांवरून दहा वेळा मरमाईचा गाडा फिरविला. तेरा वेळा त्यांची तिरडी उचलून त्यांना ओढ्यावर नेऊन पुरलं.

तसा अकबऱ्या म्हणाला, "ये रांडं! जास्त वटावटा करू नको. न्हाय तर जीभ उपटून हातात दीन! आयला, बाईमाणूस हाय - मारूने, मारूने म्हटलं तर लैच कराय लागलीयास अं!"

"कितीबी मारलीसा तरी मी सांगणार न्हाई, मलाबी अम्मीजान म्हंत्यात!"

तिच्या ह्या असल्या बोलण्यानं अकबऱ्या खवळला. त्यानं तिचा डावा हात मागं नेला आणि असा पिरगाळला, की उजवा हात तोंडावर मारत ती ठो ठो बोंबलू लागली. म्हैब्यानं पुढं होऊन तो हातही दाबून धरला तेव्हा फक्त तिच्या तोंडावर

वेदनेच्या लाटा उठत राहिल्या. मग ती विव्हळू लागली. मग तर रडूच लागली. तसा नारायण म्हणाला,

"तिला सोड तौरका. ह्या चोर म्हम्मुलालला राऊंडावर घ्या."

आणि वायरी सोडून म्हम्मूलालला रिकामं केलं. त्या वायरीनं अम्मीजानला जखडलं. अकबऱ्यानं पिरगाळलेला हात दुखावला होता वाटतं, तो सरळ करून बांधताना परत ती शिव्या देऊ लागली. तसं म्हैब्यानं गाडीतलं गाडी पुसायचं फडकं आणलं अन् त्यानं तिचं तोंड जाम आवळून बांधून टाकलं.

मग तिघांनी म्हम्मुलालला मधी घेतलं आणि असं कुबलायला सुरुवात केली, की त्याच्या अवयवाचे सुटे भाग व्हायचे तेवढे राहिले. थिडपिडा खिडखिडा म्हम्मुलाल त्या मारानं पार हादरून गेला; नि मग नारायणच्या एका दणक्यानं खाली डोक्यावर जो आदळला तो वर उठलाच नाही.

"आयला हे मेलंबिलं का काय?" म्हणत म्हैब्यानं त्याची नाडी तपासली, ती चालू होती. "हाय जित्तं हाय." मग खालची भुई चाचपीत तो म्हणाला, "ह्या दगडावर आपटून बेसुद्दी झालंया हे, डोस्क्याला टण्णूबी आलाय-झकासपैकी!"

"आता सोडा अम्मीजानला मोकळं. बघू या तिची वटवट..."

तसा अकबऱ्या अम्मीजानला सोडू लागला. तिला सोडतच म्हणाला, "म्हैब्या, दिक्कीत बॉनेटला लावायची काठी हाय ती घे, जरा धूळ झाडू या हिची!" आणि तो अम्मीजानला म्हणाला, "हे लक्षात ठेव अम्मीजान, तोंड उघडल्याशिवाय सुटका न्हाई हितनं.. ह्या म्हम्मुलालची हालत कशी केली बघतीसच न्हवं!"

तोवर म्हैब्यानं बॉनेटला लावायची काठी आणली. बॉनेटच्या स्प्रिंगा वीक् असल्यामुळं ते उघडल्यावर उभे राहत नसे. म्हणून त्याला टेकू देण्यासाठी दोन हात लांबीची काठी गाडीत ठेवली होती.

म्हैब्यानं काठी आणलेली पाहताच अम्मीजान खरोखर भ्याली.

मघाचा प्रसाद अजूनही अंगाशी लागून होता. हाताच्या वेदना तर अजूनही कमी झाल्या नव्हत्या. आणि ही काठी पाहताच तिच्या काळजाचं पाणी पाणी झालं. आपलीही अवस्था आपल्या नवऱ्यासारखीच हे दैत्य करणार. मघाशी त्याला मारताना तर प्रत्यक्ष पाहिलेलं. आणि आता...?

आणि म्हैब्याकडून अकबऱ्यानं ती काठी हातात घेतलेली पाहताच अम्मीजान आपसुक म्हणाली,

"सांगतो, सगळं सांगतो."

"सांग तर!"

आणि अम्मीजान सांगू लागली...

"लाटांस्नं यास्मिनला आणली होती. आणून तीन रोज झालं हुतं. त्या दिवशी

रात्री म्हम्मुलाल भाहीरनंच कुठनं तरी पिऊन आला. बरोबर एक जाड्याला माणूस हुता. त्यो माणूस पन्नास रुपये द्यायला तयार हाय, तवा यास्मिनला झोप म्हणत हुता त्येच्याबरोबर. माझी भन त्यातली न्हवतीच, ती 'न्हाई' म्हणाली, तसा त्यो इरंसरनं फुडं धावला, भित्तीकडं तिथं पाटा हुता, वरुटाबी पडला हुता, त्यो वरुटा त्येनं उचलला आनि घाटला यास्मिनच्या डोस्क्यात. डोस्कं पुटलं आणि रक्ताच्या थारोळ्यात यास्मिन कोसळली. कोसळली ती परत उठलीच नाही., दारूची नशा, रागाला डोळं नसत्यालं आणि हे अवचित घडल्यालं, ते निस्तराय पायजे हुतं, म्हणून मग नारायणच्या नावावर हे सारं ढकलायचं ठरलं,"

आणि असंच अम्मीजान बोलत होती, मध्ये म्हैब्यानं विचारलं,

"ते सगळं खरं, पन मढ्याची काय विल्हेवाट लावलासा?"

"मढं पोत्यात भरलं. तीन मैलांवर डोंगर, त्यावरच्या घसारतीवर सागाची लागवड करायला खड्डं खणल्यालं. त्यातल्या एका खड्ड्यात नेऊन गाडून टाकलं."

"तिथवर गेला कसं?"

"बंगलूरकडं जाणारी एक ट्रक थांबवली. मढं भरल्यालं चुंबडं वर टाकलं नि सारी बसून डोंगरावर गेलाव."

"हं, यवढंच पायजे हुतं आम्हास्नी!" आणि नारायण म्हणाला, "चला जाऊ या आता. आपलं काम झालं."

आणि सारी गाडीत बसली. त्या दोघा नवरा-बायकोलाही घेतलं. गाडी स्टार्ट झाली; त्या माळाच्या वाटेवरील खाचखळगे पार करून रोडला लागली अन् गावच्या दिशेनं धावू लागली.

"कुणीकडं घ्यायची गाडी?"

"कुणीकडं घेणार?"

"कचेरीकडं...?"

"व्हय कचेरीकडंच!"

आणि गाव आल्यावर गाडी कचेरीकडं वळली. कचेरीच्या फाटकात शिरून पोर्चमध्ये उभी राहिली.

कचेरी तशी साधीशीच-गावाच्या मानानं. आणि तीत चालणारं कामही तसंच... म्हणजे आग लागली तरी उगीच पाण्याच्या बंबाची यातायात कशाला, सारं जळून तर संपू दे. मग सावकाश ट्रक घेऊन जावू म्हणं.. राख भरायला. अशा स्वरुपाचं एकंदर काम व कामाचं स्वरूपही.

कचेरीच्या व्हरांड्यात दोघे पोलिस चवड्यावर बसलेले, गप्पा मारीत. 'मयेकर कॉलनी'त ज्या वेश्या होत्या, त्यांना तसा वाममार्गी धंदा केल्याबद्दल पकडून नेण्याची धमकी दाखवून वारंवार त्यांच्याबरोबर फुकट झोपणारे जे काही पोलिस

होते, त्यांपैकीच हे दोघेही... आणि आता 'मयेकर कॉलनी'तील आपापल्या फुलझड्यांबद्दलच त्यांच्या गप्पा रंगल्या होत्या. तोवर ही सारी जत्रा आली आणि पीडा झाली.

त्यामुळं त्या गाडीतून उतरलेल्या साऱ्यांना पाहून त्यांच्या कपाळावर आपोआपच आठ्या चढल्या.

त्यांना हवा असलेला नारायणही त्यांत असून देखील एकालासुद्धा आनंद झाला नाही. नारायण असला म्हणून काय झालं, त्यानं असं ह्या रात्रीचं अकरा-बाराच्या अवेळी आपण होऊन यावं, गावसावं म्हणजे काय...! साली, ही पोलिसांची नोकरी म्हंजे, आता जरा निवांतपणे मनातलं बोलावं म्हटलं तर हे लचांड हजर!

त्या दोघांना जसं हे सारे, तसं ह्या साऱ्यांना ते दोघंही ओळखत होते. त्यातीलच एकट्यानं विचारलं,

"काय रे अकबऱ्या, तुम्हाला काय काळवेळ हाय का न्हाई, ह्या मध्यान रातीचं का आलासा? दुसरी काय कामं न्हाईत व्हय तुम्हास्नी."

"दुसरी कामं नसतील, आसं कसं हुईल हवालदारसाहेब, खरं हे काम महत्त्वाचं हाय म्हणून तर ह्या आवरातीचं आलाव. यास्मिनच्या खुनीला घेऊन आलाव तुमच्या ताब्यात द्यायसाठी."

आणि सारी व्हरांड्याच्या पायऱ्या चढून वर गेली नि भास्‌दिशी वास आला दारूचा. त्या दोघा पोलिसांनी आता ड्यूटीवर असतानाही घेतली होती. त्यांच्या वासात म्हम्मुलालच्या तोंडचा वासही मिसळला, अन् तो सारा व्हरांडा त्या तीव्रशा वासानं घणू लागला.

"काय म्हणालास?" तो दुसरा-पोलिस, हवालदार का जमादार- जो कोणी होता त्यानं विचारलं.

"आम्ही यास्मिनचा खून करणाऱ्याला घेऊन आलाव तुमच्या ताब्यात द्यायसाठी!"

"च्यायला, ह्ये काम व्हय! ह्या... ह्या नारायणला पकडायला आम्हाला कितीसा उशीर लागला असता! तुम्ही साऱ्यांनी उगंच ह्या रात्रीचा त्रास करून घेतलासा, स्वत:लाबी आणि आता दुसऱ्यालाबी द्यायला हितं कडमडलासा!" अन् मग हवालदार आपल्या साथीदारांकडं वळून म्हणाला, "ईराप्पा, ह्या नाऱ्याला लॉकअपमधी टाक बघू -सकाळचं बघू म्हणं ह्येची चौकशी."

"साहेब, ह्यो नारायण खुनी न्हवं, ह्या म्हम्मुलालनं खून केलाय... साक्ष हाय ह्या अम्मीजानची, व्हाव तर ईचारा तिला."

"कोण का आसंना तिकडं. वाळ्ळं उगंच वटावटा करून आमचं डोस्कं पिकवू नकोसा, ईराप्पा, ह्या म्हमुलाललाबी टाक लॉकअपमदी!" आणि बाकीच्यांना उद्देशून तो म्हणाला, "आता जावा तुम्ही सकाळच्याला या. साहेब आल्यावर बघू म्हण !"

साहेब म्हणजे फौजदार साहेब. ते ओळखूनच म्हैब्या म्हणाला, "साहेब आता येणार न्हाईत का?"

"आता यायला कुणाच्या बाचं नोकर न्हाईत ते! असं पाठीवर वरादार उभा ऱ्हायल्यागत करू नकोसा. जावा आता... आम्हाला दुसरी कामं हैत. बघू द्या."

आणि सारी परतू लागली. तसा हवालदार म्हणाला,

"ये तू.. हं तूच... नारायण का कोण... तू जायाचं न्हाई... तुला जाता येणार न्हाई..."

"पन साहेब त्येची काय गुन्हेगारी? खून तर ह्या म्हम्मु..."

"ये जास्त वटवट करू नको! खून कुणी केलाय ते अजून ठरायचं हाय. "

"ह्या अम्मीजानचं तरी..."

"ते साहेब आल्यावर सांगायचं सकाळी!"

तसं अकबऱ्यानं त्या हवालदाराला थोडं दूर नेलं आणि सांगितलं, "असं काय कराय लागलाय हवालदारसाहेब, लोकंही वळकीनात तुम्हास्नी?"

अन् अशा वेळी द्यावयाचं तेच उत्तर हवालदारानं दिलं, "तसा कायदा न्हाई, आम्हाला सोडता यायचं न्हाई."

तसं अकबऱ्या आवाज थोडा खाली आणून म्हणाला, "बरं तुमच्या मनासारखं होऊ दे. म्हम्मुलालबरोबर ह्यो नारायणबी लॉकअपमदी ऱ्हाईना का, खरं ह्या अम्मीजानलाबी लॉकअपमधी घाला 'साहेब' इस्तोवर. तिची साक्ष महत्त्वाची हाय. आता तिला सोडली तर ती फिरून बसंल. कदाचित तिचं..."

"करायला काय न्हाई अकबर, खरं कायदा..."

"मी पन्नास रुपयं द्यायला लावतो, एवढं कराय पायजे हवालदारसाहेब!"

"आता तुम्ही लै घस्टनीचं पडलासा म्हनून आपलं समजून करतो मी हे. दुसरं कोण असतं तर मी न्हाई म्हटलं असतं. बरं, सरकवा बघू पन्नासची नोट हिकडं."

गाडीच्या भाड्याबरोबर शेटजीकडून किंवा नारायणकडून नंतर हेही पैसे मागून घ्यायला येतील, असा विचार करून अकबऱ्यानं आपल्या जवळील नोट हवालदाराच्या पंजात सरकवली.

आणि मग नारायण, म्हम्मुलाल, अम्मीजान तिघं तीन कोठडीत बंदिस्त झाले. नारायणच्या कोठडीसमोर म्हैब्या व अकबऱ्या गेले.

"हे बघ नाऱ्या, तू कसली काळजी करू नकोस. आता जाऊन शेटजीच्या कानावर सगळी हकीगत घालताव. सकाळचं उठून शेटजीला घेऊनच येताव. आपली बाजू तर लख्ख हाय, तू काय धीर सोडू नको."

"मी धीर सोडाय कवाच नाही दोस्त, आता फक्त एवढंच करा, शेटजीच्या कानावर सारं घाला-शक्यतो लवकर. म्हंजे शेटजी मग सारं काम जाम

करून टाकतोय.''

''हां हां, त्याबद्दल तू काय काळजी करू नको, आता जाताव ते सांगतावंच, शक्य झालं तर रातोरात सारं काम जाम करून टाकाय लावतो. म्हंजे सकाळ उठून परत तुला आनि ट्रकवर चढाय बरं, काय म्हंतो? बरं तर, निघतो आम्ही!''

''बरं, जावा तर!'' आणि नारायण म्हणाला, ''माझ्याकरणी उगंच वळ्ळ्यारानी तुम्हास्नी मतोर त्रास झाला.''

''साल्या, असं बोलू नको! दोस्ताला दोस्त असं वागायचा न्हाई तर कोण वागणार? बरं, निघतो आता!''

''बरं... निघा... सगळं सांगिटतलंय तसं करा.''

''तू फिकीर करू नको रे! तू बघ तर खरा.''

आणि ते दोघं निघून गेले.

एक तास असाच गेला आणि बाहेरून गाडीचा आवाज आला. इंजन रेस करून गाडी बंद केली गेली. त्या घुमणाऱ्या इंजनच्या आवाजावरून ती व्ही. एट्. फोर्ड आहे हे नारायणनं लगेच ओळखलं.

अकबऱ्या आला का परत गाडी घेऊन?

अकबऱ्याच आला होता. म्हैब्याही... आणि... आणि शेटजीही... शेटजीनंच त्या पोलिसांना विचारलं,

''फौजदार साहेब कुठं हैत रे?''

''घरी हाईत. धाला आल्यात, शिपापूरवाडीस्नं दारूच्या भट्टीवर छापा घालाय गेलंतं. परत येऊन झोपलं असतील आता...''

''जा, उठवून आण जा त्यानला...''

''शेटजी, खरं साहेब माझ्यावर खवळतील हो!''

''काय खवळत न्हाईत, फिवळत न्हाईत... उगंच ढंग काढू नकोस. जा, माझं नाव सांग जा, चंदूलाल शेटजी आल्यात म्हणावं.''

पोलिस गेला आणि शेटजी नारायणच्या कोठडीजवळ आला. पाठनं अकबऱ्या, म्हैब्याही होतंच...

दाराच्या गजाला धरून बाहेर पाहत नारायण उभा होता. जवळ जाताच शेटजी त्याला म्हणाला,

''इतक्या लवकर तुला कळासी गावली म्हणायची.''

नारायण हसला. मग म्हणाला,

''आपलं नशीबच घट्ट म्हणायचं. जादा तकलीफ झाली न्हाई. खरं, आता त्या दोघांनी पोलिसांम्होरं जबान फिरविली न्हाई म्हणजे झालं...''

''जबान काय फिरवित्यात त्येंच्या आयला मी त्येंच्या! भरमाप्पाचं तडाखं

बसाय लागलं आणि पाठीची सालटी लोळाय लागली म्हंजे आपोआप कबूल हुत्यात.''

यावर अकबऱ्या म्हणाला, ''इतकी पाळी यिल आसंबी वाटत न्हाई. आम्ही चार गचकं दिल्यापेट्टाला सारं भरारा कळलं. भडाडा सांगिटलं आणि हितं तर भरमाप्पा असतोय. त्यो बघितल्या पेट्टाला सारं सांगतील झक मारत!''

मग यावर म्हैब्यानंही भाष्य केलं. तोवर अकबऱ्यालाही काही सुचलं. मग शेटजीही काही बोलला.

आणि अशाच वायफळ बडबडण्यात काही वेळ गेला. तोवर बोलवाय गेलेला पोलिस आला, पाठोपाठ फौजदारही. तामीळ चित्रपटातील खलपुरुषागत हा होता. तशाच झुंड मिशा, तसेच डोळे वटारणं, तसेच कुरळे केस आणि बॉडीही तशीच- खालपासून वरपर्यंत सळनळ सारखी!

झोपण्याच्या ड्रेसवरच फौजदार बाहेर पडला होता. तो आत येताच रुंद हास्य करून शेटजींनी रामराम ठोकला.

''नमस्कार साहेब!''

''नमस्कार!'' पेशाला साजेशा भरड्या, खरखरीत आवाजात फौजदार म्हणाला, ''चला, ऑफिसमध्ये बसू.''

आणि मग सारे ऑफिसकडे निघून गेले.

मग शेटजीनं काय काय नि कुठं कुठं कशा किल्ल्या फिरविल्या कुणास ठाऊक, पण फौजदार कार्यप्रवृत्त झाला हे मात्र खरे!

कारण हवालदार व ईराप्पा आले व म्हम्मुलाल नि अम्मीजानला घेऊन गेले.

मग ऑफिसजवळच्या खोलीतून 'अम्मा गे! मर गया!', 'नही साब!', 'हां साब!' आणि असेच आवाज ऐकू येऊ लागलं. मधूनमधून ओरडणं व रडणंही सुरूच होतं..

थोड्या वेळानं त्या दोघांना आणून कोठडीत टाकलं.

मग फौजदारसाहेबांसह सारं लटांबर नारायणच्या कोठडीपुढं आलं. नारायणकडं पाहत फौजदार म्हणाला,

''शेटजी, हाच होय तुमचा ड्रायव्हर?''

''होय साहेब.''

''काय रे, फार भानगडीबाज दिसतोस!'' फौजदार नारायणला म्हणाला, ''असल्या गोष्टीत फार गुंतलं, की हे असं अंगलट येतंय बघ!''

''नाही साहेब! व्हय साहेब!'' काहीच न सुचून काहीतरी बोलल्यागत नारायण म्हणाला,

''बरांय- झोप आजच्या रात्री इथंच. सकाळी आणखी थोडं काम आहे, ते

झाल्यावर सोडण्यात येईल तुला, शेटजींनाही सांगितलंयच, काय शेटजी?''

''झोपंना का हितंच. हितं काय भाहीर काय सारं एकच की!'' आणि हासून शेटजी म्हणाला, ''एकदा हवा तर खाऊ द्या त्येला एका रात्रीपुरती तरी निदान, काय गा नारायण!''

यावर सारेच हासले. नारायणही त्यात सामील झाला.

''बरंय, तुम्ही आता जायला हरकत नाही शेटजी, मी पण निघतो आता!''

मग जाता-जाता म्हैब्या दाराच्या गजांजवळ येऊन नारायणला म्हणाला,

''तुझ्या अंथरूण-पांघरूणाची 'खास' वेवस्था केलीया, अगदी घरच्यावानी झोपून टाक! कसली काळजी करू नको. तुला सकाळी सोडून देतीलच. त्या वेळंला आम्ही आनि यायची काय जरूरी न्हाई न्हवं?''

''कशाला उगंच एडताकपट्टी! गप्प झोपा जावा की रे! आताच बघ, काय तरी दोन-तीनचा टैम होत आला आसंल. मग तुम्ही झोपणार कवा, येणार कवा, आनि यायचं तसं ऱ्हायलंय काय आता... सारंच आता कंप्लीट करून टाकलंय न्हवं?''

''व्हय! त्यात काय कच्चं राखल्यालं न्हाई!''

''मग झालं तर! मी येतो सकाळी. जावा तुम्ही आता.''

आणि म्हैब्या निघून गेला.

मग नारायणसाठी 'खास' अंथरूण इराप्पानं आणून आत टाकलं. एक घोंगडं, दोन चादरी व एक उशी.

नारायणनं त्यावर गडद ताणून दिली. साऱ्या रात्रीच्या धावपळीनं व झंझाटानं इतका शिणवटा आला होता, की लगेच झोपेचं पाखरू येऊन त्याच्या पापण्यांवर उतरलं-त्याच्याही नकळत. अन् दुसऱ्याच क्षणी नारायण घोरू लागला.

सकाळ. किती वाजले होते कुणास ठाऊक. पण ड्यूटीवरचा पोलिस नारायणला हलवून जागं करू लागला.

काही वेळ असा प्रयत्न केल्यानंतर नारायण जागा झाला. अंथरूणावर उठून बसत व एक जांभई देऊन आळस देत कावलेल्या आवाजात त्यानं विचारलं,

''आयला, ह्या कचेरीतल्या कोठरीतबी सुखानं धड निवांतवानी झोप न्हाई मान्साला!'' आणि मग आताच पोलिसाला पाहतोय असा अभिनय करीत तो म्हणाला, ''मारी मी, तुम्ही व्हय! मी समजलो, आमच्यापैकीच कोण तरी उठवाय लागलंय मला! काय काम हाय, उठविलासा एवढ्या लौकर मला? आँ? जरा झोपलो नसतो निर्मळवानी!''

''जरा डोळं उघडून बघ भाहीर, नऊ-साडेनऊचा टैम झालाय, ऊठ साहेब बलवित्यात तुला, चल ऑफिसमध्ये!''

आणि उशाखालचा बंडल घेऊन नारायण उठला, एक बिडी आपण घेतली,

एक त्याला दिली अन् एकाच काडीवर दोन्ही बिड्या शिलगावून तो म्हणाला,

"आता लगेच यायला पायजे?"

"मग! काय मुहर्त विचारणार हैसा जोतिषाकडं जाऊन?" आणि तो म्हणाला, "मारी तुमची ड्रायव्हर लोकांची ही एकोणिसावी जात! तुम्हास्नी काय कदर असती व्हय पोलिसांची-फौजदाराची!" मग तो हासून म्हणाला, "लै श्याना हैस. चल गप्प. सुटून भाहीर पडायचं न्हाय व्हय तुला, का हितंच तळ ठोकायचा हाय!"

"तसं कसं चालंल पोलिसमामा! सगळी असाच विचार कराय लागल्यावर भाईर कोण राबत बसणार बी न्हाई! सगळी हितंच यायला लागतील नि तुम्हालाबी आणखी तुरुंग बांधून घ्यायची पाळी यिल." आणि खिशातला कंगवा काढून कोरड्या केसावरनं फिरवीत नारायण म्हणाला, "बरं, चला जाऊ या तर!"

ऑफिस. सगळा थाट कडक. पोलिसी खाक्याचा. मनावर दबाव आणणारा. एका लहानशा टेबलाजवळ फौजदारसाहेब बसला होता. एखाद्या मुलापुढं छोटंसं खेळणं पडलेलं असावं, तसं ते टेबल त्या धिप्पाड माणसापुढे वाटत होतं. अन् त्या मुलासारखंच हा माणूस ते टेबल हाताळीत होता. माथेफोड करीत त्याच्यावर काही लिहिण्यापेक्षा बुक्क्या मारून तावातावानं बोलण्यासाठीच त्या टेबलाचा जास्त उपयोग केला जात असावा, असं एकंदर आतल्या थाटावरून वाटत होतं.

टेबलामागं तालुक्याचा भला मोठा नकाशा, उजव्या बाजूस रायफलीचं स्टँड, त्यावर हारीनं रायफली लटकावलेल्या, फक्त प्रजासत्ताक दिनादिवशी कवायतीच्या वेळी हातात शोभा म्हणून केवळ उपयोग केल्या जाणाऱ्या व स्टँडवरून हालणाऱ्या या रायफली आता तरी पुसून साफसूफ केल्याचं दिसत होतं. अर्थात, पोलिस कचेरीच्या कार्यक्षमतेचा हा एक पुरावाच होता. अन् भिंतीवरील फोटोतील गांधीजी त्या पुराव्याकडे हसऱ्या मुद्रेनं व नेहरू गंभीर मुद्रेनं पाहत होते.

नारायण आत आला तेव्हा फौजदार गडबडीत होते. बाहेर जाण्याच्या तयारीत होते. टेबलावर मुठी मारून भराभरा हाताखालच्या पोलिसांना हुकूम सोडत होते. बाँड्रीजवळ असलेल्या पोलिसांच्या टेंटमध्ये एका ट्रकवाल्यानं पहाटे ट्रक घुसविली होती. ट्रकवाल्याकडून एंट्री उकळत पोलिस टेबलाजवळ बसले होते म्हणून वाचले, नाहीतर टेंटसह त्यांचाही पार चुराडा उडाला असता! चांगला झकास बकरा गावला होता तावडीत-चरबीवाला. त्याला आता या कानापासून त्या कानापर्यंत सुरी फिरवून फक्त सोलायचंच होतं. त्या गडबडीत फौजदार होता. त्याला नारायणचं हे लचांड एका झटक्यात निकालात काढायचं होतं. नारायण येताच बंदुकांतून थडाथडा गोळ्या सुटल्यागत तो बोलू लागला.

"हे बघ, आता तुला सोडतो. कोर्टात केस चालू झाल्यावर साक्षीला तुला यावं लागणार, हे लक्षात ठेव.. कोर्टाची तारीख मात्र चुकवायची नाही. जर चुकविलीस

तर असशील तेथून काढण्या लावून आणीन तुला! तर त्या वेळेला कुठं लांबच्या टर्नला जावू नको ट्रक घेऊन, शेटजीला मीही सांगितलंय; शिवाय आणखी हे पाहा, तू आणि तुझ्या दोस्तांनी मिळून त्या अम्मीजानला व म्हम्मुलालला जबरदस्ती नेऊन मारलंय, ती दोघंही काल बोंबलत होती तुझ्या नावानं, तर हे बेकायदेशीर कृत्य झालं. तुला त्यांना मारहाणी करून सारं वदवून घेण्याचा काय अधिकार होता? तर ते आमचं काम होतं. तेव्हा त्याबद्दल फौजदारी केस होऊ शकते. म्हणून हे मिटवायचं असलं, तर अख्खा एक आकडा म्हणजे दहा नाग (शंभर रुपये) खर्च करायची तयारी हवी, तर ते होऊ शकते. तेव्हा आता गेल्यावर प्रथम या तयारीला लागा. वगैरे.''

अशी आणि अशीच फौजदार भंकस करीत होता, तेवढ्यात बाहेरून एक पोलिस आला. म्हणाला,

''साहेब, बाहेर याची बायको आलीय वाटतं, ह्याला भेटू इच्छिते.''

''बघ कशी काळजी आहे तुझ्या बायकोला आणि तू लेका घरचं सोडून बाहेरच्या, पळत असलेल्याच्या पाठी लागला होतास. घरची एक बायको असून सवरून तुला ही नस्ती भानगड कशाला हवी होती रे...?''

हुकुमाची वाट पाहत असलेल्या पोलिसानं मध्ये विचारलं, ''साहेब काय सांगायचं तिला?''

''सांग, कुठं ह्याला फासावर चढवत नाही आम्ही, थोड्या वेळानं ह्याला सोडणार आहोतच, तोवर थांबणार असली तर थांब म्हणावं-दोघं मिळून जायचं असलं तर!''

''पन साहेब... पन साहेब...!'' नारायण स्पष्टीकरणासाठी धडपडू लागला, ''साहेब, माझं...''

''चूप!'' साहेबानं दटावलं, ''फार शहाणा आहेस तू! मलाही आता बरंच काम आहे, नाहीतर तुला चांगला फैलावर घेतला असता.'' आणि मग समारोपाचं बोलल्यागत तो म्हणाला, ''जा आता, बाहेर तुझी बायको वाट पाहत असेल. घरच्या माणसांचा विचार करूनच बाहेरचे धंदे करावं माणसानं. पुन्हा माझ्या तावडीत गावलास की चांगलाच लंबे करीन बघ तुला. हे आताचं थोडं कच्चंच झालंय!''

नारायण हेटावत म्हणाला, ''पुरं की आता साहेब, गरिबाची किती हेटावणी करशीला?''

तोवर हवालदार कुठूनसा आला आणि फौजदारसाहेबाला काही सांगू लागताच त्याचं लक्ष तिकडं वेधलं गेलं. ह्याच्या ह्या माथेफोडीच्या बडबडीतनं निसटण्याची हीच वेळ आहे हे दिसताच गडबडीनं नारायणनं विचारलं,

''मी आता जाऊ साहेब?''

“जा.”

“बरं हाय, चलतो साहेब रामराम!”

“रामराम!”

आणि नारायण ऑफिसबाहेर पडला. बाहेरचा व्हरांडा ओलांडून खालच्या पायऱ्या उतरला. पोर्चमध्ये आला. तेथे पाच-सहा झाडं होती. फुलांची, तशीच वडाची, लिंबाऱ्याची, तशीच चिंचेची, पिंपळाची. पोर्चमध्ये अर्धवर्तुळाकार वाट, तिला रेखीव, कापलेल्या मेंदीची किनार लाभलेली...

नारायणच्या नजरेनं हे सारं टिपलं. ह्या सर्वांवरून त्याची नजर भिरभिरली.

कुठे कुणीच दिसत नव्हतं

मग कुठली बायको...? कोण आलं हुतं? च्यायला, गंमतच दिसतीया सगळी!

विचार करीत नारायण त्या अर्धवर्तुळाकृती वाटेवरून पावलं टाकू लागला. फाटक जवळ करू लागला. एवढ्यात कानावर हाक आली,

“नारायण..!”

आवाजाच्या दिशेनं पाहिलं तर हिरी उभी असलेली... वडाच्या विस्तीर्ण बुंध्याआड उभी राहिलेली... जमिनीतून उगवलेल्या कर्दळीसारखी-तशीच मोकार, फुललेली, ताजी टवटवीतशी... हिरव्याजर्द पातळानं कर्दळीचा गाभा वेढलेला. चेहऱ्यावरची गोंदवणाची नक्षी त्यात खुलून दिसणारी... पव्याच्या धारंगत मोगणं नाक... त्यावर चमकी, चमामा चमकणारी... सकाळच्या ऊनात...

रात्रभर पाऊस पडलेला... न्हालेली धरित्री... अन् आता तीवर पडलेलं सकाळचं कोवळं ऊन... दहाचा सुमार होत आलेला, तरीही त्याचं कोवळंपण न गेलेलं... जागजागी पाण्याची थळी साचलेली... ऊनाच्या तिरपीनं चमकणारी-हिरीच्या नाकातील चमकीगत!

“हिरी तू..?” अतीव आश्चर्यानं नारायण जवळ गेला.

हिरी चहा घेऊन आली होती जणू... तिच्या पायाशी जमिनीवर चहा भरलेला जर्मनी छोटासा डबा दिसत होता. अन् कागदाच्या पुडीतून भजी डोकावत होती. त्याला पाहताच बसलेली हिरी उठली होती वाटतं... कारण हा सारा सरंजाम पायाशीच होता अन् हिरी उभी होती...

आणि नारायण जवळ येताच तिनं त्याला गप्पकन मिठी मारली. अन् त्याच्या छातीवर डोकं ठेवून ती हमसून हमसून रडू लागली. रडता रडता म्हणू लागली,

“आसं पुन्हा न्हाई न्हवं वागणार? आसं पुन्हा न्हाई न्हवं करणार? गेले दोन रोज काय काय कानावर आलं नि काय काय न्हाई! एक एक ऐकायला यायचं. काळजाचं पाणी पाणी व्हायचं.. सकाळचं महीबूब आलाता, त्येनं हे अशानं असं

सांगिटलं. जीव थरंवला न्हाई. सारी लाजगिज सोडून आलो... वाटलं, जिवाला रातीचं धड जेवायला मिळालं नसंल, का पोटात अन्नाचं शितबी गेलं नसंल.. म्हटलं, आता सकाळचं सोडत्यात म्हण, खरं कवा सोडत्यात कुणाला दक्कल, शिप्पीभर च्या तरी घिऊन जावावं. म्हणूनच आलो.''

आणि असंच...

...असंच हिरी बोलत होती. बोलता बोलता रडत होती.

अन् नारायण विरघळून पाणी पाणी होत होता. तिच्या पाठीवर थोपटल्यासारखं करीत तो म्हणाला,

''खुळी हैस झालं! चल आता...''

काळ, वेळ, स्थळाचं भान न ठेवता अभावितपणे जशी तिनं मघाशी त्याला मिठी मारली होती, तशीच अभावितपणे ती किंचित दूर सरली नारायणचं बोलणं ऐकून... मग म्हणाली,

''आता सोडलं म्हणायचं?''

त्याच्या चेहऱ्यावर खिळलेल्या तिच्या डोळ्यांत आता आनंदाचं चांदपाणी झळाळत होतं.

''व्हय!'' आणि नारायण म्हणाला, ''चल आता!''

आणि दोघं चालू लागली. फाटकाबाहेर पडलेला एक रस्ता एक वळण घेऊन नव्या रस्त्याला भिडला होता.

त्या वळणावर वळताना नारायण म्हणाला,

''मघाशी एक गंमतच झाली, त्येच्या मारी!''

''कसली गंमत?'' उत्सुक चेहऱ्यानं हिरीनं विचारलं.

''कचेरीतल्या पोलिसानं तुला माझी बायकोच केली नि काय!''

आणि यावर हिरी लाजाळूच्या रोपागत लागली. तिच्या गोऱ्या गालांवर रक्तिमा चढला... कानांच्या पाळ्या लालट झाल्या... क्षणभर श्वासच थांबल्यागत झाला नि मग ऊर धपापू लागला... रिकाम्या उजव्या हातानं पदर आणखीन थोडा पुढे ओढून घेताना तिच्या मुखातून शब्दांनी उडी घेतली -

''आता ह्येला...''

अन् तिच्याकडे पाहणाऱ्या नारायणला वाटू लागलं, खरंच काय हरकत काय? खरंच...?

अखेर आस्त्रफखान म्हणत होता तेच खरं... 'वो लडकी तुझपर मर मिटती है, जान देती है!'

नि हे आपुन आजपर्यंत ओळखलं न्हाई... आजपर्यंत!

◆

www.ingramcontent.com/pod-product-compliance
Lightning Source LLC
LaVergne TN
LVHW020000230825
819400LV00033B/922

* 9 7 8 8 1 7 7 6 6 3 0 6 8 *